पेरी मेसन यांच्या रहस्य कथा

द केस ऑफ द डेम्यूर डिफेण्डण्ट

लेखक

अर्ल स्टॅन्ले गार्डनर

अनुवाद

बाळ भागवत

D9900062

मेहता पब्लिशिंग हाऊस

- *या पुस्तकातील लेखकाची मते, घटना, वर्णने ही त्या लेखकाची असून त्याच्याशी प्रकाशक सहमत असतीलच असे नाही.*

THE CASE OF THE DEMURE DEFENDENT by
ERLE STANLEY GARDNER

Copyright © 1956 by Erle Stanley Gardner

First Indian Print : 2006 by Mastermind Books.
Translated into Marathi Language by Bal Bhagawat

द केस ऑफ द डेम्यूर डिफेन्डन्ट / अनुवादित कादंबरी

अनुवाद : बाळ भागवत
१८, कुबल निवास, गोखले रोड, (उत्तर) दादर, मुंबई - २८.

मराठी अनुवादाचे व प्रकाशनाचे हक्क मेहता पब्लिशिंग हाऊस, पुणे.

प्रकाशक : सुनील अनिल मेहता, मेहता पब्लिशिंग हाऊस,
१९४१, सदाशिव पेठ, माडीवाले कॉलनी, पुणे – ३०.

अक्षरजुळणी : स्वाती एंटरप्रायझेस, पुणे - ०९

मुखपृष्ठ : चंद्रमोहन कुलकर्णी

प्रथमावृत्ती : मे, २०१८

P Book ISBN 9789387789692

प्रस्तावना

माझ्या रहस्यकथांच्या प्रस्तावना लिहीत असताना मी अनेक वेळा न्यायवैद्यक शास्त्राचे महत्त्व पुनःपुन्हा अधोरेखित केले आहे.

मानवी हत्यांच्या संदर्भात दिवसागणीक खुन्याची ओळख पटवून त्यांना अटक करण्यासाठी आणि परिस्थितीजन्य पुराव्यांच्या आधारे नाहक अडकलेल्या निरपराध व्यक्तींची सुटका करण्यासाठी न्यायवैद्यक शास्त्राचा होणारा वाढता उपयोग सर्वांच्याच लक्षात यायला लागला आहे.

ॲरिझोनामधील मारिकोपा काउन्टीमध्ये वैद्यकीय तपासनीस म्हणून कार्यरत असणाऱ्या डॉ. डॅनिएल जे. कॉन्डन यांच्याशी माझी पहिली भेट एका अत्यंत कडक अशा उन्हाळ्याच्या दिवशी झाली- उन्हाळ्याच्या रात्री झाली म्हणणंच एखाद्या वेळी योग्य ठरावं. एका प्रकरणाच्या तपासाच्या संदर्भात डॉ. कॉन्डन यांचा मला सल्ला हवा होता आणि त्यांच्याशी त्याबाबत माझा पत्रव्यवहारही झाला होता. मी ॲरिझोनामधील फिनिक्सला जायला निघालो. माझी आगगाडी पहाटे चार वाजण्याच्या सुमाराला पोहोचणार होती. तेव्हा भलत्याच वेळी डॉक्टरांना त्रास देण्याऐवजी आठ-नऊ वाजेपर्यंत एखाद्या हॉटेलमध्ये मुक्काम करावा आणि नंतरच त्यांच्याशी संपर्क साधावा, असं मी ठरवलं होतं. मी टॅक्सीकॅब मिळते का बघत असताना खाकीज आणि अर्ध्या बाह्यांचा शर्ट घातलेला एक दणकट माणूस गर्दीतून वाट काढत, माझ्यासमोर हात करून उभा राहिला. ॲरिझोनाची खासीयत म्हणता येईल अशा मित्रत्वाच्या भावनेनं आणि प्रेमानं तो माझ्याकडे बघत होता.

तो डॉ. कॉन्डनच आहे असं लक्षात आल्यावर तो अशा भलत्याच वेळेला इथं

हजर असण्याबद्दल मला खूप आश्चर्य वाटलं. सुप्रीम कोर्टच अंतिम निर्णय देऊ शकेल आणि काहीही लाभ होऊ शकणार नाही, असं **कोर्ट ऑफ लास्ट रिसॉर्ट** या सदराखाली मोडणारं प्रकरण आम्ही हाताळत होतो, म्हणून मला जास्तीच नवल वाटलं. मी त्यांना तसं म्हणालोही.

डॉ. कॉन्डन यांनी माझ्या बोलण्याकडे संपूर्ण दुर्लक्ष करून मला त्यांच्या मोटरगाडीत बसवलं आणि न्याहरीसाठी नेलं. सूर्य खूप वर येऊन मृगजळ दिसायला लागण्याआधीच आम्ही झपाट्यानं दिवस उजाडता उजाडता आमच्या इच्छित स्थळी पाहोचत होतो.

खास मित्र, उत्कृष्ट रोगनिदान तज्ज्ञ आणि ॲरिझोनामधील एक अत्यंत हुशार वैद्यकीय तपासनीस असणाऱ्या डॉ. कॉन्डन यांच्याशी माझी प्रथम भेट ही अशा तऱ्हेनं झाली.

डॉ. कॉन्डन यांना डॉ. ॲलन मॉरिट्झ आणि डॉ. रिचर्ड फोर्ड यांनी घालून दिलेल्या पद्धतींप्रमाणे शिक्षण मिळालं आहे. यापूर्वी त्या दोघांनाही मी माझी पुस्तकं अर्पण केली आहेत. न्यायवैद्यक शास्त्रावर त्यांनी आपल्या कर्तृत्वाचा खोलवर ठसा उमटवलेला आहे.

हार्वर्ड विद्यापीठात डिपार्टमेंट ऑफ लीगल मेडिसिनमध्ये स्वतःच्या खास क्षेत्रात शिकत असताना डॉ. कॉन्डन यांनी रिचर्ड फोर्ड यांच्याकडून शिकवणुकीचे धडे घेतले होते. मला हल्लीच लिहिलेल्या एका पत्रात डॉ. कॉन्डन म्हणतात :

'अचानक ओढवणाऱ्या मृत्यूंच्या संदर्भातील योगायोगांचं मला नेहमीच आश्चर्य वाटत आलं आहे. 'कोर्ट ऑफ लास्ट रिसॉर्ट'साठी तुम्ही करत असलेल्या कामावरून उघडउघड दिसत असणाऱ्या गोष्टीही पुराव्यानं सिद्ध होत नसतील, तर त्यांचा स्वीकार करणं किती धोकादायक आहे याची पूर्ण जाणीव तुम्हाला आहे,

हे माझ्या लक्षात आलं आहे. हार्वर्ड ग्रुपमधील फोर्ड आणि मॉरिट्झ यांनी पुरस्कृत केलेल्या पद्धतींना 'लीगल मेडिसिन' या विषयात मिळणारं यश त्याचंच द्योतक आहे. बेपर्वाई आणि अर्धवट तपासण्या यांना त्यांनी कधीच थारा दिला नाही. त्यांच्याशी संबंध येणाऱ्या प्रत्येकाला त्यांनी कळत नकळत तशीच शिकवण दिली आहे.'

मृत्यूच्या खऱ्या कारणांच्या बाबतीत जोपर्यंत न्यायवैद्यक शास्त्रावर आणि अत्यंत कार्यक्षम अशा वैद्यकीय तपासनिसांवर जास्त विश्वास ठेवला जात नाही, तोपर्यंत किती अपराधी खून पचवून उजळ माथ्यानं वावरत राहतील आणि किती निरपराध चुकीनं अपराधी ठरवले जातील, याचा अंदाज करणंही खूप कठीण आहे.

डॉ. कॉन्डन यांचा संबंध आलेल्या एका प्रकरणात मृत्यूच्या वेळी तपासणीसाठी बोलवण्यात आलेल्या एका डॉक्टरांनी 'हृदयक्रिया बंद पडून मृत्यू' असं मृत्यूचं कारण दिलेलं होतं. पोटावर आढळलेल्या मुक्या माराच्या वणांनी डॉ. कॉन्डन यांचं कुतूहल जागृत झालं आणि त्यांनी शवचिकित्सेचा आग्रह धरला आणि आतड्याला चीर पडल्यानं शरीरात पसरलेल्या विषानं मृत्यू ओढवला होता, हे ध्यानात आलं.

ही माहिती पोलिसांना कळवल्यावर त्यांनी खोदून चौकशी केली आणि त्यांच्या लक्षात आलं, की दोनच दिवसांपूर्वी हाणामारी झाली होती आणि त्या वेळी त्याच्या पोटात लाथा हाणल्या गेल्या होत्या, असं सांगणारे चार साक्षीदार त्यांना मिळाले.

याउलट एका स्त्रीला एका पुरुषानं बेदम मारल्यावर तीन तासांनी ती मरण पावली आणि त्याला अटक करण्यात आली. शवचिकित्सेनंतर ध्यानात आलं, की तिचा मृत्यू पाच-दहा दिवसांपूर्वी मेंदूतून झालेल्या रक्तस्रावामुळे झाला होता. पोलिसांना तसं कळवण्यात आलं. आपण डोक्यावर पडलो होतो आणि त्यामुळे डोकेदुखी आणि नीट दिसत नसल्याबद्दल ती स्त्री त्या वेळी तक्रार करत होती, असं

सांगणारे साक्षीदारही पोलिसांनी शोधून काढले.

डॉ. कॉन्डन तपास घेत असलेल्या अशाच एका प्रकरणात एका व्यक्तीनं दोन वेळा आत्महत्येचा प्रयत्न केला होता. त्यानं मृत्यू येईल इतकं सिकोनल घेतल्याचं सांगणारे आणि खात्रीपूर्वक मरण यावं म्हणून मनगटावरच्या शिराही कापण्याचा प्रयत्न केला होता, अशी साक्ष देणारे साक्षीदारही मिळाले.

आश्चर्य म्हणजे शवचिकित्सेनंतर आढळून आलं, की मनगटावरच्या जखमा वरवरच्या होत्या आणि सिकोनल पोटातच होतं; रक्तात किंवा इतर अवयवांत भिनलंही गेलं नव्हतं. हृदयाच्या तपासणीनंतर आढळून आलं, की आत्महत्या करण्याचा प्रयत्न करणारी ती व्यक्ती वादातीतपणे नैसर्गिक कारणांनी गेली होती.

वैद्यकीय तपासनीस कार्यक्षम असला, की अशी अनेक प्रकरणं उघडकीला येतात. तसा तो उपलब्ध नसेल, तर किती वेळा निरपराध व्यक्तींनाच दोषी ठरवून शिक्षा दिली जात असेल, हे सांगता येत नाही.

गणिताप्रमाणे टक्केवारी देता येत नसली, तरी अशा व्यक्तींचा आकडा खूप मोठा असू शकेल, इतके दर्शविण्याइतकी माहिती तरी आपल्याकडे निश्चित आहे.

अचानक घडून आलेल्या मृत्यूंच्या बाबतीत अत्यंत शास्त्रीय पद्धतींचा पाठपुरावा करून, खोलवर विचार करून तपास करणाऱ्या गटात डॉ. कॉन्डन यांचा समावेश होतो. अशा डॉक्टरांच्या कार्याची दखल घ्यायला पाहिजे आणि त्यांची प्रशंसाही केलीच पाहिजे.

तेव्हा अत्यंत आनंदानं मी हे पुस्तक माझ्या खास मित्राला अर्पण करत आहे-

डॅनिएल जे. कॉन्डन, एम.डी.

– अर्ल स्टॅन्ले गार्डनर

१

औषधांच्या अमलाखाली असलेली मुलगी एक हात लांब करून सोफ्यावर झोपली होती.

शेजारी उभ्या असलेल्या माणसाच्या हातात टेपरेकॉर्डरला जोडलेला मायक्रोफोन होता.

"तुझं नाव काय आहे?" त्यानं विचारलं.

त्याच्या आवाजातील चढ-उताराप्रमाणे टेपरेकॉर्डवरच्या 'मॅजिक आय'चा हिरवा प्रकाश फिरत होता.

त्यानं डाव्या हातानं टेपरेकॉर्डरवरच्या आवाजाच्या पट्टीत थोडा फरक केला. त्याचं बोलणं आग्रही होतं. त्यात अधिकार आणि जबाबदारीची झाकही होती. पण तो आज्ञा देत नव्हता. त्याला त्या मुलीच्या अंतर्मनात कोणत्याही तऱ्हेचा विरोध निर्माण करायचा नव्हता. त्यानं हळूच पुन्हा तोच प्रश्न विचारला.

"तुझं नाव काय आहे?"

त्या मुलीनं थोडी हालचाल केली. तिच्या पापण्या थरथरल्या. त्याच्या आवाजात उतावीळपणा नव्हता. मृदू आवाजात पण आग्रही स्वरात तो बोलत होता. "तुझं नाव काय आहे?"

या वेळी मुलीच्या ओठांची हालचाल झाली. औषधांमुळे निर्माण केलेल्या झोपेच्या गुंगीमुळे तिचे शब्द नीट कळत नव्हते.

"तुला मोठ्यानं बोलायला हवं." तो पुन्हा अधिकारवाणीनं म्हणाला. आपलं बोलणं तिच्या नीट लक्षात यावं, असा त्याचा प्रयत्न होता. "मोठ्यानं बोल जरा. तुझं नाव काय आहे?"

"नादिन."

"छान. पूर्ण नाव सांगू बघू."

"नादिन."

"तुझं *पूर्ण* नाव."

"नादिन फार."

"नादिन, मी तुझी ट्रुथ सेरम चाचणी घ्यावी, असं मला सांगितल्याचं तुला आठवतं का?"

"हो."

तिनं जांभई दिली.

"आठवतं का तुला?"

"हो."

"तू सहकार्य करण्याचं वचन दिलं होतंस ना?"

"हो."

"मग तू सहकार्य देणार आहेस ना?"

"हो."

"तुझा उजवा हात हलव, नादिन."

तिनं आपला उजवा हात हलवला.

"छान, आता तुझा उजवा हात वर कर."

हात हलला, पण उचलला गेला नाही.

"तुझा उजवा हात वर कर, नादिन. नादिन, तुझा उजवा हात वर कर. उजवा-हात-वर-कर."

तिनं उजवा हात हळूहळू वर केला. त्यासाठी खूप कष्ट पडत असल्याचं स्पष्ट कळत होतं.

"आणखी वर कर. आणखी वर कर, नादिन. आणखी – वर."

हात आणखी वर उचलला गेला.

"छान, आता हात खाली कर. खरं सांग मला- तू ज्याचा द्वेष करतेस, असा या जगात कुणी आहे?"

"आता नाही."

"तुझा द्वेष करणारं कुणी आहे?"

"आता नाही."

"प्रेम करतेस कुणावर?"

"हो."

"तू कधी कुणाचा द्वेष केला होतास?"

"हो."

"स्त्री का पुरुष?"

"पुरुष."

"कोण आहे तो पुरुष?"

"तो मेला आहे."

"नादिन, मी डॉ. डनेअर. तुझाच डॉक्टर. तुझा माझ्यावर पूर्ण विश्वास आहे ना?"

"आहे."

"तू तुझ्याबद्दल सर्व काही माहिती मला सांगणार ना?"

"हो."

"तू मला पूर्ण सत्य सांगणार ना?"

"अं... हो."

"तू खरं बोलशील ना?"

"हो."

"तू द्वेष करत होतीस, असं कुणी होतं?"

"होतं."

"मेला आहे तो?"

"हो."

"कधी मेला?"

"उन्हाळ्याच्या सुरुवातीला."

"कसा मेला?"

औषधांच्या अमलाखाली असणारी ती मुलगी अगदी सहजपणे उद्गारली, "मीच ठार मारलं त्याला."

मनातल्या मनात पुढल्या प्रश्नाची जुळणी करत असणारा डॉ. डनेअर, झोपेच्या गुंगीत असल्याप्रमाणे येणाऱ्या त्या आवाजानं फटका बसल्याप्रमाणे मागं सरकला. त्यानं परिचारिकेकडे नजर टाकली. सोडियम पेन्टोथाल आणि डिस्टिल्ड वॉटर यांचं मिश्रण असणाऱ्या काचेच्या भांड्याजवळ– बीकरजवळ ती उभी होती. काळजीपूर्वक तयार केलेलं ते मिश्रण योग्य त्या प्रमाणात त्या मुलीच्या शरीरातील रक्तवाहिन्यांमध्ये शिरत होतं, आणि संपूर्ण बेशुद्धी आणि औषधांच्या अमलानं आलेली गुंगी यांच्या सीमारेषेवर अशा तऱ्हेनं तिला घुटमळत ठेवत होतं, की ज्यामुळे खोटं सांगण्याइतकी मानसिक शक्ती तिच्यात निर्माणच होऊ शकणार नाही.

"नादिन, तू ओळखतेस ना मला?"

"ओळखते."

"तुझा विश्वास आहे ना माझ्यावर?"

"आहे."

"नादिन, जे खरं असेल, तेवढंच तू मला सांगायला हवंस."

“पण मी खरंच सांगत आहे.”

“तू कुणाचा द्वेष करत होतीस?”

“अंकल मोशेर.”

“म्हणजे मोशेर हिरले का?”

“हो.”

“आणि तुझा द्वेष करणारा पुरुष कोण होता?”

“अंकल मोशेर.”

“तो मेला आहे?”

“मेला आहे.”

डॉक्टरनं पुन्हा एकदा परिचारिकेच्या भावनारहित चेहऱ्याकडे बघितलं. जरा थबकून त्यानं विचारलं, “नादिन, खरं काय ते सांग मला. कसा मेला तो?

“मी ठार मारलं त्याला.”

“कसं ठार मारलंस.”

“विष.”

“का ठार मारलंस?”

“मला दूर जावं लागणार होतं म्हणून.” ती म्हणाली.

“कशापासून दूर जावं लागणार होतं?”

“नाहीसंच व्हायचं होतं.”

“का?”

“म्हणजे जॉननं माझ्यावर प्रेम केलं नसतं.”

“जॉन कोण?”

“जॉन ॲव्हिंग्टन लॉकी.”

“आणि तू कुणावर प्रेम करतेस?”

“जॉन.”

“जॉन लॉकी?”

“हो.”

“आणि त्याचंही तुझ्यावर प्रेम आहे?”

“आहे.”

“तुझा अंकल मोशेर तीन महिन्यांपूर्वी मरण पावला?”

“मीच ठार मारलं त्याला.”

“कसं ठार मारलंस?”

“विष.”

“कशा तऱ्हेचं विष?”

"गोळ्या."

"विष कुठं मिळालं तुला?"

"तिथंच होतं."

"विषाचं काय केलंस?"

"सरोवरात फेकून दिलं."

"कुठलं सरोवर?"

"टॉम्बीज लेक."

"सरोवरात कुठं?"

"बोटी लागतात त्या धक्क्यावरून."

"तू ते नुसतंच टाकलंस, का फेकलंस?"

"फेकलं."

"ते खोक्यात होतं का बाटलीत?"

"बाटलीत."

"द्रव स्वरूपात होतं का गोळ्या होत्या?"

"गोळ्या."

"बाटली तरंगली का पाण्यावर?"

"मी बाटलीत छर्रे भरले होते."

"छर्रे कुठं मिळाले तुला?"

"अंकल मोशेरच्या शॉटगनच्या गोळ्यांमधून काढले."

"किती?"

"दोन."

"आणि शॉटगनच्या त्या गोळ्यांचं काय केलंस?"

"बंदुका वगैरे ठेवण्याच्या गन कॅबिनेटमध्ये अगदी आतल्या बाजूला ठेवून दिल्या."

"या बाबतीत कधी कुणाशी बोलली आहेस?"

"नाही."

"विष कुठं मिळालं तुला?"

मुलीनं दिलेलं उत्तर कळलं नाही.

"नादिन, विष कुठं मिळालं तुला?"

तिचे ओठ हलले. काहीतरी कठीण वाक्य बनवत असल्याप्रमाणे तिच्या तोंडामधून आवाज आले. पण फारच प्रयत्न करावा लागतो आहे हे लक्षात आल्यावर अचानक तिनं बोलण्याचा प्रयत्नच सोडून दिला आणि ती झोपून गेली.

डॉक्टरनं परिचारिकेला औषध देणं थांबवण्याची खूण केली.

"नादिन.''

कुठलीही प्रतिक्रिया नाही.

"नादिन,'' आवाज थोडा मोठा झाला होता. "नादिन, माझं बोलणं नीट ऐक. तुझा उजवा हात हलव.''

कुठलीही प्रतिक्रिया नाही.

"नादिन, तुझं नाव काय आहे?''

हालचाल नाही.

डॉ. डनेअरनं डाव्या डोळ्याच्या पापणीवर अंगठा ठेवला, पापणी वर उचलली, डोळ्यात बघितलं, पापणी सोडून दिली.

टेपरेकॉर्डर बंद केला.

"तिला थोडा वेळ झोपू दे.'' तो परिचारिकेला म्हणाला, "शुद्धीत यायला लागल्यावर एखाद्या वेळी तिच्या लक्षात येईल, की तिची इच्छा होती त्यापेक्षा तिनं जास्तीच काहीतरी आपल्याला सांगितलं आहे. तिच्या मनात खळबळ निर्माण होण्याची, तिची चिडचिड होण्याचीही शक्यता आहे. तुझ्या लक्षात येतं आहे ना, मिस क्लिफ्टन?''

परिचारिकेनं मान डोलावली.

"हे सर्व संभाषण म्हणजे व्यवसायाचा एक भाग आहे आणि कोणत्याही परिस्थितीत या बोलण्यामधलं काहीही तू कुठं उघड करता कामा नये.''

तिनं त्याच्या नजरेला नजर दिली. "तू उघड करणार आहेस?''

"कुणापाशी?''अत्यंत कठोरपणं त्यानं विचारलं.

"योग्य त्या अधिकाऱ्यांजवळ.''

"नाही.''

परिचारिका गप्प बसली.

त्यानं प्लग काढला, टेपरेकॉर्डरवर आच्छादन टाकलं आणि तिच्याकडे वळून बघत म्हटलं, "ती शांत राहील आणि तिची झोपमोड होणार नाही, याची काळजी घेण्याचं काम मी तुझ्यावर सोपवतो, मिस क्लिफ्टन. ती उबदार राहील, यावर लक्ष ठेव. वेळोवेळी तिच्या नाडीचे ठोके बघ. वेगळंच काही घडलं तर काय करायचं, याच्या तपशीलवार सूचना मी लिहून ठेवल्या आहेत. माझा दिनक्रमही तुला माहीत आहेच.'' परिचारिकेनं मान डोलावली.

"मी तासभर, फारतर दीड तास बाहेर असेन. मग मी परत येईन. '' तो म्हणाला. "ती बरेच तास शुद्धीवर येणार नाही, असं मला वाटतं. ती शुद्धीवर आली आणि तिची बोलायची इच्छा दिसली, तर तिच्याशी कशाबद्दलही चर्चा करायची नाही. परत झोपून जायला सांगायचं. लक्षात ठेव, की तू एक व्यावसायिक

परिचारिका म्हणून इथे हजर होतीस आणि जे घडलं, त्याबद्दल बाहेर अवाक्षरही काढणार नाहीस.''

ती पुन्हा त्याच्या नजरेला नजर देण्याची वाट बघत तो थांबला.

अगदी नाइलाजानं त्याच्याकडं बघत ती म्हणाली, ''ठीक आहे, डॉक्टर.''

डॉ. डनेअर निघून गेला. रुग्णालयामधल्या या खोलीत, इतर खोल्यांत बसविल्याप्रमाणे, मनावर दडपण आणणाऱ्या पांढऱ्या रंगाच्या फरशा बसवलेल्या नव्हत्या. ती कधीही प्रकाशमान करता येत असली तरी आत्ता तिथं डोळ्यांना त्रास न होईल असा सौम्य प्रकाश पडला होता. तापमान विवक्षित अंशांवर स्थिर राखलेलं होतं. खोलीमधले आवाज बाहेर जाणार नाहीत, अशा तऱ्हेनं भिंती बनवलेल्या होत्या. ही खोली तपासणीसाठी खास तयार केली होती.

२

पेरी मेसन कार्यालयामधून निघण्याच्या तयारीत असताना त्याची खासगी सेक्रेटरी, डेला स्ट्रीट त्याला म्हणाली, ''चीफ, बाहेर डॉ. लॉगबर्ट पी. डनेअर थांबला आहे. तो दार ठोकत होता. मी त्याला सांगत होते, की पाच वाजून गेले आहेत आणि....''

''काय पाहिजे त्याला?''

''ताबडतोब तुझी भेट हवी आहे. हातात काहीतरी वजनदार वाद्य वगैरे असावं. टेपरेकॉडरसारखं काहीतरी.''

''भेटतो की त्याला.'' वकिलानं उत्तर दिलं. ''तसं महत्त्वाचं काम नसतं तर डॉ. डनेअर धावपळ करत स्वतः इथं आला नसता.''

''धावपळ करत?'' भुवया उंचावत डेलानं विचारलं,

मेसननं मान डोलावली. ''फोन केला असता त्यानं. डॉ. डनेअरला फोन करायचंही सुचलं नसेल, तर त्याचं काम खरंच तातडीचं असणार. आत पाठव त्याला, डेला.''

डेला स्ट्रीट मेसनच्या केबिनमधून बाहेर पडत असताना मेसननं तिला परत येण्याची खूण केली. ''बाहेरच्या खोलीत जाऊन मी स्वतःच घेऊन येतो त्याला. केवळ व्यावसायिक शिष्टाचार, डेला.''

मेसन आपली फिरती खुर्ची मागं सरकवून ताठ उभा राहिला आणि केबिनमधून कार्यालयाच्या बाहेरच्या भागात गेला.

''हॅलो, बर्ट.'' तो डॉ. डनेअरला म्हणाला. ''आज इतक्या घाईघाईनं कसा काय आलास इकडं?''

खुर्चीमधून उठून उभं राहत त्यानं वकिलाबरोबर हस्तांदोलन केलं. अत्यंत बेचैनपणे तो म्हणाला, "पेरी, मला तुझ्या सल्ल्याची गरज आहे."

"ठीक आहे की." मेसन म्हणाला, "आत तर ये."

मेसन त्याला घेऊन आपल्या केबिनमध्ये शिरला.

"तू माझ्या सेक्रेटरीला ओळखतोसच, डेला स्ट्रीट."

"हो तर. कशी आहेस तू, मिस स्ट्रीट?"

"तुझी हरकत नसेल तर ती इथंच राहील." मेसन म्हणाला. "तिनं टिप्पणी घ्याव्यात, अशी माझी नेहमी इच्छा असते."

"चालेल."डॉ. डनेअर म्हणाला. "पण एका गोष्टीची स्पष्ट जाणीव हवी. मी तुझा सल्ला घ्यायला आलो आहे. व्यावसायिक भेट. मी जे जे बोलेन, ते ते पूर्णतः गोपनीयच राहील. माझा तुझ्यावर पूर्ण विश्वास आहे. तुझ्या सेक्रेटरीवर मी तसाच विश्वास ठेवू शकतो, हेदेखील मला माहीत आहे. पण मी अशा परिस्थितीत अडकलो आहे, की काय करायचं, तेच मला कळत नाही. मला तुझ्या मदतीची आवश्यकता आहे."

मेसननं केबिनच्या चार भिंतींकडेत बोट दाखवलं, "बर्ट, तू एका वकिलाच्या कार्यालयात आला आहेस. या चार भिंतींच्या आड तू काहीही बोललास, तरी ते गुप्तच राहील."

"समज, की बोलणं गुप्त राखण्याच्या बाबतीत कायद्याच्या काही तांत्रिक मर्यादा आहेत. समज, की मी काही सांगितलं आणि ते या मर्यादांना असणाऱ्या अपवादात मोडत असेल आणि..."

"बर्ट." मेसन म्हणाला, "व्यावसायिक संभाषणांच्या बाबतीत राखण्याच्या गुप्ततेबद्दल कायद्यानं व्याख्या बनवली आहे."

"पण कायद्याच्या या भागाचा अभ्यास करण्याची तसदी मी कधीच घेतलेली नाही. *माझ्या दृष्टीनं अशील काहीही बोलला, तरी ते गुप्तच असतं.*"

"आभारी आहे." डॉ. डनेअर म्हणाला. पण त्याच्या निळ्याभोर डोळ्यांत एक कठोर अशी झाक होती. "मग कायद्याबद्दल सांग मला."

"कुठला कायदा?"

"बोलणं गुप्त राखण्याबद्दलचा कायदा."

"तुला नक्की काय जाणून घ्यायचं आहे, बर्ट?"

"अपराधीपणाच्या भावनेनं पछाडलेल्या एका तरुण स्त्रीवर मी उपचार करतो आहे. सोप्या भाषेत सांगायचं तर भावनांवर ताबा राखता आला नाही, तर तिच्या मनाचं संतुलन बिघडण्याची शक्यता आहे.

"मी नेहमीच्या पद्धतींनी तिच्या मनाचा ठाव घेण्याचे केलेले प्रयत्न यशस्वी

झाले नाहीत. मला सारखं वाटत होतं, की ती माझ्यापासून काहीतरी लपवून ठेवण्याचा प्रयत्न करते आहे. अविवाहित तरुण स्त्रियांच्या बाबतीत अनेकदा घडणारी गोष्ट आहे ही. तेव्हा मी तिला 'ट्रुथ सेरम' या नावानं ओळखली जाणारी एक चाचणी घ्यायची सूचना केली. तिनं मान्यता दिल्यावर मी ती चाचणी घेतली...''

''या अशा तऱ्हेच्या चाचण्या किती परिणामकारक असतात?''

''तुम्ही काय शोधून काढण्याचा प्रयत्न करता आहात आणि तुम्हाला काय कळतं, यावर ते अवलंबून आहे,'' डॉ. डनेअर म्हणाला, ''प्रयोगशाळेमधल्या चाचण्यांप्रमाणे एखादी विवक्षित माहिती किंवा केलेलं कृत्य यांच्या बाबतीत त्या जवळजवळ शंभर टक्के यशस्वी ठरतात. दुसऱ्या शब्दांत सांगायचं, तर काही विद्यार्थ्यांचा गट बनवून त्यांना मादक द्रव्यांच्या प्रभावाखाली काही हिंसक कृत्यं करायला लावली तर स्कोपोलामाईन, सोडियम पेन्टोथाल, सोडिअम ॲनिटाल किंवा ज्यांना ट्रुथ सेरम ड्रग्ज म्हणून ओळखतात अशा कुठल्याही तऱ्हेच्या औषधांच्या अमलाखाली ते आपण काय केलं, ते खाडखाड कबूल करतात. पण चाचणी मात्र योग्य ती तंत्रं वापरूनच घ्यावी लागते.

''याउलट एखादा सराईत गुन्हेगार कुठल्याही एखाद्या गुन्ह्याबद्दल वर्षानुवर्षं त्याचा छळ केला, दबावाखाली चाचण्या घेतल्या; तरी कबुलीजबाब देत नाही. त्याच्या बाबतीत आपल्या हाताला काय लागेल, ते कुणालाच सांगता येणार नाही. एखाद्या गुन्ह्याबद्दल तो पूर्ण अपराधी आहे, अशी आपली खात्री असतानाही पुनःपुन्हा आपण निरपराध आहोत, असंच तो सांगत राहील. साध्या घरफोडीसारखा गुन्हा नाकबूल करत असतानाच अचानक, अगदी सहजपणे, त्यानं केलेल्या खुनाबद्दल बोलायला लागेल. त्या खुनाबद्दल तर कुणाला कधी त्याचा संशयही आलेला नसतो, त्याला कधी शिक्षाही झालेली नसते.

''अपराधीपणाच्या भावनेनं पछाडलेल्यांशी जेव्हा संबंध येतो आणि ते एखादी बाब लपवून ठेवत आहेत असा संशय असतो, तेव्हा ट्रुथ सेरमसारख्या चाचण्या उपयुक्त ठरतात. जी गोष्ट उघड करायला रुग्ण घाबरत असतो, ती गोष्ट एकदा कळली की डॉक्टरला त्याचा पूर्ण विश्वास संपादन करता येतो. स्त्रियांच्या बाबतीत तर हे नेहमी सत्य असतं.

''या प्रकरणात मी स्वभावानं शांत, सुस्वभावी, सुंदर पण मानसिक संतुलन गमावलेल्या हळव्या आणि भावनाप्रधान अशा एका तरुण स्त्रीवर उपचार करत होतो. मला खात्री होती, की औषधांच्या अमलाखाली तिनं केलेल्या गर्भपातासारख्या एखाद्या अविचारी गुन्ह्याची वगैरे ती कबुली देईल म्हणून... आता असं वाटतं आहे, की तिनं अशा गुन्ह्याची कबुली दिली आहे की तो खूनच असू शकतो.''

"*असं वाटतं की,* हे शब्द तू वापरतो आहेस?"

"*तसंच वाटतं आहे* म्हणून."

"तुला तसं का वाटतं आहे?"

"कारण मिळालेल्या माहितीचा नक्की निष्कर्ष काय काढायचा, ते मला या क्षणी कळत नाही."

"ती नक्की काय बोलली, ते तू जसंच्या तसं सांगू शकतोस?" मेसननं विचारलं. "तू टिप्पणी वगैरे किंवा..."

"मी त्याच्याहूनही चांगली गोष्ट करू शकतो," डॉ. डनेअरनं उत्तर दिलं. "मी सगळं संभाषण टेपरेकॉर्डवरच टेप करत असतो. काही शब्द कळून घ्यायला तुला निश्चितच कठीण जाईल. रुग्ण कधीकधी पुटपुटतो किंवा झोपेत असताना बोलल्याप्रमाणे त्याचे शब्द एकमेकांत अडकतातही. टेपरेकॉर्डरचा फायदा अशा वेळी होतो. पुन्हापुन्हा ऐकत राहिलं, की ते शब्द हळूहळू कळायला लागतात आणि संपूर्ण बोलणं समजून घेता येतं. ही तरुण मुलगी सत्यच सांगेल, अशी अपेक्षा होती आणि तिचं बोलणं अगदी स्वच्छ आहे."

"तू कोणत्या औषधाचा वापर केला होतास?" मेसननं विचारलं.

"मी नेहमी वेगवेगळ्या औषधांचा एकत्रित उपयोग करतो आणि तो रुग्ण झोपेच्या अधीन होतो. तो झोपेतून जागा व्हायला लागल्यावर सौम्य स्वरूपातलं सोडियम पेन्टोथाल आणि त्याबरोबर मेंदूला उत्तेजित करणारं औषधही देतो. त्यामुळे त्याला बोलण्याची इच्छा होते. रुग्णाचं शरीर सुस्त असतं, पण बोलण्याची इच्छा तीव्र होते. ही अशी अवस्था फक्त काही मिनिटंच राहू शकते. क्वचित जास्त काळही टिकू शकते. ते प्रत्येक रुग्णावर अवलंबून आहे."

डॉ. डनेअरनं टेपरेकॉर्डवरचं आच्छादन काढलं, प्लगला वायर जोडली आणि टेपरेकॉर्डर सुरू केला.

"तू काळजीपूर्वक आणि लक्ष देऊन ऐक." तो मेसनला म्हणाला.

डॉ. डनेअर यांनी रेकॉर्ड केलेलं संभाषण पेरी मेसन आणि डेला स्ट्रीट यांनी नीट लक्ष देऊन ऐकलं.

आवाज बंद झाले. डनेअरनं टेपरेकॉर्डर बंद करून त्यावर आच्छादन चढवलं. मेसनकडं बघत म्हटलं, "काय उत्तर देशील तू?"

"तुला कुठलं उत्तर हवं आहे?" मेसननं विचारलं,

"मला माझे कायदेशीर हक्क जाणून घ्यायचं आहेत."

"कशासाठी?"

"काय करायचं, ते समजण्यासाठी."

"मी जर तुला सांगितलं, की कायद्याप्रमाणे तू ही माहिती योग्य त्या

अधिकाऱ्यांजवळ उघड केली पाहिजेस, तर तू तसं करशील?''

डॉ. डनेअरनं क्षणभर विचार करून उत्तर दिलं, ''नाही.''

''का नाही?''

''मला माझी स्वतःची सद्सद्विवेकबुद्धी आहे. व्यवसायाची काही तत्त्वं आहेत. संभाषण गुप्त राखण्याबद्दलचं आपले कायदे मानसिक रोगांवरील उपचार पद्धती शोधून काढण्यापूर्वी बनवले आहेत. रुग्णावर उपचार करण्यापूर्वी डॉक्टरांना रुग्णाच्या मनात खोलवर दडलेल्या गुप्त गोष्टी जाणून घेण्याची आवश्यकता असते. रुग्णांवर उपचार करण्यासाठीच मी माझं आयुष्य वाहून घेतलेलं आहे.''

''ठीक आहे,'' मेसन म्हणाला, ''काय करायचं, याबाबतचा तुझा निर्णय पक्का आहे. त्याचा कायद्याशी संबंधच नाही. मग तू माझ्याकडे कशासाठी आला आहेस?''

डॉ. डनेअरनं हनुवटीवर बोटं आपटली. ''मला बहुतेक स्वतःवरची जबाबदारी दुसऱ्यावर ढकलायची इच्छा होती. मी ॲटर्नीचा सल्ला घेतला आहे, असं मला सांगता यावं अशी माझी इच्छा होती.''

''दुसऱ्या शब्दांत बोलायचं, तर समजा मी तुला सांगितलं असतं, की कायद्याप्रमाणे तू तुझ्या रुग्णाचा विश्वास राखायला पाहिजेस आणि तुला मिळालेली माहिती तू पोलिसांना देण्याची गरज नाही, तर मग तू स्वतःचा बचाव करण्यासाठी म्हणू शकशील की तू वकिलाकडे गेला होतास आणि त्याच्याच सल्ल्याप्रमाणे वागला आहेस, बरोबर?''

''अगदी बरोबर.'' डॉ. डनेअरनं उत्तर दिलं.

''याउलट मी जर तुला असा सल्ला दिला असता, की कायद्याप्रमाणे तुला मिळालेली माहिती योग्य त्या अधिकाऱ्यांकडे उघड करण्याशिवाय तुला गत्यंतर नाही, तर तू माझा सल्ला ऐकला नसतास.''

''बरोबर.'' ''पण या परिस्थितीत तुझी अवस्था फार कठीण होईल.'' मेसननं स्पष्ट केलं. ''त्याचा अर्थ असेल, की तू *कायदा मोडतो आहेस हे तुला माहीत असूनही* तू पोलिसांपासून माहिती दडवून ठेवलीस. कायद्याप्रमाणे त्याचा अर्थ होईल, तू गुन्ह्याला मदत केलीस.''

''हे फार वेगळे घडेल खरं.'' डॉ. डनेअर म्हणाला, ''मनात आलं आणि मी इकडं आलो. फार गुंतागुंत निर्माण होईल, हे आता माझ्या ध्यानात येतं आहे.''

''ती तर होईलच.'' मेसन म्हणाला. ''मी तुला आता एक प्रश्न विचारतो. ती तरुण स्त्री सत्य तेच सांगत असेल, अशी शक्यता किती आहे?''

''मला वाटतं, की तिनं ज्या पद्धतीनं ती विधानं केली होती, त्यावरून ती सत्यच असणार असं गृहीत धरायला हरकत नाही. पण ती *पूर्ण सत्य सांगत नसावी.* औषधांच्या प्रभावामुळे तिला थकवा आला होता आणि ती कुठलंही

स्पष्टीकरण देण्याच्या स्थितीत नव्हती. जास्ती विचार करून काही सांगावं लागणार असेल, तर विचार टाळण्याचीच प्रवृत्ती होती. एखादं सत्य विधान करायचं आणि त्याबाबत विस्तारानं काही बोलायचंच नाही.''

''किंवा बुद्धीला पटतील अशी कारणंच द्यायची नाहीत?'' मेसननं विचारलं.

''तुला हवं असेल, तर तू तसं म्हणू शकतोस. ती शुद्धीवर येण्याच्या सीमारेषेवर तरंगत होती. काय बोलायचं नाही, याबाबत दक्षता बाळगायची ती विसरली गेली.''

मेसननं क्षणभर विचार केला.'' ती ज्या गुन्ह्याबद्दल सांगत होती, ती एखादी *काल्पनिक कथाच असण्याची काही शक्यता?''*

''मला तसं अजिबात वाटत नाही.''

''काळजीपूर्वक ऐक, बर्ट.'' मेसननं सांगितलं, ''बर्ट, मी तुला विचारतो आहे की तिनं ज्या गुन्ह्याची कबुली दिली होती, ती एखादी काल्पनिक कथाच असण्याची *थोडीफार तरी शक्यता* आहे का म्हणून.''

''ओ!'' डॉ. डनेअरच्या तोंडावर मोठं हसू उमटलं, ''आलं लक्षात. हो, तशी शक्यता आहे.''

''कितीशी?''

''विशेष नाही, पण थोडीफार तरी.''

''तर मग डॉक्टर, तू जर खुनाची कथा घेऊन पोलिसांकडे गेलास आणि नंतर ती कथा म्हणजे औषधी द्रव्यांनी निर्माण केलेला भ्रम ठरला, तर तुझा रुग्ण तुझ्याविरुद्ध निंदा केली म्हणून, अब्रुनुकसानी, खासगी बाबी उघडकीला आणल्याबद्दल, व्यावसायिक गोपनीयतेचा भंग केल्याबद्दल फिर्याद दाखल करू शकेल. तुझी व्यावसायिक पत धुळीला मिळेल. तुझ्या रुग्णाच्या बाबतीत दूरगामी, विपरीत असे दुर्दैवी परिणाम घडू शकतील. तेव्हा एक डॉक्टर म्हणून तू जर मला सांगू शकत असशील, की तिनं ज्या गुन्ह्याची कबुली दिली होती, तो गुन्हा औषधी द्रव्यांनी निर्माण केलेला भ्रम असण्याची *थोडीशीही शक्यता आहे;* तर या बाबतीत फार सावधगिरी बाळगून तू पुढील पावलं टाकावीस, असाच सल्ला तुला देण्याशिवाय मला गत्यंतर नाही. तेव्हा तुझं पहिलं काम आहे ते म्हणजे पूर्ण वस्तुस्थिती जाणून घेणं.''

''ठीक आहे.'' डॉ. डनेअर म्हणाला. त्याच्या आवाजात सुटकेचे भाव होते. ''मी सांगतो तुला, की तिनं ज्या गुन्ह्याची कबुली दिली होती, ती कथा म्हणजे औषधी द्रव्यांमुळे निर्माण केलेला भ्रमच असेल, याची *थोडीफार शक्यता आहे.* अगदी थोडीशी, गणिताच्या भाषेत अगदी कमीत कमी, पण तरी तशी शक्यता आहेच.''

''मग माझा तुला सल्ला आहे, की या परिस्थितीत तू गुप्तपणे चौकशी सुरू करावीस.'' मेसन म्हणाला.

"यासाठी मी फारच अननुभवी आणि अयोग्य माणूस असल्यानं चौकशी करण्याचं काम मी तुझ्यावरच सोपवतो आहे.'' डॉ. डनेअर म्हणाला.

मेसन हसला. "अर्थातच, बर्ट. पण पोलिसांकडे असणाऱ्या साधनसुविधा आमच्याकडे नसतात. आम्हाला या बाबतीत हळूहळू, पारंपरिक पद्धतीनंच चौकशी करावी लागते. शिवाय आमचा हेतू उघड होईल, अशा तऱ्हेनं आम्ही प्रश्नही विचारू शकत नाही; नाहीतर ज्या अडचणी टाळायचा आपला प्रयत्न आहे, त्याच अडचणी समोर उभ्या राहतील.''

"अगदी बरोबर!'' डॉ. डनेअर म्हणाला. "मी सर्व तुझ्यावरच सोपवतो. तू योग्य तऱ्हेनंच पावलं उचलशील.''

"अशा चाचण्यांच्या वेळी एखादी परिचारिका हजर असते?'' मेसननं विचारलं.

"हो, अर्थातच.''

"या चाचणीच्या वेळी कोणती परिचारिका हजर होती?''

"एल्सा क्लिफ्टन. तू ओळखतोस तिला? उंच, तपकिरी केस आणि तसेच डोळे, सावळासा वर्ण...''

"हो, भेटलो आहे तिला.''

"मला तिचा विश्वास वाटत नाही.''

"चाचणीच्या वेळी जे बोलणं झालं ते ती बाहेर फोडेल अशी शक्यता आहे असं वाटतं तुला?''

"माहीत नाही.''

"खुनाचा कबुली जबाब देणाऱ्या रुग्णाच्या बाबतीत कुठल्या तऱ्हेचे औषधोपचार केले जातात?''

"म्हणजे नादिन फारबद्दल बोलतो आहेस तू?''

मेसननं मान डोलावली.

"नादिनच्या मनात अपराधाची भावना आहे.'' डॉ. डनेअर म्हणाला. "तिचा गुन्हा म्हणजे तू त्याला गुन्हाच म्हणणार असशील तर...''

"खून हा नेहमीच गुन्हा समजला जातो.'' मेसन त्याला अडवत म्हणाला,

"लक्षात ठेव, की आपल्याला वस्तुस्थितीची पूर्ण कल्पना नाही.'' डॉ. डनेअर म्हणाला, "ती तरुणी फक्त एक वाक्य बोलली आहे. तिला वाटतं, की तिच्याकडून गुन्हा घडला आहे आणि त्या गुन्ह्याबाबत तिला शिक्षा मिळालेली नाही, हे चूक आहे. स्वतःला शिक्षा करून घेण्याची तीव्र इच्छा तिच्या मनात निर्माण झाली आहे. तिला प्रायश्चित्त घ्यायचं आहे. भावनाप्रधान, हळव्या स्वभावाच्या, मानसिक संतुलन गमावलेल्या तरुण स्त्रीच्या बाबतीत ही भावना खूप गंभीर रूप धारण करू शकते. सर्वप्रथम आपल्याला कबुलीजबाब द्यायला पाहिजे, अशी सुप्त इच्छा

तिच्या मनामध्ये आहे. मला तर वाटतं, की बहुधा म्हणूनच टुथ सेरम चाचणी करून घ्यायला तयार झाली होती.

"आता उपचार म्हणून प्रथम मी काय करणार असेन, तर ती शुद्धीवर आली की मी तिला कबुलीजबाब देण्याची संधी देणार आहे. मग मी तिला तुझ्याकडं घेऊन येणार आहे, पेरी आणि ती तुझ्याकडे तसाच कबुलीजबाब देणार आहे."

"माझ्याकडे?"

डॉ. डनेअरनं मान डोलावली.

"आपण कायद्याच्या चौकटीशी फार घातक ठरू शकेल असा खेळ खेळतो आहोत, हे मी तुला सांगण्याची गरज आहे, असं मला वाटत नाही, बर्ट." मेसन म्हणाला.

"माहीत आहे मला. पण मी माझ्या रुग्णांना मदत करायचा प्रयत्न करत असतो. माझ्या व्यवसायाचा भाग आहे तो."

"आणि मी माझ्या अशिलांना मदत करण्याचा प्रयत्न करतो." मेसन म्हणाला, "तो वकिली पेशाचा अत्यंत महत्त्वाचा भाग आहे."

काही क्षण दोघंही गप्प बसले.

शेवटी डनेअर म्हणाला, "तर मग तुझा अशील म्हणून मी काय करावं, असा सल्ला देशील तू?"

"माझा सल्ला आहे, की आपण वस्तुस्थिती काय आहे, याचा तपास केला पाहिजे आणि अत्यंत काळजीपूर्वक चौकशी केली पाहिजे."

"चालेल." डनेअर म्हणाला, "मी पुन्हा तुझ्याशी संपर्क साधेनच. उद्या साडेनऊ वाजता मी तिला तुझ्या कार्यालयात घेऊन येतो."

"आणि ती ज्या मोशेर अंकलबाबत बोलत होती त्याचं काय?" मेसननं विचारलं, "तू त्याला ओळखत होतास, हे तर स्पष्ट आहे."

"मला त्याच्याबद्दल माहिती आहे. तो नातेवाईक आहे तिचा. खराखुरा काका नाही. पण ती त्याला भेटत असे. त्याच्या शेवटच्या आजारात ती त्याच्याबरोबर घरात राहत असे. मोशेर अंकल तीन एक महिन्यांपूर्वी मरण पावला. हृदयातील रक्तवाहिनीमध्ये रक्ताची गाठ आल्यानं मृत्यू, असं कारण डॉक्टरनं दिलं होतं."

"शवचिकित्सा झाली होती?"

"नव्हती झाली. त्याचं दफन करण्यात आलं."

"शरीर खराब होऊ नये म्हणून प्रक्रिया करून?"

"अर्थातच."

"मग तर फारच चमत्कारिक परिस्थिती आहे." मेसन म्हणाला, "सायनाईड ऑफ पोटॅशिअमसारखं विष वापरलं गेलं असेल, तर शरीर कुजू नये म्हणून जी

द्रव्यं वापरतात त्यामुळे त्या विषाचा मागमूसही शरीरात शिल्लक राहत नाही. त्याच्यावर विषप्रयोग झाला होता असा वेगळा पुरावा; म्हणजे विषाची बाटली सापडली नाही किंवा त्या तरुण स्त्रीच्या कबुलीजबाबाला कुठल्यातरी दुसऱ्या प्रकारानं दुजोरा मिळाला नाही, तर खून झाला होता, हेच सिद्ध होणार नाही. कुणाला दोषी ठरवता येणार नाही.''

''आणि कुणाला दोषीच ठरवता येणार नसेल तर माझ्याकडची माहिती पोलिसांना देण्यात अर्थ नाही?'' डनेअरनं विचारलं.

''मी तसं म्हणालो नाही.'' मेसननं उत्तर दिलं.

''तू जे म्हणतोस, त्याचा तोच अर्थ दिसतो मला.''

''असे अर्थ काढू नकोस.'' मेसन म्हणाला, ''मी केवळ काही महत्त्वाचे मुद्दे तुझ्या नजरेस आणून देतो आहे. मी या प्रकरणाचा तपास करावा, अशी तुझी इच्छा आहे. ते मी करेन. सायनाईड या विषाचा वापर झाला होता, शरीर कुजू नये म्हणून इतर द्रव्यांचा वापर केला होता असं आढळून आलं, तर पोलिसांना आरोप सिद्ध करणं अशक्यच बनेल. तशा परिस्थितीत तू जर डिस्ट्रिक्ट ॲटर्नीकडे जाऊन सांगितलंस, की मनाचं संतुलन बिघडलेल्या एका तरुण स्त्रीनं औषधांच्या अमलाखाली असताना अशा गुन्ह्याची कबुली दिली आहे, की जो सिद्ध करणं कठीण आहे आणि तो कबुलीजबाब म्हणजे औषधांमुळे निर्माण झालेला भ्रमही असू शकतो, तर डिस्ट्रिक्ट ॲटर्नी तत्काळ तुला बाहेरचा रस्ता दाखवेल आणि सर्व काही विसरून जा आणि कुठंही त्याची वाच्यता करू नकोस, असंच सांगेल.''

''यामुळे तर *सर्वच प्रश्न समाधानकारकरीत्या मिटतील.*'' डॉ. डनेअर म्हणाला. ''पण दुसऱ्याच कुठल्या विषाचा प्रयोग झाला असेल तर?''

''अत्यंत जलद परिणाम करणारे विष वापरूनच विषप्रयोग झाला असणार. मृत्यूनंतर तपासणी करणाऱ्या डॉक्टरनं हृदयविकाराचा झटका आल्यानं मृत्यू ओढवला, असंच म्हटलं आहे. या दोन्ही गोष्टी सायनाईडचाच वापर झाल्याचं दर्शवितात.''

डॉ. डनेअरनं मान डोलावली.

''मी आता तपास करायला सुरुवात करतो.'' मेसननं सांगितलं. ''मधल्या काळात तुझी अधिकृतपणे चौकशी झाली तर तू सांग, की तुला काही माहिती कळली होती आणि तू ॲटर्नीचा सल्ला घेतला होतास. ॲटर्नीनं सल्ला दिला, की घाईघाईनं कुठली पावलं उचलण्याआधी संपूर्ण वस्तुस्थिती जाणून घ्यायला पाहिजे. माझी स्वतःची फी नगण्य असेल, पण चौकशी करण्यासाठी मला इतरांची नेमणूक करावी लागेल. मी शक्य तितक्या कमी खर्चात काम करून घ्यायचा प्रयत्न करेन. मिस फारकडे पैसे आहेत?''

''तिच्याकडे नाहीत; पण माझ्याकडे आहेत.''

"मला तुझे पैसे खर्च..."

"त्याची काळजी सोड." डॉ. डनेअर म्हणाला. "यंदा माझं उत्पन्न वरच्या श्रेणीत आहे. कायदेशीर सेवेबाबत माझा जो खर्च होईल, तो मी माझ्या उत्पन्नातून वजा करू शकतो. माझं मनःस्वास्थ्य आणि व्यावसायिक पत पणाला लागली आहे. तू ताबडतोब तपासाला सुरुवात कर आणि प्रयत्नात कसूर ठेवू नकोस."

"ठीक आहे." मेसन म्हणाला. "आणि मी कमीत कमी खर्च होईल, याची काळजी घेईन."

"मी म्हटलं आहे, की प्रयत्नांत कसूर नको म्हणून."

"ठीक आहे." मेसन पुन्हा म्हणाला. "आणि मी कमीत कमी खर्च होईल याची काळजी घेईन."

डॉ. डनेअर पुन्हा काहीतरी बोलायला सुरुवात करणार होता.

"त्यामुळे अर्थातच *तपासाचा वेग थोडा मंदावू* शकतो म्हणा. पण एक नागरिक म्हणून, एका पैसे नसणाऱ्या रुग्णाचा डॉक्टर म्हणून कोणी आमच्याकडे आलं तर..."

डॉ. डनेअर अचानक हसला. "आता मला कळलं, पेरी. स्वतःच्या मताप्रमाणे, तुझ्या इच्छेप्रमाणे तू हे प्रकरण हाताळलंस तरी चालेल."

"टेपरेकॉर्डरचं तू काय करणार आहेस?"

टेपरेकॉर्डर हातात घेऊन दरवाजाच्या दिशेनं निघतानिघता डॉ. डनेअर म्हणाला, "माझा संबंध असेल तोपर्यंत जगामधले पाच जण या टेपवरचं रेकॉर्डिंग ऐकणार आहेत. तू, डेला स्ट्रीट, माझी परिचारिका, नादिन फार आणि मी स्वतः"

मेसन विचारात दिसला. "पाच जण." तो म्हणाला. "तेवढेही खूपच झाले."

"आता हा आकडा मी कसा कमी करणार, ते सांगू शकशील तू?" डॉ. डनेअरनं विचारलं.

मेसननं नकारार्थी मान हलवली. "आत्ता नाही. पण तुझी परिचारिका हजर नसती, तर फार बरं झालं असतं."

"मलाही तसंच वाटतं आहे आता. पण अस्थिर मनोवृत्ती असलेल्या युवतीला गुंगीचं औषध देत असताना परिचारिका हजर असणं अत्यंत गरजेचं असतं."

मेसननं मान डोलावली. डॉ. डनेअरचं म्हणणं योग्य होतं.

"मग उद्या साडेनऊ वाजता भेटतो." असं म्हणत डॉ. डनेअरनं दरवाजामधून हात केला आणि मेसनचा निरोप घेतला.

डेला स्ट्रीटनं वकिलाकडे बघितलं. "पॉल ड्रेक?"

"फोन कर आणि आत्ताच येऊ शकेल का विचार." मेसननं मान डोलावत म्हटलं.

ड्रेक डिटेक्टिव्ह एजन्सीचा प्रमुख पॉल ड्रेक याचं कार्यालय इमारतीमध्ये मेसनच्या कार्यालयाच्या मजल्यावरच असल्यानं डेला स्ट्रीटनं फोन केल्यानंतर काही मिनिटांतच मेसनच्या केबिनच्या दारावर त्याची सांकेतिक टकटक ऐकू आली.

डेला स्ट्रीटनं त्याला आत घेतलं.

पॉल ड्रेक चांगलाच उंच असला तरी आपल्याकडे लक्षच वेधलं जाऊ नये, अशा तऱ्हेनं वावरण्याचं कसब त्यानं आत्मसात केलं होतं.

हळूच आत शिरून तो अशिलासाठीच्या गुबगुबीत खुर्चीत बसला. खुर्चीचा एक हात त्याच्या पाठीमागं येईल, अशा तऱ्हेनं खुर्ची फिरवून बसला. आपले पाय त्यानं खुर्चीच्या दुसऱ्या हातावर टाकले.

"बोल." तो मेसनला म्हणाला.

"एक चमत्कारिक प्रकरण आहे, पॉल. तुला माहिती काढायची आहे. घाईगर्दीनं नाही, पण काळजीपूर्वक. चौकशी चालू आहे, असं कुणाला कळता कामा नये. अमुक काळात काम पुरं केलं पाहिजे, अशीही अट नाही. वेळ असेल त्याप्रमाणे..."

ड्रेकनं डोळे चोळले, कान ओढला.

"काय झालं तुला?" मेसननं विचारलं.

"मला वाटतं, मी स्वप्नात आहे. बहुतेक वेळा तू मला बोलावतोस आणि गुंतागुंतीच्या तपासात गरज असेल तेवढ्या माणसांची नेमणूक करून काही तासांत किंवा काही मिनिटांत तुला हवी असणारी माहिती मिळवायला सांगतोस. सकाळच्या आत तुला चौकशी पूर्ण केलेली हवी असते. आणि आज अचानक मी भलतंच काहीतरी ऐकतो आहे."

"अगदी बरोबर." मेसन हसतच म्हणाला, "तू नेहमीच मला सांगत असतोस, की तुला वेळ दिला आणि चौकशीसाठी जास्त माणसांची नेमणूक करावी लागली नाही, तर तुला चांगल्या तऱ्हेनं काम करता येईल."

"एक मिनिट थांब." ड्रेक उद्गारला, "माझं म्हणणं असतं की वायफळ खर्च न होता कार्यक्षमतेनं काम करता येईल म्हणून घाईघाईनं अनेक जण- ऑपरेटिव्ह्ज– काम करत असले की कामात पुनरावृत्ती होते, सर्वांच्या मनावर ताण पडतो आणि खर्चही वाढतो. तू..."

"माहीत आहे." मेसन म्हणाला. "तेव्हा तू या प्रकरणात वायफळ खर्च न करता पण कार्यक्षमतेनं काम कर. मोशेर हिग्लो नावाच्या माणसाची सर्व पार्श्वभूमी मला हवी आहे. तो याच शहरात राहत होता. तीनएक महिन्यांपूर्वी मरण पावला आहे. मृत्यूचं कारण 'हृदयविकाराच्या झटक्यानं मृत्यू' असं दिलेलं आहे. त्याची मालमत्ता किती आहे, कशा तऱ्हेची आहे याबद्दल माहीत नाही. त्याबद्दल कुणी कागदपत्रं दाखल केली आहेत का, त्याबद्दलही काही कल्पना नाही. मला सत्य

परिस्थिती जाणून घ्यायची आहे. वारस कोण आहेत, कळून घ्यायचं आहे. मृत्यूच्या वेळी त्याच्याबरोबर कोण होतं, त्यानं मृत्युपत्र केलं होतं का, असल्यास कधी, विमा आखला होता का, सर्व माहिती हवी आहे. मृत्यूचा दाखला देणाऱ्या डॉक्टरची भेट घे आणि आजाराची लक्षणं काय होती, हे जाणून घे. एखाद्या वेळी तू विमा कंपनीचा प्रतिनिधी आहेस, अशी बतावणीही तुला करावी लागेल.''

''तसल्या गोष्टी तर आम्ही नेहमीच करत असतो आणि विमा कंपन्यांचं प्रतिनिधित्वही आम्ही खरोखरीच करतो.''

''माझी कल्पना होती, त्यांची स्वतःचीच माणसं चौकशी करतात म्हणून.'' मेसन म्हणाला.

''तशी असतातच. पण कधीकधी तेच आम्हाला बोलावतात.''

''ठीक आहे.'' मेसननं सांगितलं. ''तू चौकशी सुरू कर. कुणाच्याही लक्षात येणार नाही अशा तऱ्हेनं. घाई नाही, तूच खुबीनं म्हणतोय त्याप्रमाणे वायफळ खर्च न करता कार्यक्षमतेनं काम कर.''

''तसंच करू या.'' ड्रेकनं उत्तर दिलं आणि तो निघून गेला.

३

दुसऱ्या दिवशी सकाळी ठीक साडेनऊ वाजता डेला स्ट्रीटनं पेरी मेसनला सांगितलं, की डॉ. डनेअर ठरल्याप्रमाणे आलेला आहे.

''ती तरुण मुलगी आहे त्याच्याबरोबर?''

तिनं मान डोलावली.

''तिच्याबद्दल काय सांगू शकशील तू, डेला?''

डेला स्ट्रीटनं क्षणभर थबकूनच उत्तर दिलं, ''सुंदर आहे.''

''आणि?''

''शांत आणि गंभीरही वाटते. शालीनही.''

''पण मागंमागं राहणारी?''

''तसं नाही, पण... पाय सडपातळ आहेत, पण दाखवत नाही. योग्य त्या ठिकाणी गोलाई आहे, पण लक्ष वेधून घेत नाही. डोळे सुरेख आहेत, नजर शांत आहे, पण पापण्या खालीच असतात. हात मांडीवर ठेवून बसली आहे. डोळे खरंच वेगळे आहेत. बोलके आहेत. नजर स्थिर आहे. लक्षात येतं आहे ना, मी काय सांगते आहे ते? बघेपर्यंत नाही कळणार एखाद्या वेळी.''

मेसननं मान डोलावली, ''मीच बाहेर जाऊन त्यांचं स्वागत करतो, डेला.''

बाहेरच्या खोलीत जाऊन मेसननं डॉ. डनेअरशी हस्तांदोलन केलं.

''आज कसा आहेस तू, बर्ट?''

डॉ. डनेअरनं त्याची नादिन फारशी ओळख करून दिली.

त्यांना आपल्या केबिनमध्ये घेऊन आल्यावर वकिलानं त्यांना खुर्चीत बसवलं आणि नंतर तो म्हणाला, ''आपण इथं कशासाठी आलो आहोत याचा विचार करते आहेस, मिस फार?''

तिनं पापण्या वर उचलून त्याच्याकडे बघितलं. डेला स्ट्रीटनं वर्णन केल्याप्रमाणे सुरेख डोळे होते, स्निग्ध नजरेनं बघणारे. मग पापण्या पुन्हा खाली आल्या. ''डॉ. डनेअरनं सांगितलं, की मी यायला पाहिजे म्हणून. त्याच्या उपचारांचा एक भाग समजते आहे मी.''

डॉ. डनेअरनं घसा खाकरला. ''मिस फार, तुझा डॉक्टर म्हणून मला वाटतं, की तुझ्या मनावर कुठल्यातरी गोष्टीचं दडपण आहे. ते कुठल्या तऱ्हेच्या घटनेचं आहे, याचं निदान एक डॉक्टर म्हणून मी करू शकेनही; पण नंतर काय करायचं, ते मला एखादे वेळी समजणार नाही.

''मिस्टर मेसन एक वकील आहे. देशाच्या या भागातल्या सर्वोत्कृष्ट वकिलांपैकी एक. तुझ्या मनाला कुठल्यातरी गोष्टीचा त्रास होतो आहे, एवढं मला कळतं आहे. तो *कशामुळे* हे जर तू मेसनला सांगितलंस, तर तो तुला मदत करू शकेल.''

त्याच्याकडे बघत तिनं कोड्यात पडल्याप्रमाणे डोकं हलवलं, ''मला भूक लागत नाही, झोप येत नाही... आता डॉ. डनेअर जर म्हणत असेल, की मला कशाचा तरी त्रास होतो आहे, तर ते बरोबरच असणार. पण मी तुला काय सांगायचं आहे, तेच मला कळत नाही.''

मेसन विचारात पडून तिच्याकडे बघत बसला.

''मग मी मेसनला असं काही सांगू शकतो की...'' डॉ. डनेअरनं बोलायला सुरुवात केली. ''एवढ्यात नाही.'' मेसननं त्याला खाड्कन अडवलं.

डॉ. डनेअरनं प्रश्नार्थक मुद्रेनं त्याच्याकडे बघितलं.

''एक गोष्ट सर्वांनीच ध्यानात ठेवायला पाहिजे.'' मेसन म्हणाला, ''मिस फार मला जर काही सांगणार असेल, तर त्या बोलण्याची गणना खास संभाषण या सदराखाली करता येणं आवश्यक आहे. संभाषण गुप्त राखण्यासाठी तिनं तिचा ॲटर्नी म्हणून माझी नेमणूक केली पाहिजे. स्वतःहून तिला कुठल्या गोष्टीचा त्रास होतो आहे, ते मला सांगायला पाहिजे.''

नादिन फारनं हसण्याचा प्रयत्न केला. ''मिस्टर मेसन, अशा कुठल्याच गोष्टीचा विचार माझ्या मनात नाही. मला ॲटर्नीची काय गरज आहे, ते मला कळत नाही.''

मेसन आणि डॉ. डनेअर यांनी एकमेकांकडे बघितलं.

"तुझ्या भावना कुठं गुंतल्या आहेत?" मेसननं विचारलं.

"नाही," तिनं उत्तर दिलं. पण तिची नजर उत्तर देताना खाली वळली होती.

"तू प्रेमात पडली आहेस?" मेसननं विचारलं.

पुन्हा एकदा तिचे सुरेख डोळे दिसले,."हो." ती म्हणाली. डोळ्यांवरच्या पापण्या खाली आल्या.

"आणि त्या प्रकरणात एखाद्या दुःखद घटनेला तुला तोंड द्यावं लागलं आहे?"

पुन्हा एकदा तिनं मेसनकडं बघितलं. नंतर डनेअरकडे. ती खुर्चीत चुळबुळ करायला लागली.

"त्याला सांगत का नाहीस?" डॉ. डनेअरनं विचारलं.

"मी म्हणजे टाचणी टोचून अडकवलेलं एक फुलपाखरू आहे आणि त्या फुलपाखराचा भिंगामधून बघत शास्त्रज्ञ अभ्यास करत आहेत, असं काहीतरी मला वाटायला लागलं आहे." ती म्हणाली.

"पण हे तुझ्या भल्यासाठीच चाललं आहे." डॉ. डनेअर मृदू आवाजात म्हणाला, "तुला मदत करण्याचाच आम्ही प्रयत्न करतो आहोत, नादिन."

तिनं एकदा मोठा श्वास घेतला आणि डोळे वर करून मेसनकडे बघितलं. तिचा चेहराच बदलला. शांतपणाचे भाव पालटले. डोळे रागानं चमकायला लागले. भावनावेगानं नाकपुड्या फेंदारल्या. 'ठीक आहे.' ती म्हणाली, "आहेच मी फुलपाखरू. तुम्ही लोक माझी चिरफाड करता आहात, माझं वर्गीकरण करता आहात, पण मीही एक माणूसच आहे. मलाही भावना आहेत. मी खूप भावनाविवशही बनू शकते.

"तुमचं कुणावर तरी प्रेम असताना आणि त्याचंही तुमच्यावर प्रेम असताना कुठला तरी दबाव टाकू शकणाऱ्या भलत्याच व्यक्तीनं तुम्हाला सांगितलं, की तुझं ज्याच्यावर प्रेम आहे, त्या व्यक्तीला काहीही न सांगता तू त्याच्या आयुष्यामधून दूर निघून जा, कोणताही माग न ठेवता कायमची नाहीशी हो, तर कसं वाटेल तुम्हाला?"

"छान!" डॉ. डनेअर म्हणाला, "तू तुझ्या मनात दाबलेल्या भावनांना जर वाट करून दिलीस, खरं काय ते आम्हाला सांगितलंस आणि नंतर जर थोडीशी रडलीसही, तर तुझ्या मनावरचा ताण तरी दूर होईल, नादिन."

"मी रडणाऱ्या मुलींपैकी नाही, मी आयुष्यभर वाईट घटनांना खळखळ न करता धीरानं तोंड देत आले आहे. तुम्ही सगळे आयुष्यात सुरक्षित आहात, समाजात तुमचं स्थान पक्कं आहे. जीवनातल्या सर्व चांगल्या गोष्टी आपोआप तुमच्याकडे चालत येतात... जरा क्षणभर *माझ्या ठिकाणी तुम्ही आहात, अशी कल्पना तर करून बघा.*"

"तुला दूर निघून जायला कुणी सांगितलं होतं, नादिन?"

बोलण्यासाठी तोंड उघडता उघडता तिनं डोळे हलवले. क्षणभरानं ती खुर्चीत टेकून बसली. शांत, गंभीर, शालीन अशी तरुणी.

"तो मोशेर हिडले होता का?" डॉ. डनेअरनं विचारलं.

"तो मेला आहे."

"ते मलाही माहीत आहे. पण तुझं प्रेम असणाऱ्या व्यक्तीला सोडून तू दूर जायला पाहिजेस, नाहीसं व्हायला पाहिजे, असं त्यानंच तुला सांगितलं होतं का?"

"मृत माणसाबद्दल वाईट बोलत नाहीत."

"तुझं नातं होतं का त्याच्याशी?"

"खरं तर नाही."

"पण तू त्याला अंकल म्हणत होतीस?"

"हो."

"तुझं प्रेम होतं त्याच्यावर?"

क्षणभर घुटमळून तिनं उत्तर दिलं, "नाही."

"तू त्याचा द्वेष करत होतीस?"

बराच वेळ ती न बोलता खाली मान घालून बसली. अचानक मान उचलून तिनं डॉ. डनेअरकडं बघितलं, "तू माझी अशा तऱ्हेनं चिरफाड का चालवली आहेस? मी मदत मागण्यासाठी तुझ्याकडे आले होते. रात्री मला झोप लागत नाही, तेव्हा तू मला झोपेच्या गोळ्या वगैरे देशील, अशी माझी साधी अपेक्षा होती. माझी भीती दूर होण्यासाठी तू काहीतरी औषधं देशील, असं मला वाटत होतं. तू मला टुथ सेरम चाचणी घ्यायला लावलीस आणि नंतर मी वकिलाची भेट घ्यावी असं सांगितलंस– का?"

उत्तर देताना आत्तासुद्धा डॉ. डनेअरचा स्वर मृदूच होता, "मी ते तुला सांगणारच आहे. पण तुझ्या मनाला त्यामुळे मोठाच धक्का बसू शकेल. तेव्हा तयार राहा आणि काहीही असलं तरी लक्षात ठेव, की आम्ही तुला मदत करायचाच प्रयत्न करतो आहोत."

"माझ्या मनाला धक्का बसण्याची कल्पना सोड तू." ती कटू हसत म्हणाली, "दररोज सकाळी न्याहरीच्या आधीपासून तो बसायची सवय आहे मला. खुर्चीच्या या हाताएवढी उंच असल्यापासून मी इतरांच्या छळांना तोंड देत आले आहे– आणि छळ होतो अशा भावनेनं मला पछाडलं आहे, असा विचारही मनात आणू नकोस. तुला सत्य कळलं, काय घडलं ते समजलं, सर्व गोष्टी... जाऊ दे. *तुम्हाला माझ्या अडचणी सांगण्याचं मला काहीही कारण दिसत नाही.*"

''पण आम्हाला अगदी त्याच कळून घ्यायच्या आहेत, नादिन.'' डॉ. डनेअर म्हणाला.

तिनं त्याच्याकडे एक नजर टाकली आणि मनाची सर्व कवाडं बंद केल्याप्रमाणे गप्प बसली.

''मग?'' ती काही काळ स्तब्धच बसल्यावर डॉ. डनेअरनं विचारलं.

''मला टुथ सेरम चाचणी दिल्यानंतर काय समजलं तुला?'' तिनं विचारलं, ''कशाबद्दल बोलत होते मी?''

''सांगणारच आहे.'' डॉ. डनेअर म्हणाला. ''त्या वेळी जे बोललं गेलं, त्याचं टेपरेकॉर्डिंगच मी तुला ऐकवणार आहे. तुझंच बोलणं तुला काही वेळा समजणं कठीण जाईल, कारण काही वेळा तुझा आवाज झोपेत असलेली व्यक्ती बडबडत असावी, तसा होता.''

तिचा चेहरा एखादा मुखवटा चढविल्याप्रमाणे भावनारहित होता. ''मी जे बोलले, ते ऐकायला आवडेल मला.''

डॉ. डनेअरनं प्लग जोडला, टेपरेकॉर्डर सुरू केला.

''कृपा करून काही बोलू नकोस, मध्ये अडथळा आणू नकोस. संपूर्ण टेप नीट ऐक.'' त्यानं नादिन फारला सांगितलं.

''ठीक आहे.'' ती म्हणाली.

टेपरेकॉर्डरवर थोडी खरखर ऐकू आली. मग टेपरेकॉर्डवरच स्पीकरवरून डॉ. डनेअरचा आवाज केबिनमध्ये घुमला.

''तुझं नाव काय आहे?''

मेसननं डोळ्यांच्या कोपऱ्यातून नादिनकडे बघितलं. ती अगदी स्थिरपणे बसली होती. हात मांडीवर. पापण्या डोळ्यांवर आलेल्या. चेहरा शांत, भावनारहित.

केबिनमध्ये चौघंही गप्प होते, टेप हळूहळू गुंडाळली जात होती. टेपरेकॉर्डिंगचा आवाज केबिनभर ऐकू येत होता. नादिन फार सोफ्यावर औषधांच्या अमलाखाली झोपली आहे आणि केबिनमधले इतर जण कोंडाळे करून तिच्या अवतीभोवती उभे आहेत, असा भास होत होता.

नादिन फार जेव्हा अगदी सरळपणे म्हणाली, ''मी ठार मारलं त्याला.'' तेव्हा तिघांच्या नजरा मोठ्या खुर्चीत बसलेल्या नादिनच्या दिशेनं वळल्या.

तिच्या चेहऱ्यावरची एकही रेषा हलली नाही की पापण्यांची उघडझाप झाली नाही. शेवटी टेपरेकॉर्डरवरची मुलाखत संपली. डॉ. डनेअरनं उठून टेपरेकॉर्डर बंद केला.

नादिनकडं प्रश्नार्थक नजरेनं बघितलं. तिनं त्याच्या नजरेला नजर दिली, काहीतरी बोलायला सुरुवात करता-करता थांबली.

"मिस्टर मेसन वकील आहे." डॉ. डनेअर हळुवार आवाजात म्हणाला. "तुला मदत करण्याची त्याची इच्छा आहे. मी तुला जितका ओळखतो त्यावरून मला वाटतं, की तू जे काही बोललीस, ते चुकीचं असण्याची *शक्यता* आहे. परिस्थिती वेगळी असू शकते."

तिची नजर डॉ. डनेअरवरून ढळली नव्हती, "तू काय करणार आहेस?"

"तुला मदत करण्याचा प्रयत्न करणाार आहे, प्रिय नादिन."

"पोलिसांकडे जाणार आहेस?"

उत्तर मेसननं दिलं, "अजून तरी नाही, मिस फार. त्यानं काय करावं, याबद्दल डॉ. डनेअर यानं माझा सल्ला घेतला. मी त्याला सांगितलं, की डॉक्टर म्हणून त्यानं कुठलाही गंभीर गुन्हा लपवून ठेवता कामा नये, पण तू त्याची रुग्ण आहेस, आणि तुझं आणि तुझ्या विश्वासाचं रक्षण करणं, हे त्याचं कर्तव्य आहे."

"ही फार परस्परविरोधी विधानं नाहीत का?"

मेसन हसला, "त्यांचा अर्थ तसा काढता येऊ शकतो. आम्हाला वाटलं, की काहीही करण्यापूर्वी चौकशी करण्याची आवश्यकता आहे. आम्हाला असंही वाटलं, की तू एखाद्या वेळी आम्हाला मदत करू शकशील. डॉ. डनेअर हा माझा अशील आहे, मिस फार."

तिनं एकदा मेसनकडे नजर टाकली, एकदा डॉ. डनेअरकडे आणि अचानक उठून उभी राहिली.

"तुला काही सांगायचं आहे?" मेसननं विचारलं.

तिनं नकारार्थी मान हलवली.

"मनात भावनांचा इतका कल्लोळ असताना तू कुठंही नैसर्गिकपणे वावरू शकणार नाहीस, मिस फार." डॉ. डनेअर म्हणाला. "जगामध्ये अशी औषधंच नाहीत, की जी तुझ्या प्रकृतीमध्ये सुधारणा घडवून आणू शकतील. शुद्धीतच राहणार नाहीस तू. तुझ्या अंतर्मनातील भावनांना वाट करून देणं, हे एकच औषध तुला लागू पडू शकतं.

"तू औषधांच्या अमलाखाली असताना तुझ्या मनावर कुठल्या गोष्टीचा एवढा ताण पडतो आहे, याची एक खूण तू आम्हाला दिली होतीस. तू जर आता उरलेली कथा सांगून टाकशील..."

डॉ. डनेअरजवळ जाऊन तिनं त्याचा हात हातात घेतला आणि त्याच्या डोळ्यांत बघत याचनेच्या स्वरात ती उद्‌गारली, "डॉक्टर, मला... मला विचार करायला चोवीस तासांचा अवधी मिळेल का? मी... मी..." आणि अचानक ती ओक्साबोक्शी रडायला लागली.

डॉ. डनेअर उभा राहिला आणि त्यानं मेसनकडे बघत मान डोलावली. त्यानं तिच्या खांद्यांभोवती हात टाकत तिला हळूच थोपटलं. "ठीक आहे, नादिन." तो म्हणाला. "आम्ही मित्र आहोत तुझे. तुला मदत करण्याचा प्रयत्न करत आहोत. तुझ्यासारखी नाजूक मनःस्थिती असणाऱ्या तरुणीला सांभाळायला कठीण असं भावनांचं ओझं तू वागवत आहेस."

ती त्याच्यापासून दूर झाली. खुर्चीमधली पर्स उचलून तिनं पर्समधला रुमाल काढला. डोळे पुसले आणि नाकही, "मला रडूबाईंचा संताप येतो. ही पहिलीच वेळ आहे जेव्हा मी... किती काळानंतर तेही सांगता येणार नाही."

"नादिन, आजची परिस्थिती ओढवण्याचं एक कारण आहे, की तू दुसऱ्या कुणाच्या मदतीशिवाय, *फक्त एकटीनंच*, सर्व जगाला तोंड देण्याचा प्रयत्न करते आहेस."

"जगानंच माझ्याशी उभा दावा मांडला आहे," ती शांतपणे म्हणाली, "निघू आता मी?"

"मीदेखील निघतोच आहे," डॉ. डनेअर म्हणाला, "तू माझ्याबरोबर येऊ शकतेस."

"पण मला तुझ्या गाडीमधून यायचं नाही."

"का?"

"मला या क्षणी आणखी प्रश्न नको आहेत."

दाराच्या दिशेनं निघतानिघता ती वळली आणि मागं फिरून तिनं मेसनचा हात हातात घेतला. "तुला वाटत असणार, की मी फार कृतघ्न आहे; पण मी तशी नाही. मला वाटतं, तू फार... फारच आदर बाळगावा असा माणूस आहेस."

मग डेला स्ट्रीटकडे बघून ती हळूच हसली, "तुझ्या डोळ्यांत मला खूप सहानुभूती दिसली. फार आभारी आहे मी तुझी. तुमची सर्वांची भेट झाली, याचा आनंद वाटतो मला. दुःख एवढंच वाटतं, की मी कुठलंच स्पष्टीकरण देऊ शकत नाही... निदान या क्षणी तरी."

ती वळली आणि ताठ मानेनं केबिनबाहेर पडली.

डॉ. डनेअरनं खांदे उडवले.

"तिच्या त्या शांत आणि शालीन भासणाऱ्या चेहऱ्यामागे एक लढाऊ मुलगी दडली आहे, हे निश्चित." मेसननं मत व्यक्त केलं.

"तू ते पुनःपुन्हा म्हणू शकतोस." डेला स्ट्रीटनं दुजोरा देत म्हटलं.

"आता तुझं काय मत आहे, बर्ट?" मेसननं डॉ. डनेअरला विचारलं, "ती खून पाडू शकेल, असं वाटतं तुला?"

"कळत असतं, तर खूप बरं झालं असतं." डॉ. डनेअर म्हणाला,

“मानसशास्त्राबद्दल मला बरंच काही कळायलाच हवं. पण या मुलीनं मला पार कोड्यात टाकलं आहे.”

मेसननं टेपरेकॉर्डरकडे बोट दाखवत म्हटलं, “तो सुरक्षित ठिकाणी ठेवून दे.”

“आणि मधल्या काळात कायद्याच्या दृष्टिकोनामधून माझी परिस्थिती काय आहे?” डॉ. डनेअरनं विचारलं.

पेरी मेसननं क्षणभर विचार केला. “तांत्रिकदृष्ट्या विचार केला, तर तशी कठीणच. पण तू माझ्याकडे आला आहेस, माझा सल्ला मानतो आहेस आणि चौकशीही करतो आहेस. तेव्हा काळजी नको... आणि एक गोष्ट.”

“कुठली?” डनेअरनं विचारलं.

“या टेपवर काय आहे, ते दुसऱ्या कुणालाही कळता कामा नये.” मेसननं उत्तर दिलं.

४

डॉ. डनेअर आणि नादिन फार यांच्याशी झालेल्या भेटीनंतर दुसऱ्याच दिवशी डेला स्ट्रीट घाईघाईनं मेसनच्या केबिनमध्ये शिरली.

मेसन त्या वेळी दुसऱ्याच एका अशिलाबरोबर विचारविनिमय करत होता. पण डेला स्ट्रीटच्या, अशिलाच्या लक्षात येणार नाही अशा तऱ्हेनं केलेल्या खाणाखुणांनी त्यानं अशिलाशी चाललेलं बोलणं थांबवलं आणि ते डेला स्ट्रीटबरोबर त्याच्या लॉ लायब्ररीत गेला.

तिनं टेलिफोनकडे बोट दाखवलं.

“डॉ. डनेअरचा फोन आहे. आणीबाणीची परिस्थिती उद्‌भवली आहे आणि त्याला तुझ्याशी बोलायचं आहे. मी त्याला सांगितलं, की अशिलाबरोबर चाललेल्या बैठकीमधून तुला बाहेर बोलावते म्हणून.”

मेसननं मान डोलावली आणि फोन उचलला, “हॅलो.”

“पेरी,” डॉ. डनेअर म्हणाला. आवाज धारदार आणि व्यावसायिक माणसासारखा होता, “अडथळा न आणता क्षणभर माझं बोलणं ऐक. ऐकू येतं आहे ना?”

“हो, बोल तू.”

“त्या माझ्या परिचारिकेनं सगळा घोटाळा केला आहे. गुपित बाहेर फोडलं आहे. अर्ध्या तासापूर्वी मी हजर नसताना झडतीचं अधिकारपत्र घेऊन पोलीस अधिकारी हजर झाले. एका रुग्णानं खुनाचा कबुलीजबाब दिलेल्या एका टेपचा

खास उल्लेख होता. त्यांनी त्या टेपरेकॉर्डिंगची मागणी केली.

"माझं स्वतःचं मत आहे, की मी हजर नाही अशी वेळ साधूनच ते मुद्दाम आले होते. मला निघून पाच मिनिटं झाली असतील नसतील, तर पोलीस अधिकारी हजर होते. एल्सा क्लिफ्टन अर्थातच गोंधळून गेली. तिला काय करायचं, ते समजेना. तिनं त्यांनी मागितलेल्या सर्व गोष्टी देऊन टाकल्या."

"टेपरेकॉर्डिंग?" मेसननं विचारलं.

"बरोबर, ते आता त्यांच्या ताब्यात आहे."

"नादिन फार कुठं आहे?"

"माझ्याबरोबर आहे. ते जरा दांडगाईनंच वागले. त्यांनी एल्सा क्लिफ्टनला सांगितलं, की माझ्यावर गुन्ह्याला मदत करण्याचा आरोप ठेवला जाऊ शकतो आणि ते तसं करतीलही. तेव्हा तुला आता माझ्या हिताचं रक्षण करायला हवं."

"नादिनला तिचं तोंड बंद ठेवायला सांग." मेसननं सूचना केली. "आणि तू तुझं तोंड बंद ठेव."

"ठीक आहे."

"आणि तू थोडा काळ नाहीसा हो. तुझ्या रुग्णालाही तसंच करायला सांग."

"ते तिला पकडण्यासाठी येणार आहेत."

"येऊ देत. त्यांनी तिला पकडण्याआधी मला तिच्याशी बोलायचं आहे. तोपर्यंत मला काही महत्त्वाची कामं उरकायची आहेत. तू माझा सल्ला घेतला होतास, हे कुणाला माहीत आहे?"

"वाटत नाही तसं. कुणाला तशी काही कल्पना आहे, असं दिसलं तरी नाही."

"त्या मुलीला टॅक्सीमध्ये बसव आणि इकडं घेऊन ये." मेसननं सांगितलं.

"टॅक्सीमध्येच बसून राहा. माझी सेक्रेटरी डेला स्ट्रीट फुटपाथवरच उभी असेल. ती तुमच्या टॅक्सीत बसेल आणि तुम्हाला तिच्या अपार्टमेंटवर घेऊन जाईल. थोडा काळ नादिन फार ही डेला स्ट्रीटबरोबर राहू शकेल."

"तू आमच्याबरोबर नाही येऊ शकणार, पेरी?" डॉ. डनेअरनं विचारलं.

"मला तुझ्याबरोबर बोलायचं आहे..."

"नंतर तूही तिकडंच थांब."

फोन ठेवून मेसन डेला स्ट्रीटकडे वळला.

"माझ्या केबिनमध्ये जाऊन तिथं बसलेल्या अशिलाला सांग, की अत्यंत महत्त्वाच्या कामासाठी मला बाहेर बोलावणं आलं आहे."

"आता माझ्या बोलण्याकडे नीट लक्ष दे, डेला. प्रत्येक क्षण महत्त्वाचा आहे. तू खाली जाऊन फूटपाथच्या कडेला उभी राहा. डॉ. डनेअर एवढ्यातच टॅक्सीकॅबमधून

पोहोचेल. त्याच्याबरोबर नादिन फारही असेल. पट्कन टॅक्सीकॅबमध्ये उडी मारून तू त्यांना तुझ्या अपार्टमेंटवर घेऊन जा. माझ्याकडून काही कळेपर्यंत तुम्ही तिथंच थांबा.''

''किती वेळ?''

''माझ्याकडून काही कळेपर्यंत.''

''ठीक आहे.''

''तुम्ही कुठं आहात, ते कुणालाही कळता कामा नये.''

तिनं मान डोलावली, ''आणि कार्यालयाचं काम कोण बघणार?''

''ते राहील चालू. स्विचबोर्ड सांभाळणारी गर्टी आणि लॉ क्लार्क जॅक्सन नेहमीच्या कामांची काळजी घेतील. तुझ्या अपार्टमेंटमध्ये तुम्हाला भेटेपर्यंत मीदेखील कुणाच्या दृष्टीला न पडण्याची काळजी घेणार आहे.''

डेला स्ट्रीटनं जरा रोखूनच त्याच्याकडे बघितलं. ''कालपासून तू या बाबतीत नक्कीच थोडाफार विचार केला आहेस.''

''खरंतर खूपच विचार केला आहे.'' मेसन म्हणाला, आणि आपली हॅट उचलून बाहेर पडला.

मेसन गाडीत बसला. रस्त्यावर आल्यावर तो रहदारीचे सर्व नियम पाळून गाडी काळजीपूर्वक चालवत होता. त्याला कुणाचं लक्ष वेधून घ्यायचं नव्हतं. फ्री-वेबवरून पासाहेना येथील टेकड्यांच्या पायथ्याशी असलेल्या टॉम्बीज लेकवर तो पोहोचला. काही मच्छीमार आपल्या बोटी घेऊन सरोवरात फिरत होते. बोटींच्या धक्क्यावर मुलं पोहत होती.

मेसननं एक छोटा दगड उचलला आणि धक्क्यावरून पुढं टोकाला पाण्याच्या जवळ जाऊन तो उभा राहिला. एखादी स्त्री फेकेल, त्याप्रमाणे हात डोक्यावर उंच धरून त्यानं तो दगड जास्तीतजास्त लांब फेकला; मग किनाऱ्यावरून चालत, ज्या ठिकाणी चार मुलं पोहत होती, तिथं तो पोहोचला.

''तुम्हाला प्रत्येकाला पाच डॉलर मिळाले तर आवडेल?'' त्यानं विचारलं. त्यांचे डोळे चमकायलाच लागले.

त्यानं खिशातून नोटा बाहेर काढल्या. पाच डॉलरची एक एक नोट प्रत्येकाच्या हातात ठेवली.

''आणि आता मला हवी असलेली वस्तू जो शोधून देईल, त्याला मी आणखी वीस डॉलर देईन.''

''मिस्टर, काय हवं आहे तुम्हाला?''

''आपण त्या धक्क्यावरून पुढं टोकाला जाऊ या.'' मेसन म्हणाला.

वकील चालत पुढं निघाला. त्याच्याबरोबर राहण्यासाठी मुलांना थोडीशी

धावपळच करावी लागत होती. धक्क्याच्या कोपऱ्यावर पोहोचल्यावर मेसननं काहीतरी फेकत असल्याप्रमाणे आविर्भाव केला.

"इथून कुणीतरी एक बाटली फेकली होती." मेसननं त्यांना सांगितलं.

"एक छोटी बाटली. तिच्यात थोडे छर्रे भरलेले होते. मला ती बाटली शोधून हवी आहे. इथून पंचवीसएक फुटांवर असायला हवी. तिथं पाणी किती खोल आहे?"

"साधारण दहा फूट." एका मुलानं उत्तर दिलं.

"तळ कशा तऱ्हेचा आहे?"

"वाळूचा."

"ती बाटली शोधता येईल, असं वाटतं तुम्हाला?"

"खात्रीनं." एक मुलगा म्हणाला. तो गॉगल्स डोळ्यांवर नीट बसवत होता आणि पायांवर माशांसारखे रबरी पंख घालत होता.

"ठीक आहे," मेसन म्हणाला, "शोधा ती."

चार उत्साही मुलांनी एकाच वेळी पाण्यात उड्या घेतल्यानं उडणारं पाणी अंगावर पडू नये म्हणून वकिलानं मागं उडी घेतली.

एक मुलगा पाण्यावर आला, डोळ्यांवर आलेले केस मागं घेण्यासाठी त्यानं डोक्याला एक झटका दिला, एक दीर्घ श्वास घेतला आणि पाय वर करून त्यानं पाण्यात सूर मारला. दुसरा मुलगा वर आला, तिसरा आणि मग शेवटचा. पुन्हा त्यांनी तळ गाठला. दोनदा, तीनदा आणि चौथ्यांदा सर्वांनी पाण्यात सूर मारले.

सातव्यांदा सूर मारल्यावर एक मुलगा ओरडतच वर आला. त्याच्या हातात एक छोटीशी बाटली होती. "तुला सापडली बाटली?" मेसननं विचारलं.

"हो."

"घेऊन ये ती." मेसननं सांगितलं.

तो धक्क्यापर्यंत पोहत आल्यावर मेसननं त्याचा भिजलेला हात धरून त्याला वर खेचलं. शोध संपल्याची जाणीव होताच इतर मुलं निराशेनंच पोहत पाण्याबाहेर आली.

"तुझं पूर्ण नाव काय?" मेसननं त्या मुलाला विचारलं.

"आर्थर झी. फेल्टन."

"तू किती वर्षांचा आहेस, आर्थर?"

"बारा पूर्ण. तेरावं चालू आहे."

"कुठं राहतोस?"

मुलानं दक्षिण दिशेला बोट दाखवलं.

"तू इथं आहेस, ते घरच्यांना माहीत आहे?"

"मी एका मोठ्या मुलाबरोबर इथं आलो आहे."

"तुमच्याकडे फोन आहे?"

"हो."

"तुझे कपडे कुठं आहेत?"

"त्या दुसऱ्या मुलाच्या गाडीत."

"तुझे कपडे घे आणि माझ्याबरोबर माझ्या गाडीत ये. आपल्याला यायला थोडा उशीर होईल, असं सांग घरी आणि... हे तुझे वीस डॉलर."

मुलानं संशयानंच त्याच्याकडे बघितलं. "भलत्याच कुणाबरोबर त्यांच्या गाडीतून जायचं नाही, असं माझ्या घरच्या लोकांनी मला बजावलं आहे."

"मी पेरी मेसन. वकील आहे. ही बाटली एका कोर्टकेसमधला पुरावा आहे."

"तो पेरी मेसन? वकील?"

मेसननं मान डोलावली.

"ऐकलं आहे तुझ्याबद्दल."

"मला वाटतं आपण तुझ्याच घरावरून पुढं जाऊ. आपण कुठं जाणार आहोत, ते तुझ्या घरच्या लोकांना सांगू. फोन करण्यापेक्षा तेच बरं पडेल."

"ठीक आहे मिस्टर मेसन, ही तुझी बाटली."

"माझी बाटली नाही," मेसन म्हणाला, "तुझीच बाटली. ठेवून दे ती तुझ्याकडेच ऑर्थर. तुझ्या ताब्यात ठेव. मी तिला स्पर्शही करणार नाही. दुसऱ्या कुणीदेखील तिला स्पर्श करावा, अशी माझी इच्छा नाही. ती तुझीच बाटली आहे."

"का?"

"म्हणजे ती तुझ्या ताब्यात आहे. तो पुरावा आहे. चल आता. कपडे घे आणि माझ्या गाडीत बस."

"पण मी तुझ्या गाडीत बसू शकत नाही," ऑर्थर फेल्टननं विरोध केला. "मी पार ओला झालो आहे."

"त्यानं काही फरक पडत नाही," मेसननं त्याला सांगितलं. "बस तू." मग तो गूढपणे म्हणाला, "पाण्यात बुडी घेणारा तू एकटाच आहेस, असंही नाही."

५

हर्मन कॉर्बेल या कन्सल्टिंग केमिस्टनं डोक्यावर घट्ट बसणारी काळी टोपी घातली होती. जाड भिंगांच्या चष्म्याआडून त्याचे जगाकडे खुशीत बघणारे चमकदार डोळे लक्षात येत होते. त्याच्या गोल चेहऱ्यावर आनंदी भाव पसरलेले होते. अत्यंत प्रेमानं हात पुढे करत त्यानं पेरी मेसनचं स्वागत केलं.

“अलभ्य लाभ,” तो म्हणाला. “तुझ्यासाठी काही काम करून खूपच काळ लोटला आहे. बरोबर?”

“इतका काही नाही,” मेसननं सांगितलं, “दोनएक वर्षं फारतर.”

“तीही खूपच झाली. आणि या वेळी काय आणलं आहेस?”

“मिस्टर कॉर्बेल, हा ऑर्थर फेल्टन. त्याला काहीतरी वस्तू सापडली आहे. त्याला ती कशी मिळाली हे त्यानं त्याच्याच शब्दांत तुला सांगितलं तर मला आवडेल.”

“हो, हो,” कॉर्बेल पुढं वाकून म्हणाला, “आणि तुझ्याकडे काय आहे, माझ्या छोट्या दोस्ता?”

ऑर्थर फेल्टन थोडा धास्तावला होता, पण त्याचा आवाज स्वच्छ होता. त्याच्या दृष्टीनं घटना फारच जलद घडत होत्या. त्याच्या परीनं तो जुळवून घ्यायचा प्रयत्नही करत होता.

“मी आणि इतर काही मुलं टॉम्बीज लेकमध्ये पोहत होतो.” त्यानं बोलायला सुरुवात केली. “मिस्टर मेसन तिथं आला आणि म्हणाला, की मला वाटतं आहे की कुणीतरी धक्क्याच्या टोकावरून एक बाटली फेकली होती आणि मला ती हवी आहे.”

“तिथं पोहत जाऊन आणि सूर मारून शोध घेण्यासाठी त्यानं प्रत्येकाला पाच पाच डॉलर दिले. जो बाटली शोधेल, त्याला आणखी वीस डॉलर मिळणार होते.”

“सातव्या वेळेला जेव्हा सूर मारला, तेव्हा मला बाटली सापडली आणि मी वीस डॉलरही मिळवले.”

“ती बाटली कुठं आहे?” मेसननं विचारलं.

“माझ्या जवळच आहे.”

“ती तूच पाण्याखालून वर घेऊन आला होतास?”

“हो.”

“आणि तेव्हापासून ती कुठं आहे?”

“माझ्याच हातात आहे.”

“तू माझ्याबरोबर निघाल्यानंतर येताना तुझ्या घरी थांबला होतास?”

“हो, सर.”

“घरी तू अंग पुसलंस, पोहण्याचा पोशाख काढून दुसरे कपडे घातलेस?”

“हो, सर. बरोबर.”

“आणि तेवढा वेळ बाटली कुठं होती?”

“तू मला जिथं ठेवायला सांगितली होतीस तिथंच.”

“म्हणजे कुठं?”

“माझ्या हातात.”

“आता मला त्या बाटलीवर अशी कुठलीतरी खूण करून हवी आहे, की ती बाटली तुला कधीही ओळखता येईल.”

मेसनने हर्मन कॉर्बेलकडे बघितलं.

कॉर्बेलनं खण उघडला. त्यातून एक स्वच्छ, पारदर्शक द्रवपदार्थ भरलेली निमुळत्या तोंडाची कुपी बाहेर काढली. उंटाच्या केसांचा एक ब्रशही, “अंगावर एक थेंबही उडू देऊ नकोस.” त्यानं धोक्याची सूचना दिली.

“या कुपीमध्ये एक आम्ल ॲसिड भरलेलं आहे. माझ्या छोट्या दोस्ता, तुझ्या कातडीला त्याचा स्पर्शही होणार नाही, याची काळजी घेऊन हा ब्रश हळूच त्यात बुडव, सावकाश बाहेर काढ, थेंब पडू नयेत म्हणून ब्रश सर्व बाजूंनी कुपीच्या तोंडावर फिरव... बरोबर... आता तो ब्रश टोकदार झाला आहे... तू बाटलीच्या तळावर काहीतरी लिही... एखादी खूण, अक्षर, चित्र, तुझ्या लक्षात राहील असं काहीतरी.” मुलानं ए.एफ. अशी स्वतःच्या नावाची आद्याक्षरं लिहिली.

ॲसिडमुळे बाटलीचा तळ दुधासारखा पांढरा दिसायला लागला.

मेसन केमिस्टला म्हणाला, “कॉर्बेल, तू त्या बाटलीवर तुझी सही कर म्हणजे *तू ती बाटली कधीही ओळखू शकशील.* आता त्या बाटलीत काय आहे, ते मला सांग.”

“बाटलीत असणारी एक गोष्ट तर आत्ताच सांगतो. त्यात छर्रे भरलेले आहेत.”

“अगदी बरोबर,” मेसन म्हणाला, “आणखी काय आहे?”

“पांढऱ्या रंगाच्या कुठल्या तरी गोळ्या आहेत.”

“त्या कसल्या आहेत, ते तू शोधून काढ.”

“किती लवकर?”

“जितक्या लवकर शोधता येईल, तितक्या लवकर.”

“आणि मी तुझ्याशी कसा संपर्क साधू?”

“त्या गोळ्या कसल्या आहेत, हे तू शोधून काढेपर्यंत मी प्रत्येक तासाला तुला फोन करत राहणार आहे.”

“काही तासांत हे शोधण्यासारखं नाही.”

“नशीब असेल तर शक्य आहे.”

“खूप चांगलं नशीब असेल तरच.”

“तर मग तू खूप नशीबवान ठरशील, अशी माझी आशा आहे. आपल्याकडे जास्त वेळ नाही.” मेसन म्हणाला.

मेसननं ऑर्थर फेल्टनला गाडीमधून त्याच्या घरी सोडलं, आपल्या मागावर कुणी नाही याची खात्री पटवून घेण्यासाठी चौकाभोवती एक फेरी मारली आणि मगच तो डेला स्ट्रीटच्या अपार्टमेंटवर गेला.

त्यानं अपार्टमेंटची घंटा दाबली.

डेला स्ट्रीटनं खाड्कन दार उघडलं.

"काही कळलं?" तिनं उत्सुकतेनं विचारलं.

"थोडंफार." मेसननं जास्त स्पष्टीकरण दिलं नाही.

खुर्चीवरून उठून डॉ. डनेअर पुढे आला. "पेरी, कसले हे तुमचे कायदे— मला तर मी गुन्हेगार आहे, असंच वाटायला लागलं आहे."

"कायदे तसे नाहीत," मेसननं सांगितलं, "पोलीस तसे आहेत."

नादिन फारनं पुढं येऊन मेसनच्या हातात हात दिला, "माझ्यामुळे तुम्ही सगळे अडचणीत आला आहात, खरं आहे ना?"

"अडचणी तर माझ्या पाचवीला पुजलेल्या असतात," मेसन हसतच म्हणाला. "डेला, मी आणि डॉ. डनेअर विचारविनिमय करण्यासाठी तुझ्या स्वयंपाकघरात जातो आहोत. तू नादिन फारसोबत इथंच बस."

"सर्व ठीक आहे ना?" त्याच्याकडे काळजीनंच बघत डेलानं विचारलं.

"आपण प्रगती करत आहोत, डेला... पण इतर जणही तशीच प्रगती करत असणार. तरीही या क्षणी आपण त्यांच्यापुढंच एक पाऊल आहोत."

त्यानं डॉ. डनेअरला खूण केली आणि ते दोघे डेलाच्या स्वयंपाकघरात गेले.

डॉ. डनेअर उद्गारला, "मेसन, हे फार चुकीच्या वेळी घडतं आहे. ती मुलगी खून करू शकत नाही. तिनं..."

"विष नव्हतंच, असं वाटतं आहे तुला?" मेसननं त्याला अडवत विचारलं.

"तसं नाही," डॉ. डनेअर विचारपूर्वक म्हणाला. *"विष होतंच पण खून केलेला नाही."*

"जरा जास्त तपशीलवार सांग मला." मेसननं सुचवलं.

"मला *सर्व वस्तुस्थिती* अजून नीट कळलेली नाही." डॉ. डनेअर म्हणाला.

"अशा तऱ्हेच्या रुग्णांच्या बाबतीत सावकाशीनं चौकशी करावी लागते. प्रथम रुग्णाचा विश्वास संपादन करायचा आणि मग हळूहळू प्रश्न विचारत राहायचे. मनातलं सर्व काही बाहेर येईपर्यंत प्रश्न थांबवायचं नाहीत.

"आज जेव्हा ही मुलगी माझ्या कार्यालयात आली तेव्हा ती बोलायच्या तयारीनंच आली होती. दुर्दैवानं दुसरीच भानगड उद्भवली आणि गोंधळच झाला. मला टॅक्सीकॅबमध्येच तिच्याशी बोलणं भाग पडलं. व्यावसायिक बोलणं करण्यासारखी जागाच नाही ती. त्यामुळे मला तुटकतुटक माहिती मिळाली आहे."

"पण थोडी तरी माहिती कळली आहे ना?" मेसननं विचारलं.

डॉ. डनेअरनं मान डोलावली.

"ठीक आहे," मेसन म्हणाला, "तेवढीच सांग."

"नादिन फार जॉन लॉकीच्या प्रेमात पडली होती. मोशेर हिग्लेनं कोणत्या तरी तऱ्हेनं तिच्यावर दबाव आणला. कशाच्या आधारे ते मला अजून कळू शकलेलं नाही. पण त्यानं सांगितलं, की नादिन फारनं नाहीसं व्हायला पाहिजे. दूर जायला पाहिजे. जॉन लॉकीशी परत कधीही संबंध ठेवता कामा नये."

"त्याचं नातं आहे तिच्याशी?"

"ती त्याला अंकल म्हणत असे. केवळ सभ्यता म्हणून. रक्ताचं कुठलंच नातं नाही. मृत्यूपूर्वी ती त्याच्याबरोबर राहत होती. त्याची काळजी घेत होती, त्याच्या औषधपाण्याकडे लक्ष देत होती. तो आजारी माणूस होता."

"वय काय होतं त्याचं?"

"साठीमधला होता."

"नादिनमध्ये गुंतला नव्हता ना?"

"*अजिबात नाही.* दोघंही एकमेकांचा द्वेष करत होते."

"किती काळ ती त्याच्याबरोबर राहत होती?"

"मृत्यूपूर्वी दोनएक वर्षांपासून."

"ठीक आहे. काय घडलं?"

"त्याला तिच्याबद्दल अशी काहीतरी माहिती होती, की तिच्या जोरावर तो तिला धाकात ठेवू शकत होता. कोणती माहिती, ते मला अजून कळलेलं नाही. त्यासाठी गुंगीच्या औषधाखाली पुन्हा एकदा तिची तपासणी करण्याची मला गरज आहे. पहिल्या वेळीच तिनं तपासाची दिशा खरी तर दाखवली होती. त्या दिशेनं मी चौकशी करायला हवी होती. माझ्या परिचारिकेबद्दल मला पूर्ण विश्वास असता, तर मी ती केलीही असती. पण मला तिच्या चेहऱ्यावर उमटलेल्या भावना आवडल्या नव्हत्या. तिचं लग्न ठरलं आहे आणि भावी पती पोलीस डिटेक्टिव्ह आहे."

"ओ! तरीच." मेसन म्हणाला.

"बरोबर," अत्यंत कडवट स्वरात डॉ. डनेअर उद्गारला. "तर मोशेर हिग्ले हा तसा निर्दय माणूसच होता. अत्यंत मुजोर आणि हटवादीही. नादिननं नाहीसं होण्यासाठी आणि जॉन लॉकीशी पुन्हा कधीही संबंध न ठेवण्यासाठी त्यानं सरळ एक कालमर्यादा घालून दिली. त्या साध्यासरळ मुलीला ती कल्पनाच सहन झाली नाही. तिनं आत्महत्या करण्याचं ठरवलं. त्यासाठी सायनाईडच्या गोळ्याही मिळवल्या."

"त्या कुठून मिळवल्या तिनं?"

“आश्चर्य म्हणजे तिचं ज्याच्यावर प्रेम आहे, त्या जॉन लॉकीकडूनच किंवा त्याच्यामुळेच तिला त्या मिळवता आल्या.”

“त्या कशा काय?”

“तो केमिस्ट आहे. रासायनिक प्रयोगशाळेमध्ये काम करतो. हिग्लेच्या मृत्यूपूर्वी काही दिवस आधी एका रात्री तिनं तरुण लॉकीला भेटण्याचं ठरवलं होतं. पण त्या दिवशी रात्री लॉकीला प्रयोगशाळेमध्ये काम निघालं. तो तिला उत्साहानं प्रयोगशाळेमध्ये घेऊन आला. कोणत्याही तरुणाप्रमाणे त्यानं तिला फिरवून प्रयोगशाळा दाखवली. प्रेमात पडलेल्या कोणत्याही तरुणीप्रमाणे आपला जॉन लॉकी कुठं काम करतो, हे बघण्याची तिलाही उत्सुकता होतीच.

“प्रयोगशाळेमध्ये त्याला खूप काम होतं. काही काही बाटल्यांबद्दल, त्यातल्या त्यात पांढऱ्या गोळ्या असणाऱ्या एका जारबद्दल त्यानं तिला धोक्याची सूचना दिली. त्या जारमध्ये प्राणघातक अशा पोटॅशिअम सायनाईडच्या गोळ्या भरलेल्या होत्या. तिनं भलत्याच बाटल्यांची, बरण्यांची झाकणं उघडू नयेत, भलते वास घेऊ नयेत म्हणून दिलेली धोक्याची सूचना होती ती.

“ती मुलगी किती निराश झालेली होती, याची लॉकीला कल्पना असण्याचं काहीही कारण नव्हतं. लॉकीच्या आयुष्यातून कायमचं निघून जाऊन नाहीसं होण्यासाठी हिग्लेनं तिला अठ्ठेचाळीस तासांची मुदत दिली होती.”

“अशा कोणत्या माहितीच्या जबरदस्त बळावर हिग्ले तिच्यावर इतकी बळजबरी करू शकत होता, याची काही कल्पना?” मेसननं विचारलं.

“तिच्या भूतकाळात काहीतरी घडलेलं असणार.”

“खूप चांगली तरुणी वाटते.” मेसन म्हणाला.

“तसं सांगता येत नाही. अशा तरुण मुलींकडून मी ऐकलेल्या काही कथा सांगायला हव्यात तुला.”

“माहीत आहे,” मेसन पट्कन म्हणाला, “काळ बदलतो. चांगल्या वागणुकीच्या निकषांमध्ये आपल्या काळापेक्षा वेगळे मापदंड आहेत हल्ली. तिनं काही केलं असेल किंवा नसेल; पण ती अत्यंत उत्साही आणि गोड मुलगी आहे.”

“तुझ्या आणि माझ्या मापदंडाप्रमाणे ती चांगली मुलगी असेलही,” डॉ. डनेअर म्हणाला, “पण कधीकधी काही कळत नाही. एखाद्या वेळी....”

“ठीक आहे, पुढं बोल,” मेसन म्हणाला, “या घटनेची पार्श्वभूमी सांग.”

“मोशेर हिग्ले आजारी होता. त्याच्या खोलीबाहेर पडत नसे. तो पूर्वी खूप लठ्ठ माणूस होता, पण डॉक्टरांच्या आज्ञेप्रमाणे स्वतःचं वजन खूप कमी करतही होता. त्याच्या खाण्यापिण्यावर बंधनं असली, तरी अनेकदा तो ती झुगारूनही देत असे. बनवाबनवी शक्य असेल, तर ती करायला मागंपुढे पाहत नसे.

"त्याला हॉट चॉकलेटचा जबरदस्त हव्यास होता. वजन कमी करण्याचा प्रयत्न करत असताना हॉट चॉकोलेट पिणं शक्य नाही, याचीही त्याला जाणीव होती. पण त्यानं यातून समाधानकारक मार्ग शोधला. गोड न बनवलेलं चॉकोलेट घ्यायचं, त्याच्यात दुधाची पावडर आणि साखरेला पर्याय म्हणून वापरण्यात येणाऱ्या रासायनिक साखरेच्या गोळ्या मिसळायच्या आणि ते मिश्रण गरम करून प्यायचं. हे काम नादिन करत असे. गोड नसलेलं चॉकोलेट आणि रासायनिक साखरेच्या गोळ्या ती स्वयंपाकघरामधल्या फळ्यांवर एका कोपऱ्यात दडवून ठेवत असे.

"नादिन फारला निराशेनं ग्रासलं होतं. ती जिवावर उदार झाली होती. आत्महत्येचे विचार तिच्या मनात घोळत होते. जॉन लॉकीनं सायनाईडच्या गोळ्या असणारा जार तिला दाखवला होता. तिला त्या गोळ्या हव्या होत्या. ती संधीची वाट बघत थांबली. जॉन प्रयोगशाळेच्या दुसऱ्या भागात कामाला गेला आहे असं दिसल्यावर तिनं जारमध्ये हात घालून मूठभर गोळ्या उचलल्या आणि रुमालाची पुरचुंडी करून त्यात दडवल्या. ती पुरचुंडी कोटाच्या खिशात टाकली. घरी आल्यावर त्या गोळ्या ती घेणार होती. मग तिला वाटलं, की हिग्लेनं तिला अठ्ठेचाळीस तासांची मुदत दिली आहे, तर त्या काळातला प्रत्येक क्षण आयुष्यातला पूर्ण आनंद लुटावा. जितक्या वेळा जॉनची भेट घेता येईल, तितक्या वेळा ती घ्यावी.

"परिस्थिती ही अशी होती. प्रेमात आकंठ बुडालेली एक तरुण स्त्री होती. आत्महत्या करण्याच्या तयारीत होती. सायनाईडच्या गोळ्या ठेवण्यासाठी तिला एक रिकामी बाटली हवी होती. स्वयंपाकघरात रासायनिक साखरेच्या गोळ्यांची एक रिकामी बाटली तिला सापडली.

"तिनं त्या रिकाम्या बाटलीत सायनाईडच्या गोळ्या भरल्या आणि बाटली आपल्या खोलीत ठेवली."

"*नंतर काय घडलं?*" मेसननं विचारलं. त्याचा आता या गोष्टीवरचा विश्वास उडत चालला होता.

"ती पुनःपुन्हा जॉन लॉकीला भेटत राहिली." डॉ. डनेअर म्हणाला.

"शेवटचा दिवस उजाडला. हिग्लेनं तिला रात्री सातपर्यंतचा वेळ दिलेला होता. दुपारच्या थोडं आधी हिग्लेनं तिला या गोष्टीची आठवण करून दिली. हॉट चॉकलेटचा एक कपही मागितला. स्वयंपाकघरात जाऊन तिनं त्याच्यासाठी कपभर हॉट चॉकोलेट बनवलं.

"ती भरलेला कप घेऊन त्याच्या खोलीत आली. त्यानं चॉकोलेट प्यायला सुरुवात केली आणि अचानक त्याचा श्वास कोंडायला लागला. मान वर करून तिच्याकडे बघत तो उद्गारला, 'काय नालायक मुलगी आहेस तू. मला कळायला

हवं होतं. तू विष पाजलं आहेस मला.' त्यानं ओरडायचा प्रयत्न केला; पण त्याच्या घशातून वेगवेगळे आवाजच निघाले. त्या परिचारिकेला बोलवण्यासाठी चाचपडत विजेच्या घंटीचं बटण शोधत असतानाच अर्धवट भरलेला हॉट चॉकलेटचा कप त्याच्या हातातून निसटला आणि जमिनीवर पडून फुटला. घंटीचं बटण शोधायच्या प्रयत्नांत असतानाच त्याला एक झटका आला आणि तो उताणा बिछान्यावर कोसळला. पुन्हा बसून त्यानं घंटी पकडली.

''परिचारिका येईपर्यंत थोडा वेळ गेला, कारण दुपारच्या वेळी नादिनच तिचं काम बघत असे. हिग्ले बोलू शकत नव्हता. नादिन घाईघाईनं फोनकडे धावली आणि तिनं डॉक्टरांना फोन केला.

''डॉक्टर आला. हिग्ले मरण पावला आहे, असं सांगून त्यानं मृत्यूच्या दाखल्यावर सही केली. हृदयातील रक्तवाहिनीत झालेल्या गाठीनं मृत्यू, असं कारण त्यानं दाखल्यावर लिहिलं होतं. जमिनीवर सांडलेलं हॉट चॉकोलेट बोळ्यानं पुसून टाकलं गेलं. फुटलेला कप फेकला गेला. हिग्लेचं दफन झालं.

''सवड मिळताच नादिन धावत आपल्या खोलीत परतली. सायनाईडच्या गोळ्या भरलेली बाटली नाहीशी झाली होती. घाबरूनच ती स्वयंपाकघरात गेली. तिला तिच्या जागेत गोळ्यांच्या दोन बाटल्या दिसल्या. रासायनिक साखरेच्या गोळ्यांची, जवळजवळ पूर्ण भरलेली बाटली, फळीवर मागच्या बाजूला होती. दुसरी बाटली, बहुतेक प्रयोगशाळेतून चोरलेल्या सायनाईडच्या गोळ्या ठेवण्यासाठी वापरलेली, पुढल्या बाजूला ठेवलेली दिसली. कोणीतरी अगदी पद्धतशीरपणे बनवाबनवी करून तिच्या हातून हिग्लेचा खून घडवून आणला होता.''

''तेव्हा तिनं सायनाईडच्या गोळ्या भरलेल्या बाटलीची विल्हेवाट लावली?'' मेसननं विचारलं.

''बरोबर, तिनं सायनाईडची बाटली पर्समध्ये टाकली. तिला खात्री होती, की मोशेर हिग्लेवर विषप्रयोग झाला आहे, हे डॉक्टरांच्या लक्षात येणार होतं. ती सर्व सांगून टाकण्याच्या बेतात असताना सुदैवानंच तिनं थांबायचं ठरवलं. तिला भीती वाटली, की तिनं सायनाईडच्या गोळ्यांबद्दल सांगितलं, तर जॉन लॉकी भलत्याच अडचणीत सापडेल.

''डॉक्टरांनी तिला औषध दिल्यावर ती झोपून गेली. उठल्यावर तिच्या ध्यानात आलं की डॉक्टर आणि परिचारिकेलाही वाटतं आहे, की हिग्लेचा मृत्यू नैसर्गिक कारणांनीच घडला आहे. देवाचेच उपकार.

''हिग्लेच्या घरात बंदुका ठेवण्यासाठी एक खोली होती– गनरूम. आजारी पडण्यापूर्वी तो शिकारीला जात असे. भिंतीवर बंदुका टांगून ठेवलेल्या होत्या. फळ्यांवर त्यांच्यासाठी वापरण्यात येणाऱ्या गोळ्या होत्या. नादिन गनरूममध्ये

गेली. लांब नाकाच्या पकडीनं तिनं शॉटगनच्या दोन गोळ्यांमधील पॅकिंग बाजूला सरकवून, त्यातले छर्रे बाहेर काढून बाटलीमध्ये भरले. दुपारी टॉम्बीज लेकवर जाऊन...''

''तिला या सरोवराबद्दल कसं काय माहीत होतं?''

''गळ्यात गळा घालून बसण्यासाठी त्या ठिकाणी तरुण जोडपी जात असत. ती आणि जॉन लॉकी अनेकदा तिकडं गेले होते. प्रेमिकांच्या गल्लीसारखंच स्थान आहे ते. तिनं सरोवरात जास्तीत जास्त दूर बाटली फेकून दिली.

''पण नादिन फारची सदसद्विवेकबुद्धीच तिला टोचत राहिली. तिची सहजप्रवृत्ती तिला सांगत होती की तोंड बंद ठेव. तिची सदसद्विवेकबुद्धीच तिला सांगत होती की सर्व सांगून टाक.

''या दोन परस्परविरोधी भावनांचे परिणाम अर्थातच वाईट होते. तिची झोप उडाली. ती साध्यासाध्या गोष्टींमुळे घाबरायला लागली. तिची भूक मंदावली. तिचं वजन घटायला लागलं. ती आजारी पडली. जॉन लॉकीनं तिला डॉक्टरांचा सल्ला घ्यायला सांगितलं. त्या डॉक्टरनं तिला माझ्याकडे पाठवलं.

''तर ही अशी कथा आहे.''

''अजब कथा आहे खरी.'' मेसन म्हणाला.

''आता तुझ्या बोलण्याचा नक्की अर्थ काय लावायचा?''

''ज्यूरी या कथेकडे कशा तऱ्हेनं बघेल, याचा विचार कर.'' मेसन म्हणाला. ''ती हिग्लेचा द्वेष करत होती, असं तिनं तुला सांगितलं होतं. हिग्लेही तिचा द्वेषच करत होता. तिनं त्याच्यावर विषप्रयोग केला आणि बाटली सरोवरात फेकून दिली. 'ट्रूथ सेरम' या नावानं ओळखल्या जाणाऱ्या चाचणीच्या काळात दिलेल्या औषधांच्या अमलाखाली असताना हे सर्व बाहेर आलं.

''आता कळतं, की मोशेर हिग्लेकडे तिचं प्रेमविश्व उद्ध्वस्त करण्याची ताकद होती. त्याच्याकडे अशी माहिती होती, की तिच्यामुळे ती ताठपणे उभं राहून तिच्या हक्कांसाठी लढू शकत नव्हती. त्यानं तिला सांगितलं, की तू नाहीशी हो, तुझं ज्याच्यावर प्रेम आहे, त्या माणसाला विसरून जा. त्यासाठी त्यानं तिला अठ्ठेचाळीस तासांची मुदतही दिली. पण ती मुदत संपण्यापूर्वीच तो मरण पावला. त्याच्यावर विषप्रयोग झाला- त्याच मुलीच्या हातांनी. ज्या विषाचा उपयोग झाला होता, ते सायनाईड तिनं तिचा भावी पती जिथं काम करत होता, त्याच प्रयोगशाळेतून चोरलं होतं. हिग्लेनं मरतामरता तिनं विषप्रयोग केला, असा आरोपही केला होता. *आपण काय केलं होतं, ते तिला बरोबर माहीत होतं. तिनं सायनाईडच्या उरलेल्या गोळ्यांची बाटली घेतली, तिच्यात छर्रे भरले, ती टॉम्बीज लेकवर गेली आणि तिनं ती बाटली सरोवरात फेकून दिली.''*

“अशा तऱ्हेनं घटनाक्रम सांगितला की फारच वाईट भासतो खरा.” डॉ. डनेअरनं कबुली दिली. “पण मेसन, माझा त्या मुलीच्या बोलण्यावर विश्वास आहे रे.”

“दुर्दैवानं मी तुझी ज्यूरीवर निवड करू शकत नाही.” मेसन म्हणाला.

“परिस्थिती कठीणच दिसते आहे,” डॉ. डनेअर पुन्हा म्हणाला.

“परिस्थिती वाईट आहे आणि तिला तोंड द्यायलाच पाहिजे.” मेसननं उत्तर दिलं. “डेला इथं कुठंतरी स्कॉच ठेवते बर्फाचे खडे घालून. चांगला डब्बल पेग मारू या आणि येणाऱ्या परिस्थितीला तोंड द्यायला तयार राहू या.”

“आपल्याला नक्की कुठल्या परिस्थितीला तोंड द्यावं लागणार आहे, ते लक्षात येत नाही माझ्या,” डॉ. डनेअर म्हणाला, “आपण प्रकरणाची चौकशी सुरू केली आहे आणि....”

“मला सांगायला वाईट वाटतं, बर्ट,” मेसननं स्पष्टच बोलायला सुरुवात केली, “पण तुझी समजूत आहे, त्यापेक्षा आपली परिस्थिती फारच बिकट आहे.”

“कशी काय?”

“तू मला जेव्हा फोन केलास, तेव्हा सर्व घटना झपाट्यानं कुठल्या थराला पोहोचत आहेत, याची मला जाणीव झाली. प्रकरणाचा सोक्षमोक्ष फक्त एकाच गोष्टीवर अवलंबून आहे, हे माझ्या ध्यानात आलं.”

“कुठल्या?” डॉ. डनेअरनं विचारलं,

“या खुनाला पुष्टी देणारा एखादा पुरावा असू शकेल का, विष असणारी बाटली मिळवता येईल का.”

“येईल की,” डॉ. डनेअर म्हणाला, “ते पाण्यात सूर मारणाऱ्यांचा उपयोग...”

“तेव्हा मीच घाईघाईनं टॉम्बीज लेकवर पोहोचलो,” डॉ. डनेअरचं बोलणं तोडत मेसन म्हणाला, “तिथं काही मुलं पोहत होती. मी त्यांना धक्क्याजवळचा सरोवराचा तळ शोधायला लावला. चार मुलांना पुनःपुन्हा सूर मारायला लावले. तिथं पाणी साधारण दहाएक फूट खोल आहे. तळाशी वाळू आहे. सरोवराचा पृष्ठभाग शांत असतो. ते खूप मोठं नाही. वादळातसुद्धा त्यावर लाटा निर्माण होऊ शकत नाहीत. मी विचार करत होतो, की या मुलांना जर बाटली शोधता आली नाही, तर पोलिसांनाही ती सापडणार नाही– मग कुठला दावाच उभा राहणार नाही.”

“उत्कृष्ट कल्पना!” डॉ. डनेअर म्हणाला. “तू झट्कन विचार केलास, मेसन आपण गप्प बसून राहू आणि...”

“आपण गप्प बसू शकत नाही,” मेसन म्हणाला, “आम्हाला बाटली सापडली.”

“अरे देवा!”

"अगदी बरोबर."

"आत्ता कुठं आहे ती?"

"मी ती ताबडतोब कन्सल्टिंग केमिस्ट हर्मन कॉर्बेलकडे घेऊन गेलो."

"चांगला माणूस आहे." डॉ. डनेअर म्हणाला.

"त्याच्या व्यवसायामधला सर्वोत्कृष्ट!" मेसन मान डोलावत म्हणाला.

"त्या बाटलीत काय आहे हे त्यानं शोधून काढावं, अशी माझी इच्छा आहे. तुझ्या रुग्णानं तुला सांगितलेली कथा लक्षात घेता आपण करण्यासारखं काहीही नाही. आपल्याला माहीत आहे, की बाटलीत विष आहे."

"हे बघ," डॉ. डनेअर उद्गारला, "तुला बाटली सापडली आहे, तर तू सरळ तिची विल्हेवाट लावून का टाकत नाहीस? कुठंतरी समुद्रावर घेऊन जा आणि फेकून..."

"अशक्य." मेसन म्हणाला. कुठलाही पुरावा लपवणं किंवा त्याचा नाश करणं, हा गुन्हा आहे. ती बाटली नंतर ओळखता येईल, अशी दक्षताही घ्यावी लागली. लक्षात घे, की चार मुलं सूर मारून ती बाटली शोधत होती. ती सापडल्यावर मला माझं नाव सांगावं लागलं. ज्या मुलाला ती सापडली, त्याला बरोबर घेऊन हर्मन कॉर्बेलकडे जाणं भाग पडलं. तशी परवानगी मिळविण्यासाठी त्याला त्याच्या घरी घेऊन जावं लागलं. त्याच्या पालकांना माझी ओळख पटवून द्यावी लागली. त्यानं घरी गेल्यावर पोहण्याचा पोशाख काढून दुसरे कपडे घातले, मी एखाद्या रुंद अशा बोलीवार्डसारखा भाग सोडलेला आहे. ते करणं भागच होतं."

"मला वाटतं, आपल्याला खरोखरच दारू पिण्याची आवश्यकता आहे," डॉ. डनेअर म्हणाला, "कुठं आहे ती स्कॉच?"

"या कपाटात ठेवते ती."

वकिलानं कपाट उघडलं आणि स्कॉचची बाटली शोधली. दोन पेले घेतले, रेफ्रिजरेटरमधून बर्फाचे खडे काढले आणि दोन पेल्यांत व्यवस्थित स्कॉच ओतली. "शक्य आहे, तोपर्यंत आयुष्याचा उपभोग घेऊ या. आपल्याला स्पष्टीकरण द्यावंच लागणार आहे."

"अर्थातच," डॉ. डनेअर म्हणाला. "तू सुचवलेल्या मार्गानं जात मी त्या तरुण स्त्रीनं केलेल्या विधानाची सत्यता पटवून घेत होतो."

"अगदी बरोबर," मेसन म्हणाला. "आणि आता तरी सत्यता पटवून घेतल्यावर मी एकच गोष्ट करू शकतो."

"कुठली?"

"पोलिसांकडे जायचं. त्यांना सांगायचं, की गुन्ह्याला पुष्टी देणारा पुरावा मी

शोधून काढला आहे आणि तो हर्मन कॉर्बेलच्या हातात सोपवला आहे.''

''ते तर तुला धारेवरच धरणार आहेत.'' डॉ. डनेअर म्हणाला.

''अर्थातच.''

''ते म्हणतील, की तू पुरावा दाबून टाकणार होतास.''

''तिथंच फसतील ते. मी जो बोलीवार्डसारखा रुंद भाग सोडलेला आहे, त्याचा मला फायदा होणार आहे.''

''त्यातून तू सहीसलामत सुटशील, अशी आपण आशा करू या.''

''पोलिसांशी संबंध आहे, तोपर्यंत मला त्याची पर्वा नाही. बार असोसिएशनची ग्रीव्हन्स कमिटी आणि फौजदारी कोर्टामधील ज्यूरी यांना मला उजळ माथ्यानं तोंड देता यायला पाहिजे.''

''आणि मी काय करायचं आहे?'' डॉ. डनेअरनं विचारलं.

''माझ्याकडून काही कळेपर्यंत तू, डेला स्ट्रीट आणि नादिन फार इथंच थांबा.'' मेसननं सांगितलं. ''मी पोलीस मुख्यालयात जाणार आहे.''

''तुझ्या परिस्थितीत मी सापडलेलो नाही, याचा आनंद वाटतो आहे मला.'' डॉ. डनेअरनं कबुली दिली.

मेसननं खांदे उडवले. ''थोडा त्रास होईल, बर्ट, पण आपल्याला एक संधी आहे. फक्त एकच. लाखातली एक अशी संधी.''

''कुठली?''

''हर्मन कॉर्बेल यानं त्या गोळ्यांमध्ये काय आहे ते शोधून काढताच मी त्याला त्याप्रमाणे पोलिसांना फोन करायला आणि मी पोलीस मुख्यालयात यायला निघालो आहे, असं कळवायलाही सांगणार आहे. मोठंच नाटक करणार आहे.''

स्वयंपाकघराचं झुलतं दार उघडून तो पुन्हा बाहेरच्या खोलीत पोहोचला.

''तुझी स्कॉच संपवतो आहोत आम्ही आणि मला तुझा फोनही वापरायचा आहे, डेला.''

''फोनची वायर लांब आहे. तू फोन तिथं नेऊ शकतोस.'' डेलानं उत्तर दिलं.

''मलाही थोडीशी स्कॉच मिळेल का?'' नादिन फारनं विचारलं.

मेसननं नकारार्थी मान हलवली, ''इतक्यात नाही. तू मला एकदम तरतरीत राहायला हवी आहेस.''

डेलानं मेसनच्या हातात फोन ठेवताच त्यानं तो स्वयंपाकघरात नेला आणि हार्मन कॉर्बेलला फोन केला. केमिस्टचा आवाज कानांवर पडताच तो म्हणाला, ''मी पेरी मेसन. अजून काही प्रगती झाली की नाही?''

कॉर्बेलच्या मनात इतकी खळबळ निर्माण झाली असावी, की तो सरळ जर्मन भाषेतच बडबडायला लागला.

“शांत हो, कॉर्बेल. झालं तरी काय?” मेसननं विचारलं.

“पोलीस.”

“पोलीस? पोलिसांचं काय?” मेसनच्या मनातही गोंधळ उडाला.

“ते इथं आले होते.”

“काय केलं त्यांनी?”

“ते बाटली घेऊन गेले.”

“ओ! ओ!” मेसन उद्‌गारला.

“बाटली, गोळ्या छर्रे, सर्व पुरावा.”

“त्यांना कसं कळलं त्याबद्दल?”

“मला वाटतं, ते सरोवरावर गेले होते. तू मुलांना सूर मारायला लावून बाटली शोधायला लावलीस, असं त्यांना कळलं. ज्या मुलानं बाटली शोधली होती, त्या मुलाच्या पालकांना ते भेटले. मुलालाही भेटले. फार जलद काम करतात ते पोलीस.”

“करतातच. मी तसंच म्हणेन,” मेसननं कबूल केलं. “आणि ते तुझ्याकडून सर्व काही घेऊन गेले?”

“मी एका गोळीच्या छोट्याशा तुकड्याचा चुरा करून तो बाजूला काढून ठेवला होता. तो सोडून सर्व काही. त्याबद्दल त्यांना माहीत नाही.”

“पृथक्करण करण्यासाठी पुरेसा भाग?” मेसननं विचारलं.

“अगदी उत्कृष्ट पृथक्करण करण्याइतका नसला, तरी काय आहे ते शोधून काढण्याइतका नक्कीच.”

“सायनाईड?”

“अजून माहीत नाही मला. तुला ते सायनाईड वाटत असेल, तर मी ते ताबडतोब शोधून काढू शकतो. पण पोलीस तुझ्या शोधात आहेत.”

“कल्पना आहे मला.” मेसन म्हणाला. “ठीक आहे. मी परत फोन करेन तुला.”

फोन ठेवून मेसन डॉ. डनेअरकडे वळला. “जे केलं, त्याचे वाईट परिणाम तर भोगायला लागणारच आहेत. पोलीस टॉम्बीज लेकवर गेले होते. मी निघाल्यानंतर थोड्याच वेळात ते तिथं पोहोचले असावेत. मी बाटली शोधायला लावली, ती मिळाली आणि मी ती घेऊन गेलो, एवढं त्यांना समजलं आहे. ज्या मुलानं बाटली शोधली त्याचं नाव कळल्यावर ते त्याच्या घरी गेले. मी त्यांच्या घरी गेलो होतो, हे त्यांनी पोलिसांना सांगितलं. पोलिसांनी त्या मुलाला, ऑर्थर फेल्टनला शोधून काढलं. त्यानं हर्मन कॉर्बेलबद्दल त्यांना सांगितलं असणार. पोलिसांकडे फोन आणि रेडिओ कार असतात. त्यांनी हर्मन कॉर्बेलच्या प्रयोगशाळेवर छापा

मारून सर्व पुरावा हस्तगत केला.

"आता आपण विचित्र परिस्थितीत सापडलो आहोत. माझा या प्रकरणात सहभाग आहे. मी नादिन फारचं रक्षण करतो आहे इतकं लक्षात आल्यावर नादिन ही डेला स्ट्रीटबरोबर असण्याची शक्यता आहे, हे त्यांच्या ताबडतोब लक्षात येईलच. ते डेलाचा शोध घ्यायला लागतील..."

"म्हणजे ते इथं येतील?" डॉ. डनेअरनं विचारलं.

"ते इथं येण्यासाठी निघालेही असतील." मेसननं उत्तर दिलं.

"आता काय करायचं आपण?"

"तत्काळ बाहेर पडायचं. नादिन फार ही फरारी गुन्हेगार ठरावी अशी माझी इच्छा नाही; पण मला तिच्याशी बोलण्याची संधी मिळेपर्यंत पोलिसांनी तिची चौकशी करावी, असंही मला वाटत नाही. आता मी एक क्षण फुकट दवडू शकत नाही."

मेसननं धाड्कन स्वयंपाकघराचं दार उघडत म्हटलं, "आपल्याला ताबडतोब इथून निघायला पाहिजे. आपापल्या वस्तू उचला."

डेला स्ट्रीटनं काळजीनंच त्याच्याकडे बघितलं. "म्हणजे..."

"बरोबर." मेसन उत्तरला.

"चल," नादिन फारकडे बघत डेला स्ट्रीट म्हणाली, "पावडर लावण्यासाठी वेळ दवडू नको. कठीण प्रसंग उद्भवला आहे."

"झालं तरी काय?" उभं राहताराहता तिनं विचारलं. "आपण थांबू या आणि..."

"आपण थांबू शकत नाही." तिला दाराच्या दिशेनं ढकलतच डेला म्हणाली.

काही सेकंदांत ते अपार्टमेंटबाहेर पडले. लॉबी पार करत असताना मेसन चिंताग्रस्त नजरेनं इकडं तिकडं बघत होता.

"आपण एकाच गाडीतून जायचं आहे का?" डॉ. डनेअरनं विचारलं.

मेसननं नकारार्थी मान हलवली. "वेगवेगळ्या गाड्यांमधून. लवकर बाहेर पडा."

"जायचं तरी कुठं?" डनेअरनं विचारलं.

"आपण पळ काढतो आहोत, अशी कुणाचीही समजूत होता कामा नये. बर्ट, तू तुझ्या वेगवेगळ्या क्लिनिक्सना भेट द्यायला सुरुवात कर. तुझा माग काढणं कठीण पडेल, अशा तऱ्हेनं भेटी दे. पण तू पळ काढत होतास, असा अर्थ कुणालाही काढता येता कामा नये."

"डेला, तू नादिनला घेऊन तुझ्या गाडीत बस. टॅक्सीकॅब मिळू शकेल, अशा पहिल्या ठिकाणी डॉ. डनेअरला खाली उतरव. नंतर तू आणि नादिन किनाऱ्यावरील

हाय-टाइड हॉटेलवर जा. स्वतःच्या नावांनी वेगवेगळ्या खोल्यांमध्ये राहा.''

''आणि तुझं नाव काय?''

मेसन हसला. ''मला कळलं आहे, की पोलीस माझ्या शोधात आहेत. पोलिसांशी सहकार्य करायला पाहिजे, असं मी कायमच म्हणत आलो आहे.''

''तू त्यांना स्वतःला शोधू देणार आहेस?''

''छे! त्यांनी वृत्तपत्रांना कुठलंही निवेदन देण्याआधी मला पोलीस मुख्यालयात पोहोचण्याची इच्छा आहे.''

''त्यांनी सभ्यपणे तुझ्या कार्यालयात तुझी चौकशी केली, तर ते जास्त योग्य ठरणार नाही का पेरी?''

''सभ्यपणा विसर,'' मेसन उद्गारला. ''त्यांनी माझ्यावर लेखी आरोपपत्र दाखल केलं नाही म्हणजे मिळवलं.''

६

पोलीस मुख्यालयातील कॉरिडॉरमधून पुढं चालत जात मेसन 'मनुष्यवध' अशी पाटी असणाऱ्या दरवाजाजवळ पोहोचला. दार उघडून आत शिरला.

ड्यूटीवर असणाऱ्या ऑर्डर्लीकडे बघत त्यानं विचारलं, ''लेफ्टनन्ट ट्रॅग?''

''बघतो कुठं आहे. नाव काय? अरे, तू आहेस!''

''अर्थातच,'' मेसन म्हणाला. ''तुझी काय अपेक्षा होती? कोणी एखादा तोतया वगैरे?''

''एक सेकंद थांब.'' असं सांगत ऑर्डर्ली पुढल्या एका दरवाजामधून घाईनंच आत शिरला.

काही सेकंदांतच साध्या पोशाखामधला एक पोलीस अधिकारी आरामात डुलतडुलत तिथून बाहेर आला आणि कार्यालय ओलांडून बाहेर पडला.

दारावरच्या अर्धवट पारदर्शक काचेमधून मेसनला त्याची सावली दिसत होती. मेसनच्या परतीचा मार्ग बंद करण्यासाठीच तो कॉरिडॉरमध्ये उभा राहिला आहे, असं वाटत तरी होतं.

क्षणभरानं दार उघडून ऑर्डर्लीनं आत पाऊल टाकलं आणि तो म्हणाला, ''लेफ्टनन्ट ट्रॅग आतमध्ये आहे. त्यालाही भेटायचंच आहे तुला. सरळ आत जा.''

मेसन ट्रॅगच्या केबिनमध्ये शिरला.

लेफ्टनन्ट ट्रॅग उंच होता. देखणाही. थोडा त्रासलेला वाटत होता. त्यानं एका खुर्चीकडं बोट दाखवत म्हटलं, ''बस, मेसन''

"कसा आहेस, ट्रॅग?" मेसननं विचारलं.

"ठीक आहे एवढंच. आलोच मी."

मेसन खुर्चीत बसल्यावर ट्रॅग म्हणाला, "जरा एक सेकंद थांब तू." दार उघडून तोही नाहीसा झाला.

चांगला तीनएक मिनिटांनी ट्रॅग परत आला. या वेळी त्याच्याबरोबर हॅमिल्टन बर्जरही होता. धिप्पाड, रुंद छातीचा डिस्ट्रिक्ट ॲटर्नी. तो सहजच इथं आला आहे, असं भासवण्याचा त्याचा प्रयत्न होता.

"हॅलो, मेसन," तो म्हणाला. "इथंच होतो. तू आला आहेस, असं कळलं म्हणून आलो. नादिन फार आणि विषाच्या बाटलीबद्दल काय ऐकतो आहे मी?"

"मीसुद्धा तेच शोधायचा प्रयत्न करतो आहे."

बर्जरच्या चेहऱ्यावर संताप दिसला. "तू या वेळी जरा जादाच शहाणपणा केला आहेस, मेसन."

"खरंच?"

"तुलाही ते माहीत आहे."

मेसननं खांदे उडवले.

"पूर्ण ओळख पटल्याशिवाय मी अधिकृतपणे कारवाई सुरू करणार नाही," बर्जर म्हणाला, "पण लवकरच ओळख पटेल."

"चांगली कल्पना वाटते." मेसन म्हणाला.

अचानकपणे दार उघडलं. एका अधिकाऱ्यानं एका स्त्रीला केबिनमध्ये ढकललं.

"आत ये, मिसेस फेल्टन," लेफ्टनन्ट ट्रॅग म्हणाला. "मी तुला मिस्टर मेसनकडे बघायला सांगून..."

"तोच माणूस." ती म्हणाली.

"आभारी आहे," लेफ्टनन्ट ट्रॅग म्हणाला. "तेवढंच जाणून घ्यायचं होतं मला."

ज्या अधिकाऱ्यानं दार उघडलं होतं, त्यानं मिसेस फेल्टनला मागं बोलावलं आणि ती बाहेर पडली.

काही सेकंदांनी पुन्हा दार उघडलं.

मेसन हसला आणि सिगारेट पेटवत लेफ्टनन्ट ट्रॅगला म्हणाला, "काय मजा चालवली आहेस?" ट्रॅग म्हणाला, "मेसन ही मजा नाही. मला हे आवडत नाही. तू जे केलंस, त्याचं दुःख वाटतं मला."

आता अधिकाऱ्यानं ऑर्थर फेल्टनला आत ढकललं. "तुला पहिल्यांदा पाच डॉलर आणि नंतर वीस डॉलर देणारा माणूस हाच आहे का?"

"हो." ऑर्थर फेल्टन म्हणाला. तो घाबरला होता. मोठ्यामोठ्या डोळ्यांनी बघत होता. रडायच्याच बेतात होता.

"काय झालं, तेवढंच सांग मला." हॅमिल्टन बर्जरनं सांगितलं. त्याचा आवाज हळुवार होता. तो अत्यंत दयाळूपणानं वागण्याचा प्रयत्न करत होता.

"मिस्टर मेसननं प्रत्येकाला पाच डॉलर दिले. सूर मारून एक बाटली शोधायला सांगितली," ऑर्थर फेल्टन म्हणाला, "बाटली शोधणाऱ्या मुलाला तो आणखी वीस डॉलर देणार होता."

"आणि शेवटी बाटली कुणाला सापडली?"

"मलाच."

"मग काय झालं?"

"तो म्हणाला, की माझ्याबरोबर ये. मी सांगितलं, की परक्या माणसांबरोबर कुठंही जायचं नाही असं मला घरी सांगितलेलं आहे. तेव्हा तो कोण आहे, ते त्यानं मला सांगितलं. मला घरी नेऊन त्यानं माझ्या आईला सांगितलं, की तो मला एका केमिस्टकडे घेऊन जाणार आहे आणि नंतर ताबडतोब तो मला परत घरी आणून सोडेल."

"आणि ती बाटली?" हॅमिल्टन बर्जरनं विचारलं.

"तो म्हणाला, ती बाटली हातामधून बाजूलाही ठेवायची नाही. मी ती माझ्या हातात धरून ठेवली होती." "किती काळ?"

"मी आता सांगितलं, त्या केमिस्टकडे जाईपर्यंत."

"आणि त्या केमिस्टचं नाव? आठवतं आहे?"

"कोणीतरी मिस्टर कॉर्बेल."

"हुशार आहेस. तो माणूस हाच होता, याबद्दल तुझ्या मनात काहीही संशय नाही?"

"अजिबात नाही. हाच तो माणूस."

हॅमिल्टन बर्जरनं खूण करताच अधिकाऱ्यानं ऑर्थर फेल्टनच्या खांद्यावर हात ठेवून त्याला मागे फिरवलं आणि तो त्याला खोलीतून बाहेर घेऊन गेला.

लेफ्टनन्ट ट्रॅगकडे वळून हॅमिल्टन बर्जर म्हणाला, "मला वाटतं, सर्व स्पष्ट आहे आता."

"काय स्पष्ट आहे?" मेसननं विचारलं.

हॅमिल्टन बर्जरनं आवाजातला तिरस्कार लपवण्याचा थोडाही प्रयत्न केला नाही. "तू गुन्ह्याला मदत केली आहेस हे."

"खरं की काय?"

"खुनाचा आरोप असताना," बर्जरनं स्पष्टीकरण दिलं.

"छान, छान." मेसन म्हणाला. "तुझ्या बोलण्यानं माझं कुतूहल जागृत झालं आहे खरं. कुणाचा खून झाला आहे?"

"तुला जर अधिकृत तपशील हवा असेल, तर मोशेर हिग्लेचा खून झाला आहे. तुझ्यावरचा विशिष्ट आरोपच मी तुला सांगितला नव्हता, असं नंतर तू म्हणायला नकोस. आता मी तुला सांगतो आहे, की मेसन तुझ्यावर गुन्हा केल्याचा आरोप ठेवण्यात येणार आहे. तुला काहीही बोलायची गरज नाही. पण तू जर काही बोललास, तर त्या बोलण्याचा तुझ्याविरुद्ध उपयोग केला जाऊ शकतो. आता काही म्हणायचं आहे तुला?"

मेसननं सिगारेटचा एक मोठा झुरका घेतला. "मला म्हणायचं आहे, की तुझा फार गोंधळ उडाला आहे. कोणाचाही खून झालेला नाही. मोशेर हिग्लेचा मृत्यू नैसर्गिक कारणांनी झाला होता."

"त्याचा खूनच झाला होता."

"त्याचा खून झाला होता, हे तुला कसं कळलं?"

"तुला माहीत करून घ्यायचंच असेल; तर ज्या स्त्रीनं त्याचा खून केला, तिचा टेपरेकॉर्ड केलेला कबुलीजबाब आमच्याकडे आहे."

"नवलच आहे," मेसन म्हणाला. "मला वाटतं, पुरावा म्हणून ते टेपरेकॉर्डिंग दाखल करून घेण्यात थोडा त्रासच होणार आहे."

"मला वाटतं, गोपनीय संभाषण वगैरे जुन्याच युक्त्या वापरण्याचा प्रयत्न तू करणार आहेस. पण त्याबाबतचा एक कायदा आहे माझ्याकडे. तुलाच धक्का देईल असा."

पुन्हा एकदा मेसननं सिगारेटचा झुरका घेतला, धूर सोडला; हात, पाय ताठ केले आणि तो आरामात खुर्चीत बसला. "तू कबुलीजबाब कधी वापरू शकतोस, बर्जर?"

"खटला कोर्टात उभा राहिल्याबरोबर."

"अर्थातच," मेसन म्हणाला. "सध्या मी काही त्याबाबत वाचन केलेलं नाही, पण मला आठवतं त्याप्रमाणे कबुलीजबाब वापरण्याआधी एक छोटीशी गोष्ट सिद्ध करावी लागते– प्रेत सापडलं होतं आणि गुन्हा घडला होता."

"ठीक आहे," हॅमिल्टन बर्जर म्हणाला. "ते सिद्ध करेन मी."

"कसं काय?"

"त्या बाबतीत तुझ्याशी चर्चा करायची गरज नाही मला."

"आहे, नक्की आहे." मेसन म्हणाला. "खून पडला आहे, हे सिद्ध करेपर्यंत तू माझ्यावर त्या गुन्ह्याला मी मदत केली आहे, असा आरोप ठेवू शकत नाहीस. आणि नादिन फारचं टेपरेकॉर्डरवरचं संभाषण वापरून तू खून पडला आहे, असं म्हणू शकत नाहीस. तिनं ते विधान केलं, तेव्हा ती औषधांच्या अमलाखाली होती."

''त्यामुळे त्या पुराव्याला किती महत्त्व द्यायचं याच्यावर परिणाम होऊ शकत असला, तरी पुरावा दाखल करून घेण्यात अडचण येणार नाही.'' बर्जरनं सांगितलं.

''तशीही खूप खात्री बाळगू नकोस.'' मेसन म्हणाला, ''ती स्त्री त्या वेळी कार्यक्षम अवस्थेत नव्हती. साक्षीदार म्हणून तिला त्या अवस्थेत बोलावलं गेलं नसतं. औषधांच्या अमलाखाली असताना तिला साक्षीदाराच्या पिंजऱ्यात उभं केलं असतं, तर कोर्टानं तिची साक्ष काढू दिली नसती. कोर्टामध्ये उच्चारलेल्या शब्दांपेक्षा टेपरेकॉर्डरवर असलेल्या शब्दांना कोर्ट जास्त महत्त्व देणार नाही.''

''बघूच आपण.'' हॅमिल्टन बर्जर भांडकुदळपणे म्हणाला.

''आणि मोशेर हिग्ले नैसर्गिक कारणांनी मेला नव्हता, हे तर सिद्ध करायला लागणारच आहे. मृत्यूसमयी बोलावलेल्या डॉक्टरनं हृदयविकाराच्या झटक्यानं मृत्यू, असं मृत्यूचं कारण दिलेलं आहे. मला वाटतं, आता आपण जास्त नाटकं बंद करू या आणि मुख्य मुद्द्याला हात घालू या. तू नादिन फारला अटक करावी, असा लेखी हुकूम काढणार आहेस?''

''तू आधीच गुन्ह्याला मदत केली आहेस. नादिन फार जर तुझी अशील बनणार असेल, तर तिला फरारी गुन्हेगार बनवून तू तुझी बाजू आणखी कमजोर बनवून घेऊ नकोस. तू तिला हजर करावंस, अशी मी मागणी करतो आहे.''

''तिच्या अटकेचा लेखी हुकूम मिळव. मग मी ती तुमच्या स्वाधीन होईल, याची काळजी घेईन.'' मेसननं स्पष्ट केलं.

''मला प्रश्न विचारायचे आहेत तिला,'' बर्जर म्हणाला.

''विचार की.'' मेसननं उत्तर दिलं.

''वेळ ठरवून माझ्या कार्यालयात ये. मी तिला तिथं हजर ठेवेन.''

''मला खासगीत प्रश्न विचारायचं आहेत. मला तिच्याकडून उत्तरं हवी आहेत; तुझ्याकडून नाहीत.''

''बर्जर, मला कायदा आठवतो त्याप्रमाणे प्रथम तुला शपथेवर तिच्यावर खुनाचा आरोप ठेवणारं वॉरंट बनवावं लागेल. तिला अटक करावी लागेल, तिच्यावर आरोपपत्र दाखल करावं लागेल– ते झालं, की मी तिला सल्ला देईन की तिचा ॲटर्नी हजर नसेल तर तिनं काहीही बोलता कामा नये.''

मेसन उठून उभा राहिला. त्यानं एक जांभई दिली. रक्षापात्रात सिगारेट विझवली. ''भेटेन तर नंतर.'' तो म्हणाला.

''तू आत्ताच भेटलेला आहेस मला.'' बर्जर रागानंच ओरडला.

''म्हणजे मी इथून निघून जाऊ शकत नाही?'' मेसननं विचारलं.

''बरोबर.''

''का?''

"तुझ्यावर गुन्हा केल्याचा आरोप ठेवण्यात येणार आहे."

"गुन्ह्याला मदत केली असा?" मेसननं विचारलं. "तू अनेकदा ते बोलला आहेस. तसं करायचं असेल, तर लेखी अधिकारपत्र मिळव. आणि तो आरोप सिद्ध करणं कठीणच जाणार आहे तुला!"

"इतरही आरोप आहेत."

"कुठले?"

"पुराव्यात गडबड करणं."

"कुठला पुरावा?"

"विषाची बाटली."

"आणि तिच्या बाबतीत काय गडबड केली मी?"

"तुला पुराव्याला हात लावायचा अधिकार नव्हता. ज्या क्षणी तिथं जाऊन तू खुनाच्या प्रकरणामधला पुरावा हस्तगत केलास..."

"देव तुझं भले करो बर्जर," मेसन उद्‌गारला. *"मी कुठलाही पुरावा मिळवला नाही, पुराव्यात गडबड केली नाही. मी उलट पोलिसांना मदत करत होतो.* ऑर्थर फेल्टनच सांगेल, की मी त्या बाटलीला स्पर्शही केला नाही म्हणून. मी ती बाटली त्याला त्याच्या हातात धरून ठेवायला लावली होती. फेल्टनला घेऊन मी ज्याच्या व्यावसायिक प्रतिष्ठेबद्दल, सचोटीबद्दल कुणी ब्रही काढू शकणार नाही, अशा कन्सल्टिंग केमिस्टकडे गेलो होतो आणि त्याला सांगितलं, की त्या बाटलीत काय आहे, ते शोधून काढ. ती बाटली पुरावा म्हणून वापरता यावी, या करता मी सर्वतोपरी काळजी घेतली. आणि नंतर पुरावा कुठं मिळेल, हे तुला सांगण्यासाठी मी थेट पोलीस मुख्यालयात आलो."

आश्चर्यचकित झालेल्या बर्जरनं विचारलं, "काय केलं म्हणतो आहेस तू?"

"पुरावा मिळवण्यासाठी तुला कुठं जावं लागेल, हे सांगण्यासाठी इथं आलो." मेसन म्हणाला. "इथं कशासाठी आलो आहे मी असं वाटत होतं तुला?"

ट्रॅग आणि हॅमिल्टन बर्जर यांनी एकमेकांकडे बघितलं.

"आम्ही कॉर्बेलकडे जाऊन पुरावा गोळा केला होता, हे आधीच माहीत होतं तुला," लेफ्टनन्ट ट्रॅग म्हणाला.

"त्यामुळे काहीच फरक पडत नाही." मेसन हसतच म्हणाला. "पुरावा सांभाळून ठेवण्यासाठी मी काय पावलं उचलली आहेत आणि तो कुठं मिळेल, हे सांगण्यासाठीच फक्त मी इथं आलो आहे."

"तुला पुराव्याबाबत जर इतकी काळजी वाटत होती, तर बाटली मिळवता क्षणी ती पोलिसांच्या स्वाधीन करणं, हे तुझं कर्तव्य होतं."

मेसननं नकारार्थी मान हलवली.

“मग माझ्यावर निंदानालस्ती केली म्हणून, अब्रुनुकसानी केली म्हणून आरोप शाबीत झाले असते,” मेसन म्हणाला, “मी काही तुमच्याकडे येऊन सांगू शकत नव्हतो, की मित्रांनो, धक्क्याच्या टोकावरून फेकली गेली होती तीच ही विषाची बाटली. त्यात विषच आहे, हे कसं कळणार मला? ती धक्क्यावरून कधी फेकली होती, कुणी फेकली होती हे तरी कसं कळणार मला? शक्य नाही ते. मी फक्त माझंच नाही, तर तुमचंही रक्षण करण्यासाठी योग्य ती पावलं उचलली होती. तुमच्याकडे येण्यापूर्वी त्या बाटलीत विषच आहे, याची मला खात्री पटवून घ्यायची होती.”

मेसननं ट्रॅगच्या टेलिफोनकडे बोट दाखवलं. “मी हर्मन कॉर्बेलला फोन करू का, ट्रॅग?”

ट्रॅग क्षणभर घुटमळला आणि त्यानं संतापलेल्या हॅमिल्टन बर्जरच्या चेहऱ्याकडे एक नजर टाकली. क्षणभर ट्रॅगच्या डोळ्यांत हसू उमटलं. “बाहेरची लाइन द्यायला सांग आणि तुला हवा तो नंबर फिरव.” तो म्हणाला.

मेसननं त्याप्रमाणे कॉर्बेलचा नंबर फिरवला.

“हॅलो, हॅलो... हर्मन? मी पेरी मेसन बोलतो आहे. तू काय शोधून काढलं आहेस?”

बर्जर म्हणाला, “त्यानं काहीही शोधून काढलेलं नाही. आम्ही त्याच्याकडून पुरावा गोळा केला आहे.”

मेसननं डिस्ट्रिक्ट ॲटर्नीला गप्प राहण्याची खूण केली, “हं, बोल हर्मन.”

पुन्हा एकदा हर्मनच्या मनात खळबळ माजली असावी. “बाटलीमधल्या सर्व गोळ्या एकाच तऱ्हेच्या होत्या का, हे मला समजू शकत नाही, पेरी. पण मी एका गोळीचा नमुना घेतला होता.”

“हो, हो, माहीत आहे ते मला.” मेसन म्हणाला.

“आणि तो नमुना माझ्याकडे होता, हे पोलिसांना माहीत नव्हतं.”

“कळलं मला, पुढं बोल.”

“तू विषाबद्दल बोलत होतास. मी सायनाईडची चाचणी घेतली. सायनाईड नव्हतं. आर्सेनिकही नाही. माझ्याकडे अगदी छोटासा नमुना आहे. एक्स-रे डिफ्रॅक्शन घेतल्यावर आलेख मिळाला. मग मला आठवण झाली, की त्या बाटलीच्या बाजूच्या काचेवर रासायनिक साखरेचं नाव कोरलेलं होतं.

“आणि काय सांगू तुला, मेसन, बाटलीवर नाव होतं तीच गोळी होती ती. रासायनिक साखरेची गोळी. मग मी स्पेक्टोग्राफ वापरला. त्या चाचण्या तर इतके सूक्ष्म बदल दाखवू शकतात, की इतर कुठल्या गोळ्या असत्या तर त्यांच्या स्पर्शानंसुद्धा मला मागोवा घेता आला असता. बाटलीवर जे नाव आहे, त्याच गोळ्या बाटलीत होत्या, मेसन.

क्षणभर हातात फोन धरून मेसन विचार करत होता. त्याच्या चेहऱ्यावर मोठं हसू उमटलं.

"तू आहेस ना फोनवर?" कॉर्बेलनं विचारलं.

"आहे, आहे." मेसननं उत्तर दिलं.

"मी काय सांगितलं ते ऐकलेस ना? रासायनिक साखरेच्या गोळ्या."

"उत्कृष्ट. आभारी आहे तुझा," मेसन म्हणाला. "मी एखाद्या वेळी तुला नंतर फोन करेन. तो नमुना नीट जपून ठेव. तुझे निष्कर्ष पुन्हा तपासून बघ. तुला बहुतेक साक्षही द्यावी लागेल."

मेसननं रिसीव्हर जागेवर ठेवला आणि तो हॅमिल्टन बर्जरकडे बघून हसला.

"तुझ्या बहुतेक लक्षात आलं नव्हतं, बर्जर, पण तू पोलिसांकरवी कॉर्बेलच्या प्रयोगशाळेवर छापा घालून गोळ्यांची बाटली मिळवलीय, त्याच्याआधीच कॉर्बेलनं बाटलीमधली एक गोळी खरवडून थोडासा नमुना चाचणीसाठी काढून घेतला होता.

"मी सुरुवातीपासूनच तुला सांगतो आहे, की या सर्व प्रकरणात मी अगदी चांगल्या हेतूनं वागत आलो आहे. कॉर्बेलकडून चाचणीचे निष्कर्ष कळल्यावर बाटलीमध्ये विष मिळालं असतं, तर मी पोलिसांना त्याप्रमाणे कळवणारच होतो.

"आता मला सांगायला खूप आनंद होतो आहे, की कॉर्बेलनं आत्ताच मला सांगितलं की बाटलीवर जे नाव होतं, त्याच गोळ्या बाटलीमध्ये होत्या. उत्पादकानं दिलेलं नाव बाटलीच्या बाजूवर कोरलेलं आहे. साखरेला पर्याय म्हणून वापरण्यात येतात, त्या रासायनिक साखरेच्या गोळ्या. तुला वजन कमी करायचं असलं, तरी मी या गोळ्यांची शिफारस करणार नाही. तुझ्या चेहऱ्याच्या रंगावरून तरी वाटतं, की तुला निदान तीस पौंड वजन कमी करायला पाहिजे.

"आता तुम्हाला सर्व माहिती मिळाली आहे. तरीही तुम्हाला जर मला अडवायचं असेल, तर मी इथून जाताना मला अडकवण्याचा प्रयत्न करूनच बघा."

मेसननं दाराकडं जाऊन ते ढकललं. साध्या वेषातला पोलीस अधिकारी त्याची वाट अडवून उभा होता. मेसनला आतमध्ये कुजबूज ऐकू आली आणि मग ट्रॅगचा आवाज ऐकू आला. "ठीक आहे, जाऊ दे त्याला."

७

मेसननं स्वतःच्या केबिनचा दरवाजा उघडला, फोन उचलला आणि स्विचबोर्ड सांभाळणाऱ्या मुलीला म्हटलं, "गर्टी, मी परत आलो आहे. 'हायटाइड हॉटेल'मध्ये असणाऱ्या डेलाला जरा फोन लावून दे."

"हो, मिस्टर मेसन, आणि बाहेर तुला भेटायला कुणीतरी थांबलं आहे. एक स्त्री आहे. म्हणजे भेट खूप महत्त्वाची आहे. नादिन फारशी संबंधित आहे, असंही सांगते.''

"आत येऊन सांग मला तिच्याबद्दल.'' मेसननं सुचवलं.

"आधी डेलाला फोन करायचा आहे का?''

"नाही. आधी आत ये. डेला स्ट्रीटला नंतर फोन केला तरी चालेल.''

क्षणभरानं गर्टी अत्यंत उत्सुकतेनं मेसनच्या केबिनच्या दारात उभी होती. गर्टी विशीमधली मुलगी होती. चॉकोलेट संडे या आइस्क्रीमची जबरदस्त आवड असल्यानं वजन कधी ताब्यात राहत नसे. दिवसामधली प्रत्येक घटना खुलवून सांगण्याकडे तिचा कल असे. बऱ्याच काळच्या अनुभवानं पेरी मेसन आणि डेला स्ट्रीट या दोघांच्याही लक्षात आलं होतं, की अत्यंत उत्साहानं ती जेव्हा कुठल्याही साध्या गोष्टीचं खळबळजनक वर्णन करत असे, तेव्हा तिच्या बोलण्यातल्या अतिशयोक्तीपूर्ण मोठ्या भागाकडे दुर्लक्ष केलं तरी चालतं.

आयुष्य आणि स्त्री-पुरुष संबंधाकडे ती स्वप्नाळू नजरेनं बघत असे. जेव्हा वजन कमी झालेलं असे, तेव्हा ती जास्तीत जास्त घट्ट बसणारे स्वेटर आणि कमरपट्टे वापरत असे. स्वतःवर खूश असे. आनंदात असे आणि नंतर गोड पदार्थांच्या आवडीनं तिचा जिभेवरचा ताबा नाहीसा होत असे. तिच्या शरीरयष्टीत बदल घडत असे. मग ती दुसरं टोक गाठे. दोन-दोन, तीन-तीन दिवस फक्त ताक, द्राक्षांचा रस यांच्यावर काढत असे. निरुत्साही आणि अशक्त बनत असे. अत्यंत कठोरपणे आणि करारीपणानं खाण्या-पिण्यावर ताबा राखत असे. पुन्हा थोडीफार बारीक व्हायला सुरुवात झाली, की तो ताबा सुटत असे.

"मिस्टर मेसन,'' ती म्हणाली, "या स्त्रीला तर सर्वच उत्तरं माहीत आहेत. तिचा जन्म श्रीमंत कुटुंबात झाला असावा. तिच्याकडे बघितलं, की तशीच काहीतरी भावना मनात निर्माण होते आणि नादिन फारबद्दल ती मला काय काय सांगायचा प्रयत्न करते आहे. त्या प्रकरणात तुला कुतूहल आहे, मिस्टर मेसन?''

"खूपच.'' मेसन हसत म्हणाला, "पण त्या प्रकरणात पुढे काही घडणार आहे, असं मला वाटत नाही. नाव काय आहे तिचं, गर्टी?''

"मिसेस जॅक्सन न्यूबर्न.''

"आणि वय किती असेल?''

"मी म्हणेन एकतीस किंवा बत्तीस. डेला बहुधा पस्तीस म्हणाली असती. डेला कुणाच्याही हातांकडे बघते, पण मी...''

"तिचा या प्रकरणाशी काय संबंध आहे?''

"ती मोशेर हिग्लेची नातेवाईक आहे, म्हणजे होती.''

"मला कशासाठी भेटायचं आहे, याबद्दल काही सांगितलं तिनं?''

"ती जे काही म्हणाली त्यावरून माझ्या एवढं लक्षात आलं आहे, की तिनं तुझी भेट घेणं महत्त्वाचं आहे."

"ठीक आहे, गर्टी." मेसन म्हणाला, "सांग तिला, की मी बाहेर गेलो होतो, आत्ताच परत येतो आहे आणि तिच्यासाठी थोडा वेळ देऊ शकतो."

"आणि डेलाचं काय?"

"आधी तिलाच फोन कर. तू कुणाला फोन करते आहेस, हे बाहेरच्या खोलीतल्या कुणाला कळू देऊ नकोस."

गर्टीनं तिच्या मनाला दुःख पोहोचल्याप्रमाणे जरा रोखूनच मेसनकडं बघितलं. "ते मी कधीच कुणाला कळू देत नाही. ते साधन मी नेहमीच अशा तऱ्हेनं वापरते की इतर जण कितीही जवळ असले, तरी त्यांना काहीही ऐकू येणार नाही."

"छान, छान, गर्टी. आता डेलाला फोन जोडून दे आणि माझं तिच्याशी बोलणं संपलं, की मिसेस न्यूबर्नला आत पाठव."

गर्टीनं मान डोलावली आणि वळून, हळूच दार ओढून घेऊन ती निघून गेली.

काही क्षणांतच मेसनच्या फोनची घंटा वाजली. फोन उचलताच त्याला दुसऱ्या बाजूनं बोलणाऱ्या डेलाचा आवाज ऐकू आला. "काय काय घडलं आहे, चीफ?"

"काळजी सोड." मेसन म्हणाला. "मला वाटतं, प्रकरण मिटलं आहे."

"कसं काय?"

"पोलीस जरा वैतागलेलेच वाटले. ते शोध घेण्यासाठी टॉम्बीज लेकवर गेले, तेव्हा त्यांच्या लक्षात आलं की त्यांच्या आधीच कुणीतरी तिथं पोहोचलं होतं. ती व्यक्ती कोण होती, हे समजून घेण्यासाठी त्यांना फारसा तपास करावा लागला नाही. ज्यानं सरोवरातून बाटली शोधून काढली होती, त्या ऑर्थर फेल्टनला त्यांनी गाठलं. त्याच्याकडून त्यांना कळलं, की मिस्टर मेसन त्याला घेऊन हर्मन कॉर्बेलच्या प्रयोगशाळेत गेला होता. तेव्हा त्यांनी त्याच्याकडे धाव घेतली आणि कॉर्बेलच्या चाचण्या पुऱ्या होण्याआधीच त्यांनी त्याच्याकडली बाटली ताब्यात घेतली. मी पुराव्यात गडबड केली, फसवाफसवी केली, गुन्ह्याला मदत केली वगैरे कारणांनी माझा शोध घ्यायला सुरुवात केली."

"चीफ." डेला स्ट्रीटच्या आवाजातच भीती उमटली. "त्यांनी काय..."

"शांत हो, डेला." मेसन हसतच म्हणाला, "मला अडकवण्याचे त्यांचे नाट्यपूर्ण प्रयत्न चालू असतानाच मी कॉर्बेलला फोन केला. पोलीस येण्यापूर्वी कॉर्बेलनं एका गोळीचा नमुना खरवडून बाजूला ठेवला होता... अगदी छोटासा नमुना, पण त्याच्या चाचणीसाठी पुरेसा ठरेल असा. मी फोन करण्यापूर्वी थोडा वेळ आधीच त्याला त्या गोळ्या कसल्या आहेत, हे समजलं होतं."

"आणि कसल्या गोळ्या होत्या त्या? सायनाईड?"

"ज्या असायला हव्या होत्या, त्याच होत्या... रासायनिक साखरेच्या गोळ्या. साखरेच्या ऐवजी वापरतात त्याच. तू आता नादिन फारला सांग, की तिनं तिच्या उद्योगाला लागलं, तरी हरकत नाही. ती तिच्या मनावरचं, सदसद्विवेकबुद्धीवरचं ओझं आता झुगारून देऊ शकते. तिला जिथं जायचं असेल, तिथं तिला सोडून तू कार्यालयात परत ये."

"कमालच झाली." डेला स्ट्रीट म्हणाली. "म्हणजे त्या सर्व गोळ्या रासायनिक साखरेच्या निघाल्या?"

"अगदी बरोबर, डेला. कॉर्बेलनं घेतलेल्या चाचण्या इतक्या सूक्ष्म बदल दाखवू शकणाऱ्या होत्या, की इतर कुठल्या गोळ्या जरी सायनाईडच्या असल्या, तरी ते ध्यानात आलं असतं.

"मला वाटतं, की नादिन तिच्या गोळ्या कुठं ठेवते, ते माहीत असणाऱ्या घरातल्या कुठल्या तरी व्यक्तीला रासायनिक साखरेच्या गोळ्यांनी अर्धी भरलेली बाटली सापडली आणि तिनं ती इतर बाटल्यांबरोबर ठेवून दिली. नादिन आहे ना जवळच?"

"हो."

"तिला काही विचारायचं आहे का मला?"

मेसन फोन धरून होता. दोन्ही मुली उत्साहानं बडबडत असताना त्याला ऐकू येत होतं. मग डेला स्ट्रीटचा आवाज आला. "ती विचारते आहे, की सरोवरातून काढलेल्या बाटलीत जर रासायनिक साखरेच्या गोळ्या होत्या, तर तिच्या खोलीत असणाऱ्या सायनाईडच्या गोळ्यांच्या बाटलीचं काय झालं?"

मेसन एकदम खुशीत होता, "तिला म्हणावं, की मी वकील आहे, भविष्यवेत्ता नाही. तिला म्हणावं, घरी जा आणि पुन्हा खोलीत शोध घे. *आता त्या गोळ्या कुठं आहेत, यामुळे विशेष काही फरक पडत नाही.* तिनं चॉकलेटमध्ये घातलेल्या गोळ्या रासायनिक साखरेच्या गोळ्या होत्या, हा मुद्दा महत्त्वाचा आहे. मोशेर हिग्ले नैसर्गिक कारणांनी मरण पावला आहे.

"तिला सांग, की ती आता घरी गेली तरी चालेल. मला आत्ता तिच्याबरोबर बोलायला वेळ नाही. तू परत ये. डेला, मी तुला जेवण देणार आहे आज."

मेसननं फोन ठेवून दिला. केबिनच्या बाहेर अपेक्षेनं बघत बसला.

डेला स्ट्रीटचं काम करायला मिळतं आहे, यामुळे आनंदात असलेली गर्टी काही सेकंदांतच मिसेस न्यूबर्नला घेऊन आत आली.

मेसननं मिसेस न्यूबर्नचं स्वागत केलं, बसून घ्यायला सांगितलं.

"मी दुसरं काही काम करू?" गर्टीनं विचारलं. "तुला संभाषणाच्या टिप्पणी वगैरे हव्या असल्या तर...?"

“नको, गर्टी.”

“दुसरी कुठलीही मुलगी स्विचबोर्ड सांभाळू शकेल.”

मेसननं मान हलवून स्पष्टपणे नकार दर्शवला.

गर्टीच्या डोळ्यांत निराशा दिसली. ती परत आपल्या कामाला निघून गेली. मिसेस न्यूबर्ननं मेसनसमोर हात पुढे केला.

“आधी वेळ न ठरवता तुला भेटण्याचा प्रयत्न करणं योग्य नव्हतं, हे कळतं आहे मला.” ती म्हणाली. “पण माझं काम इतक्या तातडीचं आणि गुप्त स्वरूपाचं आहे, की तू माझ्या बाबतीत अपवाद करशील, अशी माझी आशा आहे.”

“ठीक आहे.” मेसन म्हणाला, “तू स्विचबोर्ड सांभाळणाऱ्या मुलीला तुझ्या कामाची रूपरेषा सांगितलीस, ते बरं झालं– अशा वागण्यानं नेहमी मदत होते. गूढपणे वागणारे, कामाची सर्वसाधारण कल्पनाही न देणारे लोकच कामाचं वेळापत्रक गुंडाळून टाकतात. आता खाली बस आणि नादिन फारच्या प्रकरणाबद्दल तुला काय माहिती आहे, ते सांग.”

“मला त्या प्रकरणाबद्दल विशेष काही माहिती नाही, पण नादिन फारबद्दल मला बरंच काही माहीत आहे.”

“ठीक आहे, बोल.” मेसन म्हणाला.

मिसेस न्यूबर्ननं खास अशिलांसाठी ठेवलेल्या गुबगुबीत खुर्चीत आरामात बसत अगदी स्थिर नजरेनं मेसनच्या चेहऱ्याकडे बघत त्याच्या स्वभावाचा अंदाज घेतला.

तिचे कपडे उत्कृष्ट शिवलेले आणि नीटनेटके होते. बोलण्याची पद्धत मोठ्या घराण्यात जन्मलेल्या स्त्रीप्रमाणे, आवाजही सौजन्यपूर्ण होता.

“मला वाटतं, मी प्रथम माझी ओळख करून द्यावी.” ती म्हणाली. “मी मोशेर हिग्लेची पुतणी.”

“लग्न झालं आहे?”

“हो. नवरा तेल उद्योगात आहे.”

“आणि नादिन फारला तू कधीपासून ओळखतेस?”

“दोनएक वर्षांपेक्षा थोडासा जास्त काळ.”

“आणि तिच्याबद्दल मला काय सांगण्याची इच्छा आहे तुझी?”

“मिस्टर मेसन, तुझी फसवणूक व्हावी, अशी माझी इच्छा नाही.” ती म्हणाली. “ती अगदी गोड, भोळीभाबडी मुलगी आहे, असा नादिन आव आणते. मोठ्यामोठ्या डोळ्यांनी, निष्कपट मनानं नजर दिल्यासारखी बघते. सगळी नाटकं असतात. हे सर्व करताना समोरच्या माणसाला पार गुंडाळून टाकून तो तिच्या मताप्रमाणे कसा वागेल, याचा ती विचार करत असते. ती अत्यंत स्वार्थी आणि कपटी अशी तरुणी आहे.

"कोणता तरी हेतू मनात धरून अंकल मोशेरच्या मृत्यूमागे काहीतरी कपटकारस्थान होतं, असं दाखवण्याचा सध्या तिचा प्रयत्न चालू आहे. तसं काहीही नाही. अंकल मोशेर सरळसरळ नैसर्गिक कारणांनी मरण पावला आहे. हृदयविकाराच्या झटक्यानं मेला. मृत्यूच्या वेळी हजर असलेल्या डॉक्टरला माहीत आहे ते.''

"शक्य आहे, की तूच तिच्या वागण्याचा वेगळा अर्थ काढत असशील म्हणून.'' मेसन म्हणाला.

"अगदी शक्य आहे, मिस्टर मेसन. नादिननं मला विश्वासात घेऊन काहीच सांगितलेलं नाही. तिचं वागणं फार लपूनछपून, गूढ असतं. ती जगातल्या कुठल्याही पुरुषाला स्वतःच्या इच्छेप्रमाणे वाकवू शकते. पण जागरूक स्त्रियांच्या बाबतीत आपण हे करू शकणार नाही, हे माहीत असल्यानंच ती त्यांच्या बाबतीत तसा जास्त प्रयत्न करतच नाही. स्त्रीला तिच्या खऱ्या व्यक्तिमत्त्वाची जाणीव कधीतरी होतेच. तुम्ही काहीही केलं, तरी ती निष्पाप गोड चेहऱ्यानं वागते. असहाय आहे, असं दर्शवत स्वतःला सर्वस्वी तुमच्या स्वाधीन करते. तिची पार्श्वभूमी लक्षात घेता हे तिला कसं काय जमतं, ते देवच जाणे! पण ती अगदी सालस, बुजरी, मागंमागंच राहणारी तरुणी आहे, असा समज करून देते.

"मी अगदी मांजरीसारख्या नख्या काढते आहे, असं तुला एखादे वेळी वाटण्याची शक्यता आहे मेसन. मी तसं न वागण्याचा प्रयत्नही करणार नाही. गरज असेल, तर बोचकारे काढेन, चावेन, लढेनसुद्धा.''

"पण हा लढा कशासाठीचा असणार आहे?'' मेसननं विचारलं. "तुझा नवरा राखीव कुरणातून भरकटायला लागला आहे का?''

तिनं ओठ घट्ट मिटून घेतले. "मला माहीत असलेल्या इतर पुरुषांप्रमाणे जॅक्सनही तिच्या नादाला लागल्याचं मला कळलं आहे. त्याला वाटतं, की ती अगदी गोड आणि निष्पाप मुलगी आहे. जग कसं आहे माहीत असलेली, पण त्या जगाला तोंड कसं द्यायचं कळत नसलेली. त्याला वाटतं, की मला तिचा मत्सर वाटतो आणि मी तिचा छळ मांडला आहे...''

"मत्सर वाटावा असं आहे काही?'' मेसननं मध्येच विचारलं.

"ते मला ठाऊक असतं, तर बरं झालं असतं.'' ती म्हणाली. "शेवटी जॅक्सन माणूसच आहे. जात नराचीच आहे. तसाच वागणार.

"नादिन सरळसरळ कुणाला जाळ्यात ओढायचा प्रयत्न करत नाही. तिचे मार्ग भिन्न आहेत. तिला एखादी गोष्ट हवीशी असेल, तर ती मिळवण्यासाठी ती क्षणभर घुटमळल्यासारखं करून, तिच्या निष्पाप मनाचा ताबा वेगळ्याच शक्तींनी घेतला आहे, असं दर्शवून तिला हवी असणारी गोष्ट पदरात पाडून घेईल.

"माझं जॅक्सनवर प्रेम आहे, त्याच्याबद्दल आदरही आहे; पण तिच्या नादाला

न लागणारा सर्वसाधारण पुरुष तू जर मला दाखवून दिलास, तर मला ज्याच्याशी लग्न करायची पर्वा नाही, असा पुरुष मी दाखवून देईन. लक्षात येतं आहे ना?

"असेल, एखादे वेळी मला मत्सर वाटतही असेल. कळत नाही. पण मी जे सांगण्यासाठी इथं आले आहे, ते सांगायचं सोडून भलतीच बडबड करत बसले आहे."

"ठीक आहे." मेसन म्हणाला. "काय सांगायचं आहे तुला?"

"नादिन ही मोशेर हिग्लेला 'अंकल मोशेर' म्हणत असे. खरं तर तिचं त्याच्याशी काहीही नातं नव्हतं. अंकल मोशेर तिला चांगला ओळखून होता, कारण त्याला तिच्याबद्दल काहीतरी ठाऊक होतं. मोशेर हिग्ले असा एकच माणूस होता, की ज्याच्यावर तिची कुठलीच मात्रा लागू पडत नव्हती. असा एकच माणूस ज्याची तिला खरीखुरी भीती वाटत होती."

"आणि तशी भीती वाटण्याचं काही कारण?"

"माहीत नाही. ते जाणून घेण्यासाठी माझी काहीही करायची तयारी आहे, मेसन. पण मी खरंच सांगते, की ते कारण माहीत नाही. अंकल मोशेर त्यामुळे नक्कीच तिला धाकात ठेवू शकत होता."

"कशा तऱ्हेनं?"

"तिला त्याची भीती वाटत होती, पण ती त्याचा मानही राखून होती. तिनं मुद्दाम त्याला खूश करण्याचा प्रयत्न कधीही केला नाही. त्याच्यासमोर निष्पापपणाचा आव आणला नाही. काहीही केलं नाही. त्यानं तिला सांगितलेली प्रत्येक गोष्ट करत राहिली."

"जो काही हेतू मनात धरून तू इथं आली आहेस, तो स्पष्टपणे तू मला सांगून का टाकत नाहीस?" मेसननं विचारलं.

"तोच सांगायचा मी प्रयत्न करते आहे."

मेसननं हसतच मान डोलावली, "सर्वप्रथम सांग, की तू इथं कशी काय आलीस?"

"तुला काही गोष्टी समजाव्यात म्हणून."

"पण तू इथे या कार्यालयात कशी पोहोचलीस? माझा या प्रकरणाशी संबंध आहे, हे तुला कसं कळलं?"

"मला तसं सांगितलं गेलं."

"कुणाकडून?"

"कॅप्टन ह्यूगो."

"तो कोण आहे?"

"तो माझ्या अंकलचा आचारी, शोफर, घरची व्यवस्था सांभाळणारा, घरातील

बारीकसारीक सर्व कामं करणारा हरकाम्या माणूस होता.''

''त्यानं काय सांगितलं तुला?''

''तो म्हणाला, की नादिन एका डॉक्टरला भेटली होती. त्यानं तिला ट्रुथ सेरम ही चाचणी दिली आणि त्या वेळचं सर्व संभाषण टेप करून घेतलं. आपणच अंकल मोशेरचा खून केला, असं तिनं त्या वेळी सांगितलं होतं.''

''आणि या कॅप्टन ह्यूगोला ते कसं कळलं?''

''जॉननं सांगितलं.''

''जॉन कोण आहे?''

''जॉन म्हणजे ज्याला नादिन आपल्या जाळ्यात खेचण्याचा प्रयत्न करते आहे, तो जॉन ॲव्हिंग्टन लॉकी.''

मेसन हसला, ''म्हणजे तिचा उद्देश स्वच्छ आहे.''

''तो तर नेहमीच तसा असतो.''

''आणि जॉन ॲव्हिंग्टन लॉकीला या बाबतीत कसं काय कळलं?''

''नादिननं सांगितलं. डॉक्टरांनी तिला टेपरेकॉर्डिंग ऐकवलं होतं.''

''आलं लक्षात. तिनं जॉनला, जॉननं ह्यूगोला आणि ह्यूगोनं तुला सांगितलं.''

''हो.''

''ते टेपरेकॉर्डिंगबद्दल झालं. माझ्याबद्दल कसं कळलं तुला?''

''पोलिसांकडून.''

''आणि तू पोलिसांशी या प्रकरणाबद्दल चर्चा कशासाठी करत होतीस?''

''तेच आमच्या घरी आले होते.''

''तुझी आणि तुझ्या नवऱ्याची चौकशी करण्यासाठी?''

''हो.''

''आणि तुम्ही काय सांगितलं त्यांना?''

''त्यांच्या प्रश्नांची उत्तरं दिली.''

''आणि त्यांचे प्रश्न काय होते?''

''त्यांना कुटुंबातील सर्वांचे आपापसातील संबंध, नादिन फार, अंकल मोशेरचा मृत्यू याबद्दल सर्वकाही जाणून घ्यायचं होतं. प्रश्न विचारून झाल्यानंतर त्यांनी आम्हाला सांगितलं, की नादिन तुझ्याकडे आली होती, आणि तू टॉम्बीज लेकवर जाऊन विषाची बाटली हस्तगत केली होतीस म्हणून.''

''त्यावर तू काय सांगितलंस त्यांना?''

''मी इतकी आश्चर्यचकित झाले, की काही बोलूच शकले नाही.''

''आणि हे सर्व कधी घडलं?''

''पोलीस घरामधून निघून जाता क्षणी मी गाडी घेऊन इकडे आले आहे.''

“का?”

“कारण तुझी फसवणूक करण्यात येत आहे. तू... पोलिसांकडून मला कळलं, की नादिन फारची सोडवणूक करण्याचा प्रयत्न करतो आहेस. तिची तेवढी लायकी नाही. हे सर्व प्रकरण म्हणजे तिचं आणखी एक कारस्थान आहे.”

“तुला वाटतं, की तिनं मोशेर हिग्लेचा खून केला आहे?”

मिसेस न्यूबर्न हसली. “तोच तर गैरसमज मी दूर करायला आले आहे. त्याचा कुणीही खून वगैरे केलेला नाही. अंकल मोशेर नैसर्गिक कारणांनी मरण पावला. काय घडतं आहे, ते तुला दाखवण्याचा मी प्रयत्न करत आहे, मिस्टर मेसन.”

“पण आपणच अंकल मोशेरला ठार मारलं, अशी ती इतरांची कल्पना कशासाठी करून देत आहे... म्हणजे पोलिसांचा दृष्टिकोन स्वीकारून ती तसा प्रयत्न करते आहे, असं गृहीत धरलं तर?”

“ती कळूनसवरून तसं करते आहे.” मिसेस न्यूबर्न म्हणाली, “त्यामागं विशिष्ट मतलब आहे तिचा.”

“काय?”

“मोशेर हिग्लेच्या इस्टेटीची किंमत साधारण पंचाहत्तर हजार डॉलर आहे. त्याच्या मृत्युपत्रावरून वाटतं, की एक तर आपल्या इस्टेटीची खरी किंमत काय आहे, याची त्याला थोडीशीही जाणीव नव्हती किंवा जाताजाता नादिनला चपराक हाणायचा तरी त्याचा प्रयत्न होता.”

“त्याच्या मृत्युपत्राविषयी सांग मला.”

“मृत्युपत्राप्रमाणे तो राहत असलेलं दुमजली मोठं घर मला मिळणार आहे. त्याची गाडी, फर्निचर वगैरेही. तिचं शालेय शिक्षण पूर्ण होइपर्यंत नादिन फार त्या घरात राहू शकेल. मग त्यानं रोख रकमा देणगीदाखल दिल्या आहेत. मला आणि माझ्या नवऱ्याला काही रक्कम मिळणार आहे. एका कॉलेजला देणगी दिली आहे. मृत्युपत्राप्रमाणे कार्यवाही करणाऱ्यानं कॅप्टन ह्यूगोला थोडा काळ– म्हणजे जास्तीतजास्त चार महिने– अर्धा पगार द्यायचा आहे. नादिनचं या वर्षीचं शिक्षण संपेपर्यंत तिचा सर्व खर्चही त्यानं द्यायचा आहे. उरलेली सर्व इस्टेट त्यानं नादिनच्या नावे करून दिली आहे.

“गंमत म्हणजे दीडएक लक्ष डॉलर देणग्या द्याव्यात, असं म्हणत असताना या क्षणी त्याची इस्टेट विकूनसुद्धा जास्तीत जास्त पंचाहत्तर हजार डॉलर उभे करता येतील.”

“म्हणजे खरं तर शून्यापेक्षा कमी किमतीचीच इस्टेट त्यानं नादिनच्या नावावर केलेली आहे?” मेसननं विचारलं.

"अगदी बरोबर. मला वाटतं, भूतकाळात त्याच्या धंद्यातल्या भागीदाराबरोबर त्यानं केलेल्या करारानुसर हे घडतं आहे. एके काळी मोशेर हिग्ले खूप श्रीमंत होता. मला खात्री आहे, की मृत्युपत्रानुसार त्यानं नादिनसाठी काहीतरी तरतूद करून ठेवायची, असं बोलणं झालेलं होतं."

"त्याला नादिन आवडत नव्हती?"

"आवडत नव्हती असं मी म्हणणार नाही, पण तो तिला ओळखून होता असं म्हणेन."

"ठीक आहे. पण हे सर्व करण्यात नादिनचा मतलब काय होता, हे तू अजूनही मला सांगितलेलं नाहीस."

"नादिन खूप हुशार आहे आणि खूप कारस्थानीही आहे. मृत्युपत्राचा खरा व्यावहारिक अर्थ तिच्या बरोबर ध्यानात येत होता. वायोमिंगमध्ये माझ्या अंकल मोशेर हिग्लेची अनेक एकर जमीन होती. सध्या बाजारात तिची फारच कमी किंमत आहे.

"पण स्टॅन्डर्ड ऑईल शेजारच्याच प्रॉपर्टीवर चाचणीदाखल खूप खोलपर्यंत विहीर खणण्याच्या बेतात आहे. त्या विहिरीतून जर तेलाचा शोध लागला, तर अंकलनं मृत्युपत्रात ज्या देणग्या द्याव्यात सांगितलं आहे, त्यापेक्षा *त्या जमिनीचं मूल्यही खूपच जास्त वाढणार आहे.*"

"अंकल मोशेरला जी इस्टेट तिला कधी द्यायचीच नव्हती, ती वारसाहक्कानं तिला मिळणार आहे आणि शेवटी तिचीच मजा होणार आहे. उरलेली सर्व इस्टेट मृत्युपत्रान्वये तिच्या नावावर करण्याची तरतूद असल्यानं... परिस्थिती चमत्कारिकच बनणार आहे."

मेसनचं डोळे चमकायला लागले, "आलं लक्षात."

"तेव्हा मृत्युपत्रान्वये कुठलीही कार्यवाही करण्यास विलंब लावण्यासाठी ज्या गुन्ह्यामधून तिची निश्चित सुटका होणार आहे असा... खुनासारखा खटलाही उभा करायची तिची तयारी आहे."

"म्हणजे तुला म्हणायचं आहे, की ती काल्पनिक अशा खुनाचासुद्धा कबुलीबजाब देईल?"

"का नाही? तिचं काय नुकसान होणार आहे? कबुलीजबाब दिला, तेव्हा ती औषधांच्या अमलाखाली होती; अशी बतावणी ती करू शकली, तर कुणी तिला बोटही लावू शकणार नाही."

"ती असं काही करेल असं वाटतं तुला?"

"नक्कीच करेल, करते आहे."

"म्हणजे मनावरचं भावनांचं दडपण, मानसिक संतुलन बिघडणं या प्रकारांमागे मृत्युपत्राप्रमाणे कारवाई करण्यास उशीर लागावा एवढा हेतू आहे?"

“अर्थातच. ती काय करते आहे, ते तुझ्या ध्यानात येत नाही का? अंकल मोशेरचं दफन केलेलं शरीर उकरून काढलं जावं, अशी तिची इच्छा आहे. तिला फक्त उशीर – उशीर – उशीर करायचा आहे – वायोमिंग इथल्या जमिनीत तेल मिळेल या आशेवर – *ती तर आमच्याच पैशांनी जुगार खेळते आहे.*”

“मला वाटतं, ती तिची इस्टेट आहे.”

“मला काय म्हणायचं आहे, ते कळतं आहे तुला.”

“तर मग तू आता घरी जा.” मेसननं तिला सांगितलं, “आणि काळजी सोड. नादिननं मोशेर हिग्लेला ज्या गोळ्या दिल्या होत्या, ती चॉकलेटमध्ये ज्या गोळ्या घालत आहे असं तिला वाटत होतं, त्या त्याच होत्या. साखरेला पर्याय म्हणून वापरल्या जातात, त्या रासायनिक साखरेच्या गोळ्या.”

मिसेस न्यूबर्न चमकली. तिच्या चेहऱ्यावर आश्चर्याचे भाव उमटले.

“तेव्हा तुझ्या अंकलचा मृत्यू नैसर्गिक कारणांनीच झाला होता.” मेसन खुर्चीमधून उठत म्हणाला. “तू चिंता सोडून दे.”

“पण मला अजूनही कळत नाही की...”

मेसननं खाली वाकून गंभीरपणे तिच्याकडं बघितलं. “खात्री आहे मला, की तुला ते कळत नाही. आणि मृत्युपत्रानुसार कार्यवाही करणं लांबवणं आणि वायोमिंगच्या इस्टेटीवर तेल मिळेपर्यंत ती न विकणं या गोष्टी जर नादिन फारला फायदेशीर ठरणार असतील, तर मी तुला खात्रीपूर्वक सांगतो की तू जे आज माझ्याकडे बोलली आहेस, त्यामुळे मृत्युपत्राच्या कुठल्याही वादाबाबत निर्णय देणारा प्रोबेट जज ही इस्टेट विकण्याला प्रतिबंध केल्याशिवाय राहणार नाही.”

मिसेस न्यूबर्न खुर्चीमधून उठून उभी राहिली. काहीतरी बोलण्याच्या विचारात असताना गप्प बसली आणि खात्री नसल्याप्रमाणे दरवाजाच्या दिशेनं हळूहळू चालायला लागली; मग मेसनकडे वळून म्हणाली, “अंकल मोशेरनं जर तेल असलेली कुठलीही इस्टेट वारसाहक्कानं सोडलेली असेल, तर आमचाही तिच्यावर हक्क आहे. मी मांजरीसारखी आहे, असं आता तुला वाटत असणारच.”

“तू चुकीचं खातेस असं वाटतं मला.” मेसन कठोर स्वरात उद्गारला.

“काय?”

“दयाळूपणाच्या भावना निर्माण करणारं कुठलंही अन्न खात नाहीस तू.”

एकाएकी संतापून, डोळे वटारूनच तिनं त्याच्याकडं बघितलं.

“निरागस बालिकेचा चेहरा असणाऱ्या त्या कारस्थानी स्त्रीचा अनुभव तुलाही येईपर्यंत थांब तू. त्या वेळी तू काय करशील, ते बघणार आहे मी.”

ती रागानं पाय आपटतच दाराबाहेर पडली.

८

डेला स्ट्रीटनं मेसनच्या केबिनचं दार उघडून आत प्रवेश केला, तेव्हा वकील सुप्रीम कोर्टाच्या अहवालांच्या प्रसिद्धीपूर्व प्रती वाचत होता.

"ट्रिप कशी झाली डेला?"

ती हसली, "सूर्यस्नान करायचं, फेसाळत्या लाटांमध्ये पोहायचं, सागर किनाऱ्यावर मजेत वेळ काढायचा, अशी स्वप्नं माझ्या डोळ्यांसमोर तरळत होती."

"खून सिद्ध करणं, न्यायवैद्यक शास्त्र, व्यावसायिक नीतिमत्ता वगैरे विषयांवर माझी हॅमिल्टन बर्जरशी छानशी कायदेशीर वादावादी चालू आहे, अशी दृश्यं माझ्या डोळ्यांसमोर येत होती."

"सर्व स्वप्नंच ठरली?"

मेसननं मान डोलावली.

"झालं तरी काय?"

"सगळं चहाच्या कपामधलं वादळ ठरलं." मेसन म्हणाला, "नादिन फारला स्वयंपाकघरातल्या फळीवर रासायनिक साखरेच्या गोळ्यांची जादा बाटली सापडली. ज्या बाटलीमधल्या गोळ्या ती नेहमी वापरत होती ती ही बाटली नव्हती, हे त्या वेळी तिच्या ध्यानात आलं नाही. मोशेर हिग्लेनं चॉकलेटचा घोट घेताच वेदनेनं कळवळून तिनं त्याच्यावर विषप्रयोग केल्याचा आरोप केल्यावर ती धावतच स्वतःच्या खोलीत गेली आणि तिनं सायनाईडच्या गोळ्यांची बाटली लपवलेली जागा बघितली. त्या गोळ्यांची बाटली तिथं नव्हती. तेव्हा तिच्या लक्षात आलं, की रासायनिक साखरेच्या गोळ्यांच्या एका वेगळ्याच बाटलीमधून तिनं गोळ्या काढल्या होत्या.

"हिग्लेचा आरोप ऐकताच तिच्या दृष्टीनं तिनं तर्कशुद्ध निष्कर्ष काढला. कोणीतरी सायनाईडच्या गोळ्यांची बाटली फळीवर अशा ठिकाणी ठेवली होती, की सवयीनंच तिथल्याच बाटलीमधून काढलेल्या गोळ्या ती हिग्लेच्या हॉट चॉकलेटमध्ये घालेल आणि त्याच्यावर विषप्रयोग करेल."

"पण तिनं विषप्रयोग केलाच नव्हता?" डेला स्ट्रीटनं विचारलं.

मेसन हसला, "तिच्या सद्सद्विवेकबुद्धीला अपराधाची टोचणी लागली होती. सर्वांत वाईट अशा परिस्थितीजन्य पुराव्यावर तिनं भलताच निष्कर्ष काढला. बटण मिळालं म्हणून त्याच्यासाठी जाकीट शिवायचं आणि म्हणायचं, की ते बटण तुटलं होत, असाच प्रकार."

"पण मग नादिननं तिच्या खोलीत ठेवलेल्या सायनाईडच्या गोळ्यांचं काय झालं वाटतं तुला?"

"त्याचा आपल्याला शोध घ्यावा लागेल." मेसन म्हणाला, "कुणाच्याही नकळत, चातुर्यानं आणि तातडीनंही. मला वाटतं, की आत्महत्येचं कारण नाहीसं झालं असलं तरी, ज्या तरुण स्त्रीच्या मनात आत्महत्येचे विचार घोळत होते, तिच्या हातात सायनाईडच्या गोळ्या राहणं, ही विशेष चांगली कल्पना नाही."

"चीफ, हिग्ले हा नादिन फारचा छळ का करत होता? कशा तऱ्हेचा माणूस प्रेमात पडलेल्या एका तरुणीला सांगेल, की तिनं निघून जायला हवं आणि ज्याच्यावर तिचं प्रेम आहे, त्या तरुणाशी पुन्हा संबंधसुद्धा ठेवता कामा नये, त्याला कधी भेटता कामा नये?"

"महत्त्वाची गोष्ट ती नाही." मेसन म्हणाला.

"मग कुठली आहे?"

"ती तसं करणार होती ही."

"नव्हती करणार."

"ती आत्महत्या करणार होती. अर्थ तोच होतो. हिग्ले एक सैतानच असावा." मेसन म्हणाला. "पण फक्त नादिन फारच्या बोलण्यावर अवलंबून हिग्ले तसा होता, हे ठरवणं मला योग्य वाटत नाही. हिग्ले मेला आहे. स्वतःचा बचाव करू शकत नाही. नादिन फार त्याचा द्वेष करत होती. पण या सर्व गोष्टींचा विचार करायला आता फार उशीर झाला आहे. नादिनला कुठं सोडलंस तू?"

"किनाऱ्यावरच!"

मेसनच्या भुवया उंचावल्या.

"तिलाच तिथं थांबायचं होतं. ती खूप दडपणाखाली वावरत होती. मी जेव्हा तिला सांगितलं, की सर्व गोष्टींचं निरसन झालं आहे, तेव्हा तिची प्रतिक्रिया विलक्षण होती. तुला माहीत आहे, ती कशी आहे ते? डोळ्यांतून पाणी काढत नाही, आपली भावना मनात दाबून ठेवते. म्हणूनच ती फार तणावाखाली होती."

"आणि तिला घरी परत जायचं नव्हतं?"

"बरोबर." डेलानं उत्तर दिलं. "थोडा काळ तिला कुणालाही भेटायची इच्छा नव्हती. ती म्हणाली, की खोलीचं भाडं आगाऊ भरलेलं आहे, तेव्हा ती रात्रभर तिथंच राहील आणि सकाळी बसनं घरी जाईल."

"ती ठीक राहील असं वाटतं ना तुला, डेला?"

"वाटतं तरी तसं. तिच्या बाबतीत काही सांगणं कठीण असतं. पण ती निदान म्हणाली, की ती व्यवस्थित राहील. माझी कल्पना आहे, की तिला बहुधा जॉन लॉकीला फोन करायचा होता आणि भेटायला बोलवायचं होतं. दुसऱ्या कुणाकडून त्याला अर्धवट काहीतरी कळण्याआधी तिला स्वतःलाच त्याला सर्व सांगायचं होतं."

मेसननं मान डोलावली. "बहुधा तसंच असेल. मला वाटतं, आपण आता काम बंद करावं आणि..."

बाहेरच्या दारावर घाईघाईनं आणि पुनःपुन्हा पॉल ड्रेकची सांकेतिक टकटक ऐकू आली.

डेला स्ट्रीटनं प्रश्नार्थक मुद्रेनं मेसनकडं बघितलं.

मेसननं मान हलवूनच होकार दिला.

डेला स्ट्रीट दार उघडायला गेली. "कसा आहेस पॉल? आम्ही निघण्याचाच विचार करत होतो. पण काय झालं आहे? तुझा चेहरा का असा दिसतो आहे?"

दार बंद करून पॉल ड्रेक अशिलाच्या खुर्चीत जाऊन ताठ बसला. नेहमीप्रमाणे आरामात बसला नाही. तो पेरी मेसनच्या डोळ्यांत बघत होता.

"पेरी, मला न सांगता तू भलतीच बनवाबनवी करणार नाहीस ना?"

"नक्की काय घडलं आहे, पॉल?"

"पेरी, या वेळी *तू खरंच पकडला गेला आहेस* असं वाटतं मला. त्यांनी तुला पुराव्याबद्दल पकडलं आहे."

"तू कशाबद्दल बोलतो आहेस?"

"मी विचार करतो आहे." पॉल ड्रेक म्हणाला, "की तू खरोखर तसं काही करण्याइतका वेडा आहेस का म्हणून."

"काय केलं आहे मी?"

"टॉम्बीज लेकमध्ये स्वतःच बाटली फेकून ती शोधण्यासाठी मुलांना पैसे देणे."

"अरे देवा, पॉल!" मेसन उद्गारला, "मी तसं केलं, असं हॅमिल्टन बर्जर अप्रत्यक्षपणे उद्गारतो आहे, असं तू सांगतो आहेस का?"

"अजून त्यानं सरळसरळ तसा आरोप केलेला नाही, पण नंतर करू शकेल. या क्षणी तो फक्त खोचकपणे बोलतो आहे."

"आणि ही कल्पना कशी काय त्याच्या डोक्यात आली?" मेसननं विचारलं.

"ज्या बाटलीत सायनाईडच्या गोळ्या आहेत, असं नादिन पुनःपुन्हा सांगत होती, ती बाटली टॉम्बीज लेकचा तळ धुंडाळून काढणं... तुला मान्य करायलाच पाहिजे पेरी की..."

"ती काही पुन्हा पुन्हा वगैरे सांगत नव्हती." मेसन म्हणाला, "तिला फक्त *वाटत होतं, की त्या बाटलीत सायनाईडच्या गोळ्या असतील म्हणून.*"

"माझ्या कानावर पडलं आहे, की तिनं डॉक्टरला स्पष्टपणं आणि खात्रीनं सांगितलं होतं, की बाटलीत सायनाईडच्या गोळ्या आहेत म्हणून."

"तशा अनेक गोष्टी ऐकशील तू." मेसन म्हणाला. "मला फक्त एकच

सांग. पुरावा म्हणून ती बाटली मीच गुपचुपपणे टाकली होती, अशी कल्पना तुझ्या डोक्यात येऊन तुझं डोकं फिरवायला कुठली गोष्ट कारणीभूत ठरली आहे?''

''त्यांना दुसरी बाटली सापडली आहे.'' डेकनं उत्तर दिलं.

''काय!'' मेसन थक्क होऊन उद्गारला.

''हॅमिल्टन बर्जर आणि लेफ्टनन्ट ट्रॅग आ वासून बघत असताना तू पोलीस मुख्यालयातून निघून गेल्यावर बर्जरच्या मनात कल्पना आली, की तू नेहमीप्रमाणेच काहीतरी शक्कल लढवली असणार.''

''लेफ्टनन्ट ट्रॅगनं कार डिस्पॅचरला फोन करून घाईघाईनं एक रेडिओ कार टॉम्बीज लेकला पाठवली. पोलिसांनी पुन्हा मुलांना सूर मारायला लावले आणि त्यांना *ती बाटली* सापडली.''

''*ती बाटली* म्हणजे कुठली बाटली म्हणायची आहे तुला?''

''बरं, एक बाटली म्हणू या.'' ड्रेक म्हणाला. ''पण त्यांना *दुसरी बाटली* सापडली.''

''आणि त्या बाटलीत विशेष काय आहे?''

''पहिल्या बाटलीसारखीच बाटली. त्या बाटलीतही गोळ्या आणि छर्रे होते; *पण बाटलीमधल्या गोळ्या पोटॅशिअम सायनाईडच्या होत्या.*''

''कमालच झाली!'' मेसन उद्गारला.

''अगदी बरोबर. आता हॅमिल्टन बर्जरच्या दृष्टिकोनातून या घटनांकडे बघ. त्याची खात्री आहे, की या वेळी तो तुला अडकवू शकतो. पेरी, साक्षीदारांची उलटतपासणी घेताना तू फार नाट्यमय, नेहमीच्या प्रथा मोडून भलत्याच पद्धती वापरतोस, हे मला माहीत आहे. पण तू जर बाटलीत रासायनिक साखरेच्या गोळ्या आणि छर्रे भरून, टॉम्बीज लेकवरच्या धक्क्याच्या टोकाला जाऊन, ती बाटली मुलांना शोधता येईल, अशा रीतीनं फेकली असशील आणि नादिन फारविरुद्धचा दावा उडवून लावला असशील, तर मी म्हणेन की तू फार भयानक संकटाला निमंत्रण दिलं आहेस.''

''मी असं काही केलं, याचा काही पुरावा आहे?'' मेसननं विचारलं.

''बर्जर म्हणतो, पुरावा आहे. दोन मुलांनी तुला पाण्यात काहीतरी फेकताना पाहिलं आहे.''

''अरे देवा!'' मेसन उद्गारला, ''काय मूर्ख आहे तो! नादिननं फेकलेली बाटली साधारण किती अंतरावार पडली असेल, याचा अंदाज घेण्यासाठी मी एक दगड फेकून बघितला होता.''

''मुलांनी तुला काहीतरी फेकताना बघितलं होतं, एवढी गोष्ट डिस्ट्रिक्ट ॲटर्नीला पुरेशी आहे.''

मेसन हसायला लागला आणि अचानक गंभीर बनला. "पुढं बोल, पॉल."

"एवढंच." ड्रेक म्हणाला. "हीच कथा आहे, पेरी. सर्व गोष्टींचा पुन्हा विचार करताना डिस्ट्रिक्ट ॲटर्नीच्या मनात आलं, की *पेरी मेसन नक्की कुठली तरी वैशिष्ट्यपूर्ण युक्ती वापरेल.* तेव्हा त्यानं पुन्हा एक रेडिओ कार टॉम्बीज लेकवर पाठवली, पुन्हा मुलांना शोध घ्यायला लावला आणि त्यांना दुसरी बाटली सापडली. बर्जर पुनःपुन्हा ठासून सांगतो आहे त्याप्रमाणे *खरीखुरी बाटली.*"

"तू बर्जरच्या जागी असतास, तर त्याला जसं आत्ता वाटतं आहे, तसंच तुलाही वाटलं असतं. त्याच्या मनात आलेल्या कल्पनेप्रमाणे तो वागला आणि त्यानं पुरावा मिळवला."

"तुला ही माहिती कशी मिळाली, पॉल?"

"वर्तमानपत्रांच्या एका वार्ताहराकडून."

"हॅमिल्टन बर्जर ही बातमी वर्तमानपत्रांना देतो आहे?"

"छे! छे! तो अगदी नीतिमत्तेनं वागतो आहे. पण पोलिसांनी ती तशी दिली तर चालणार आहे त्याला आणि पोलीस त्या बातमीला नाट्यपूर्ण वळण देत आहेत. आधी मिळालेल्या बाटलीत रासायनिक साखरेच्या गोळ्या मिळाल्यानं खुनाची केस बारगळली होती. पण आपली पेरी मेसनशी गाठ आहे, हे हॅमिल्टन बर्जरला ठाऊक होतं. कायद्याच्या वर्तुळात पेरी मेसनची हुशार, युक्तिबाज, कल्पक अशी ख्याती आहे, याचीही त्याला जाणीव होती. हॅमिल्टन बर्जरला खात्री होती, की पेरी मेसननं संधी साधून जी बाटली सरोवरामधून मिळवली होती, ती नादिन फारनं जी बाटली फेकली आहे अशी कबुली दिली होती, तीच बाटली आहे असा प्रत्यक्ष पुरावा नव्हता.

"हॅमिल्टन बर्जरची खात्री होती, की तो तर्कशुद्ध विचार करत होता. त्यानं माग सोडला नाही. दुसरी बाटली शोधण्यासाठी त्यानं मुलांना पुन्हा पाण्यात सूर मारायला लावले आणि त्यांना दुसरी बाटली मिळालीही. त्यात सायनाईडच्या गोळ्या असाव्यात, कारण त्या गोळ्यांना सायनाईडचा विशिष्ट वास येतो आहे. गोळ्यांचं पृथक्करण चालू आहे."

मेसननं डेला स्ट्रीटला खूण केली आणि नादिनला फोन लावायला सांगितला.

डेलाची बोटे सराईतपणे फोनच्या डायलवर फिरली.

मेसननं सिगारेट पेटवली.

ड्रेकनं चिंतेच्या स्वरात विचारलं, "पेरी, तू तसं काही केलेलं नाहीस ना? नाही ना?"

"काय केलं नाही?"

"ती बाटली... तू बनवाबनवी केली नव्हतीस ना?

“मी मूर्ख आहे असं वाटतं का तुला, पॉल?” मेसननं विचारलं.

“पण तू जर खरंच तसं करून पकडला गेला नसतास, तर ती काय कौशल्यानं पार पाडलेली हिकमत ठरली असती. डोकेबाज कल्पना– सगळ्या कोड्यांची समाधानकारक उकल – सर्वांनी हॅमिल्टन बर्जरची टर उडवली असती.”

“दुसऱ्या शब्दांत सांगायचं, तर हॅमिल्टन बर्जर जिला पेरी मेसनचा छाप असणारी वैशिष्ट्यपूर्ण युक्ती म्हणतो ती.” मेसननं आपला संताप कसाबसा आवरून धरत म्हटलं.

“गैरसमज करून घेऊ नकोस, पेरी.” ड्रेक म्हणाला. “मी आपला फक्त विचारत होतो.”

“तुझ्या माहितीसाठी म्हणून सांगतो, पॉल, की ती युक्ती वगैरे काहीही नव्हती. पोलिसांच्या कथेतले कच्चे दुवे उघडकीला आणण्यासाठी मी काही गोष्टी करतो. साक्षीदाराच्या साक्षीतला फोलपणा दाखवण्यासाठी, त्याची कल्पना किती चुकीची आहे सिद्ध करण्यासाठी वस्तुस्थितीची पूर्ण जाणीवही करून देतो. पण खुनाचा दावाच उभा राहू नये म्हणून भलतेच पुरावे ठेवू देत नाही.”

ड्रेकच्या चेहऱ्यावर समाधान पसरलं. तो खुर्चीत रेलून बसला. “ठीक आहे. पण तू तसं काही केलं नाहीस हे कसं सिद्ध करणार आहेस, हे माझ्या अजिबात लक्षात येत नाही.”

“मी तसं काही केलं आहे, हे सिद्ध करण्याचं काम आपण हॅमिल्टन बर्जरवर सोडू या.”

डेकनं नकारार्थी मान हलवली. “जनमत लक्षात घ्यायचं, तर ते त्यानं आधीच सिद्ध केलं आहे. एखादा माणूस म्हणतो की ‘मला वाटतं हा जादूगार हॅटमधून बहुतेक ससा बाहेर काढणार आहे. त्याचं म्हणणं बरोबर असेल तर रेशमी हॅटमध्ये त्याला ससा सापडेल.’ मग तो रेशमी हॅटमध्ये बघतो आणि ससा बाहेर काढतो. लोकांच्या मते त्यानं त्याचं म्हणणं सिद्ध केलेलं असतं.”

टेलिफोन करणाऱ्या डेला स्ट्रीटनं वर बघत म्हटलं, “मोटेलमधून सांगत आहेत, की मिस फारनं मोटेल सोडलं आहे.”

“कोण बोलतं आहे फोनवर?”

“मॅनेजर. एक स्त्री आहे.”

“मला बोलू दे तिच्याशी.”

मेसननं फोन उचलत म्हटलं, “नमस्कार. तुला त्रास द्यावा लागतो आहे, याचं मला वाईट वाटतं. मी मिस फारबद्दल माहिती मिळवण्याच्या प्रयत्नांत आहे. तू म्हणते आहेस, तिनं मोटेल सोडलं म्हणून?”

“बरोबर. ती फारच थोडा वेळ थांबली होती.”

“ती कशी गेली सांगू शकशील?”

“एक तरुण आला होता. त्यानं मिस फारच्या खोलीचा नंबर विचारला. मी तो त्याला दिला, पण त्याच्यावर जरा लक्षही ठेवलं. एकएकट्या स्त्रिया आपल्या नावानं राहतात, तेव्हा आम्हालाही जरा काळजी घ्यावी लागते.

“मिस फार आणि दुसरी एक स्त्री बरोबर आल्या, पण दोघींनी वेगवेगळ्या खोल्या घेतल्या म्हणून मला आधी जरा संशय वाटत होता. ते बहुधा ठीकच असावं, कारण तो तरुण आल्यानंतर काही मिनिटांतच मिस फारनं मोटेल सोडलं आणि दोघं एका गाडीत बसून निघून गेले.”

“साधारण किती वेळ झाला?” मेसननं विचारलं.

“दहा-पंधरा मिनिटांपेक्षा जास्त नाही. आता तू कोण आहेस आणि नादिन फारबद्दल का चौकशी करतो आहेस, असं विचारू शकते मी?”

“मी तिच्या पालकांसाठी चौकशी करतो आहे. खूप आभारी आहे मी तुझा.”

फोन ठेवून मेसन पॉल ड्रेककडं वळला. “पॉल, सर्व काही आता मूळ पदावर आलं आहे.”

“म्हणजे?” ड्रेकनं विचारलं.

“तू या प्रकरणाबद्दल तक्रार करत होतास. तुला धावपळ करत कामं उरकायची इतकी सवय जडली आहे, की सावकाशपणे कामं करायचीच नसतात. आता आरामात करण्याची कामं संपली आहेत. तू तुझ्या नेहमीच्या पद्धतीनं कामाला लाग. हवे तितके ऑपरेटिव्ह्ज नेम. रात्री कामं कर. टेलिफोन हातामधून सोडूही नकोस.”

“काय पाहिजे तुला?”

“जे जे तुझ्या हाताला लागेल ते.” मेसननं उत्तर दिलं. “नादिनचं ज्याच्यावर प्रेम आहे, त्या जॉन ॲव्हिंग्टन लॉकीबरोबर ती पंधरा मिनिटांपूर्वी समुद्र किनाऱ्यावरील हाय-टाइड मोटेलमधून निघून गेली. मला त्याच्याबद्दल माहिती हवी आहे. मोशेर हिग्लेचा पूर्वेतिहास शोधून काढ. मिस्टर आणि मिसेस जॅक्सन न्यूबर्न यांचीही माहिती मिळव. पोलीस या प्रकरणात काय करत आहेत, याचा तपास कर. थोडक्यात या प्रकरणाशी संबंधित सर्वांची, सर्व काही माहिती मला हवी आहे.”

पॉल ड्रेक म्हणाला, “कॅप्टन ह्यूगो ही व्यक्ती या क्षणाला माझ्या कार्यालयात बसली आहे. तो मोशेर हिग्लेसाठी वर्षानुवर्षं काम करत होता. वेगळाच माणूस वाटतो. मी त्याला सुचवलं आहे, की त्यानं इथे येऊन तुझी भेट घ्यावी म्हणून.”

“कधी?” मेसननं विचारलं.

“मी त्याला कार्यालयीन वेळात येऊन माझ्या कार्यालयात थांबायला सांगितलं होतं. पण दुसऱ्या बाटलीबाबत मला माहिती मिळत असतानाच तो माझ्या कार्यालयात आला. मी त्याला तिकडेच बसवून घाईघाईनं इकडं आलो आहे.”

"त्याला काय ठाऊक आहे?''

"सर्व काही.''

"पुढं बोल.''

"हिग्लेच्या घरची सर्व कामं करणारा माणूस. मोशेर हिग्लेबरोबर तीस वर्षं काम करत होता. माझ्या माणसांनी त्याच्याशी गप्पा मारल्यावर त्यांच्या ध्यानात आलं, की कॅप्टन ह्यूगो असा माणूस आहे, की ज्याच्या नजरेमधून काहीही निसटत नाही. माझ्या माणसानं ह्यूगोबरोबर झालेल्या बोलण्याचा गोषवारा मला सांगितला आणि म्हणाला, की मी स्वतःच त्याच्याबरोबर बोलायला पाहिजे. पाल्हाळ लावून बोलणारा स्थानिक माणूस. तो बोलतो, ते नंतर शब्दांत मांडणंही कठीण आहे. तेव्हा माझ्या मनात आलं, की प्रथम मीच त्याचा अंदाज घ्यावा आणि त्याच्या बोलण्यात काही अर्थ असेल, तर नंतर त्याला तुझ्याकडं पाठवावं.''

"कबूल झाला तो यायला?''

"आधी यायचं नव्हतं त्याला.'' ड्रेकनं सांगितलं. "खूप कामं असतात म्हणाला. माझ्या माणसानं त्याला माझ्याशी बोलण्यासाठी दहा डॉलरची लालूच दाखवली, तेव्हा त्यानं ताबडतोब दहा डॉलर घेऊन टाकले. हिग्लेनं त्याच्यासाठी काहीच पैसे ठेवलेले नाहीत.''

"पॉल, तुझ्या कार्यालयात जा आणि त्याला इकडं घेऊन ये.''

"आणखी काही?'' ड्रेकनं विचारलं.

"तुझा माणसांना कामाला लाव.'' मेसन म्हणाला. "सर्व माहिती एकत्र कर. काय काय सत्य गोष्टी आपल्याला प्रथम समजतात, ते बघू या. प्रयत्न तरी सुरू कर.''

"हे किती गंभीर ठरणार आहे?''

"काय गंभीर ठरणार आहे?''

"त्याला मिळावी म्हणून तूच ती बाटली सरोवरात फेकली होतीस, असा जो आरोप हॅमिल्टन बर्जर करतो आहे...''

"खूपच गंभीर.'' मेसन म्हणाला. "मी चेहरा काळानिळा होईपर्यंत घसा खरवडून सांगत बसलो, की मी निरपराध आहे तरी कोणी विश्वास ठेवणार नाही. तो इतका धूर्तपणे टाकलेला डाव ठरला असता, की लोक त्यामागच्या नीतितत्त्वांचा विचारही करणार नाहीत. हसून म्हणतील, की पुराव्यात गडबड करताना मी पकडला गेलो.

"पण मी बघतो काय करायचं ते. मला काळजी आहे ती त्यामुळे नादिन फारवर काय परिणाम होईल याची.''

मेसन डेला स्ट्रीटकडे वळला. "डॉ. डनेअर कुठं जाणार होता, याची काही कल्पना आहे, डेला?''

तिनं नकारार्थी मान हलवली. "त्याच्या कार्यालयात फोन करून मी..."

"नको. त्या परिचारिकेचा पोलीस डिटेक्टिव्हशी संबंध आहे. टेपरेकॉर्डिंगबद्दल म्हणूनच बहुधा पोलिसांना कळलं होतं. ठीक आहे, पॉल, तू झपाट्यानं कामाला लाग आणि त्या कॅप्टन ह्यूगोला घेऊन ये इकडे."

ड्रेक उठून दाराच्या दिशेनं निघाला, दाराच्या मुठीवर हात ठेवून थांबला. "पेरी, तुला सर्व कामं अगदी तातडीनं करून हवी आहेत ना?"

मेसननं मान डोलावली.

"मग एखादे वेळी मला जास्त पैसे खर्च करणं भाग पडेल... जलद माहिती मिळवायची, माग काढायचा धागे-दोरे मिळवायचे..."

"हवे तितके पैसे खर्च कर, पॉल, पण माहिती काढ," मेसननं सांगितलं.

पॉल ड्रेक निघून गेल्यानंतर डेला स्ट्रीटनं मेसनकडं बघितलं. त्याच्या डोळ्यांत उमटलेली काळजी लपू शकत नव्हती."

"*काय घडलं असेल असं वाटतं तुला,* चीफ?" डेलानं विचारलं.

मेसननं खांदे उडवले.

"तिनं दिलेल्या कबुलीजबाबाचा नंतर विचार करायला लागल्यावर नादिननंच रासायनिक साखरेच्या काही गोळ्या मिळवून, त्या एका बाटलीत भरल्या, त्यात छर्रेही भरले आणि ती बाटली धक्क्यावर जाऊन सरोवरात फेकली, असं तर नसेल?"

"ती हे कशासाठी करेल?" मेसननं विचारलं. "अरे देवा! पण का नाही? शंभरपैकी नव्याण्णव वेळा तीच शक्यता दिसते."

"चीफ, सर्व घटना कशा घडल्या ते बघ. नादिननं ट्रुथ सेरम चाचणी घेतली. तिला बहुतेक वाटलं असेल, की ती तिच्या बोलण्यावर ताबा राखू शकेल. ती तसं करू शकली नाही. मोशेर हिग्लेच्या मृत्यूबद्दल तिनं सर्व सांगून टाकलं. आपण नंतर तिला टेपरेकॉर्डिंग ऐकवलं. तिनं विचार करण्यासाठी चोवीस तासांची मुदत मागून घेतली. तिला जे काही करायचं होतं, ते एकट्यानंच करायचं होतं. इथून निघून जाताना डॉ. डनेअरच्या गाडीत बसून जायचीही तिची तयारी नव्हती. आठवतं का?

"रासायनिक साखरेच्या काही गोळ्या घ्यायच्या, छर्रे घ्यायचे, एका बाटलीत भरायचे, धक्क्यावर जाऊन बाटली सरोवरात फेकून द्यायची आणि नंतर वाट बघत बसायचं, याच्याशिवाय तिच्या दृष्टीनं दुसरी तर्कशुद्ध गोष्ट काय असू शकते? कधीतरी शोध घेतला जाणारच होता, याबद्दल तर संशयच नव्हता."

"असा सर्व विचार करायचा, तर ती फारच हुशार असली पाहिजे." मेसन विचार करत म्हणाला.

"हं." डेला म्हणाली. "स्त्रियाही हुशार असतात, माहीत आहे ना?"

"माहीत आहे," मेसन म्हणाला. "तुला समजून घ्यायला आवडेल, की मोशेर हिग्लेची पुतणी मिसेस जॅक्सन न्यूबर्न मला नादिन फारबद्दल धोक्याची सूचना द्यायला आली होती."

"तिला नादिनबद्दल काय वाटतं?"

"तिचं मत तुझ्यासारखंच आहे."

डेला स्ट्रीट काही बोलायच्या आतच केबिनच्या दारावर ड्रेकची सांकेतिक टकटक ऐकू आली.

डेला स्ट्रीटनं दार उघडताच पॉल ड्रेक म्हणाला, "हा कॅप्टन ह्यूगो. तुझ्याबरोबर बोलायला आला आहे, पेरी. मी निघतो. फोनवर माहिती मिळते आहे. तुला काही हवं असेल, तर फोन कर मला. मी ताबडतोब येईन."

९

"तू मेसन आहेस तर, वकील," पाय घासत येणारा कॅप्टन ह्यूगो म्हणाला. त्यानं आपला उजवा हात पुढे केला.

"बरोबर," मेसन म्हणाला, "आणि तू कॅप्टन ह्यूगो."

"मीच तो."

मेसन क्षणभर त्याच्याकडे बघत उभा राहिला. कॅप्टन ह्यूगो ताठ उभा राहू शकला असता, तर त्याची उंची सहा फूट तरी भरली असती, पण वयोपरत्वे तो खाली मान घालून चालायला लागला होता. डोकं थोडं पुढं झुकलेलं. खांदे गोलाकार. फारच लुकडा वाटत होता. पोट पुढे आलेलं आणि थोडं सुटलेलंही. त्याची मान, दंड, मनगटं फार बारीक होती. गालफडं वर आलेली. टोकदार हनुवटी. मोठं कपाळ. मान पुढं करण्याची सवय झाल्यानं कुणाच्या नजरेला नजर द्यायची, तर त्याला मान वर करून बघावं लागत असे. तो हळूच थोडं बाजूला आणि वर डोकं करून, भुवया उडवून ते साध्य करू शकत असे. बहुतेक काळ जमिनीकडे नजर लावून बसलेला असे. मधूनमधून मान वर करून बघण्याची सवय त्याला लागलेली होती.

मेसननं सांगितलं, "बसून घे, कॅप्टन. पॉल ड्रेकनं सांगितलं, की तू एक कुतूहल निर्माण करणारा माणूस आहे म्हणून. तेव्हा मला काही प्रश्न विचारायचे आहेत."

"विचार ना." कॅप्टन ह्यूगो सावकाशपणे म्हणाला. त्याला हेल काढून बोलण्याची सवय असावी. फक्त बसून बोलण्यासाठी त्यांनी मला दहा डॉलर दिले आहेत.

आयुष्यातली सर्वांत सहजपणे केलेली कमाई. कशाबद्दल बोलायचं आहे तुला?''

तो खुर्चीत सावरून बसला. हात गुडघ्यांवर. एकदा मान वर करून त्यानं मेसनकडं बघितलं. मग आरामात बसला. मेसनला फक्त त्याच्या नाकाचा शेंडा दिसत होता आणि दाट पांढऱ्या भुवया. टक्कल असलेल्या डोक्यावर प्रकाश चमकत होता.

''पोलिसांनी मोशेर हिग्लेच्या मृत्यूची चौकशी चालवली आहे, असं मला कळलं आहे.'' मेसन म्हणाला.

या वेळी डोकं खाड्कन वर आलं. दाट भुवयांआडून करड्या रंगाचे डोळे चमकले.

''काय बोलतो आहेस तू?'' कॅप्टन ह्यूगोनं विचारलं.

''मला तरी तसंच कळलं आहे.''

क्षणभर मान वर करून कॅप्टन ह्यूगो मेसनकडं बघत राहिला. त्याची पाठ दुखल्याप्रमाणे त्यानं डोकं पुन्हा खाली घातलं.

''चौकशी करण्यासारखं काही नाही त्यात. आपण सगळे जण एक दिवस जसं मरणार आहोत, तसाच तो मेला. मला कळलं आहे, की कुठल्या तरी डॉक्टरनं नादिनला औषधं दिली आणि तिनं गुंगीत असताना भलतंच स्वप्न बघितलं. पोलीस अशा स्वप्नांची चौकशी करत बसले, तर खरे गुन्हेगार खूश होतील. खऱ्या गुन्ह्यांमध्ये लक्ष घालायला पोलिसांना वेळच मिळणार नाही. पार दमछाक होईल त्यांची.''

''तो मेला, तेव्हा तू होतास त्याच्याबरोबर?'' मेसननं विचारलं.

''होतो की.''

''म्हणजे त्याच्या खोलीत होतास?''

''नाही. मी जेवणाच्या खोलीमधल्या खिडक्या धूत होतो. सहसा हे काम मी करत नाही. बायकांनी करायला पाहिजे असं काम आहे ते, पण खिडक्या फार घाणेरड्या झाल्या होत्या आणि हल्ली कामाला बायका मिळत नाहीत. आमच्याकडे, सांगण्यासाठी का होईना, एक हाउसकीपर आहे. आठवड्यातून एकदा येते आणि तासाला एक डॉलर घेते. दर वेळी मनात विचार आला तरी संताप होतो माझा.''

''तू दर तासाच्या बोलीनं पगार घेतोस का?''

''मी?'' कॅप्टन ह्यूगोनं पट्कन एकदा मेसनकडं नजर टाकत विचारलं, दुसऱ्या क्षणी त्याची नजर पुन्हा खाली वळली. ''छे! मी तासावर वगैरे काम करत नसतो. मला वाटतं, आता मला काही कामही मिळणार नाही. म्हाताऱ्या मोशेरनं माझे पैसे मिळणंच बंद करून टाकलं आहे. दोष नाही देत त्याला. पण मी म्हाताऱ्या मोशेर हिग्लेबरोबर इतकी वर्षं काम करत आलो आहे, की दुसऱ्या कुणासाठी काम करणं मला जमणारही नाही. तो मला समजून घेत होता आणि मी त्याला.''

"आता काय करणार तू?"

"म्हाताऱ्या मोशेरनं अर्ध्या पगारावर चार महिने मला कामावर ठेवलं आहे. जास्त दिवस ठेवून काही उपयोगही झाला नसता म्हणा. इस्टेटीमधून पैसा मिळणं शक्य नाही. वायोमिंगच्या प्रॉपर्टीवर तेल मिळालं तरच. पुतणीचा नवरा तेल उद्योगातला तज्ज्ञ आहे. त्याला वाटतं, की त्या प्रॉपर्टीवर नक्की तेल मिळणार आहे. ती प्रॉपर्टी त्याला विकावी म्हणून गेले अठरा महिने तो मोशेरच्या मागं होता. मोशेरनं त्याला स्वच्छ शब्दांत नकार दिला. नातेवाइकांबरोबर व्यवहार करणं त्याला अजिबात आवडत नसे." कॅप्टन ह्यूगो स्वतःशीच हसला. त्याचे हडकुळे खांदे हलायला लागले. डोकंही हलायला लागलं.

"तेच खरं कारण होतं?" मेसननं विचारलं.

"मुळीच नाही." कॅप्टन ह्यूगो म्हणाला, "मोशेरला वाटत होतं, की तो थोडा काळ थांबला तर त्याला जास्त पैसे मिळतील. जॅक्सन न्यूबर्नचा त्या प्रॉपर्टीवर डोळा आहे, असं त्याला नेहमीच वाटत होतं आणि ते खरंही होतं. प्रयत्न केल्याबद्दल मी त्या पोराला दोष देणार नाही. पण मोशेर त्याच्यापेक्षा फार हुशार होता. न्यूबर्न देत असलेल्या पैशात तो ती प्रॉपर्टी विकायला तयार नव्हता."

"आणि नादिन फार?"

"मी बघितलेली सर्वांत चांगली मुलगी." कॅप्टन ह्यूगोनं सांगितलं, "चित्रातल्याप्रमाणे सुंदर. गोड वागणारी. आसपास असली तरी छान वाटायचं. ती तिथं राहत होती, अभ्यास करत होती, जमेल तेव्हा मला मदत करत होती. मोशेरशीही गोड वागायची. पण मोशेरला तिची काही किंमत नव्हती. फार वाईट वागायचा तिच्याशी. कधीकधी माझंही डोकं फिरायचं त्याच्या तशा वागण्यानं."

"तू मोशेर हिग्लेसाठी किती वर्षं काम करतो आहेस?" मेसननं विचारलं.

"साधारण तीस वर्षं. त्याची पत्नी जिवंत होती, तेव्हा मी शोफर आणि माळी म्हणून काम बघत असे. मग ती मेली. मोशेर एकटाच राहायला लागला. मग मी अनेक कामं हातात घ्यायला लागलो. प्रथम मी त्याच्यासाठी आणि माझ्यासाठी जेवण बनवायला सुरुवात केली. आम्हाला जास्त कशाची गरज नव्हतीच. मोशेरला आवडे त्याप्रमाणे कोंबडी शिजवायची, इतर गोष्टी बनवायच्या. मीदेखील म्हाताराच बनत आहे, मिस्टर मेसन."

"तुझं काम गमावल्यावर आता काय करायचा विचार आहे तुझा?" मेसननं विचारलं.

"दक्षिणेला जाणार. ज्या नदीत कॅटफिश सापडतात, त्या नदीच्या काठावर एका छोट्याशा झोपडीत राहणार. पत्र्याची झोपडी बांधून राहायचं. सुखानं दिवस काढता येतील. कॅटफिश असणारी नदी हवी. माझी काळजी नको करू. मजेत जगेन मी."

“तुला वाटत नाही, की एकूण परिस्थितीचा विचार करून मोशेर हिग्लेनं तुझ्या उतरत्या वयात तुझी काळजी घ्यायला हवी होती?”

“कशासाठी?”

“तू कितीतरी वर्षं इमानदारीनं त्याची सेवा केली आहेस.”

“त्या कामाचा पगार देत होता तो. मला विचारशील तर तो माझं काही देणं लागत नव्हता आणि मीदेखील त्याचं काही देणं लागत नाही.”

“सध्या आता तू त्या घरामध्ये काय कामं करतोस?” मेसननं विचारलं.

“बसून राहतो. कोणीतरी मला घराबाहेर काढण्याची वाट बघत थांबलो आहे. मला वाटतं, की आवश्यक त्या गोष्टी पुऱ्या केल्या, की ते प्रॉपर्टी विकूनच टाकतील.”

“त्याची पुतणी आणि नवरा त्या घरात राहणार नाहीत?”

“शक्यच नाही. ते आहेत तिथंच ठीक आहेत.”

“माझी इच्छा आहे, की तू मला नादिन फारबद्दल काहीतरी सांगावंस आणि मोशेर हिग्ले मरण पावला, त्या दिवशी काय घडलं याबद्दलही.”

“सांगितलं आहे आधीच.”

“नादिन फार कशी काय मोशेर हिग्लेबरोबर राहायला लागली?”

“त्यानंच बोलावून घेतलं तिला.”

“आपण मोशेर हिग्ले मरण पावला, त्या दिवसाकडे वळू या.” मेसन म्हणाला. “त्या दिवशी काय काय घडलं, ते आठवतं तुला?”

“पाच मिनिटांपूर्वी झालेल्या गोष्टी आठवतात, त्याप्रमाणे सगळं आठवतं.”

“तू खिडक्या धूत होतास?”

“बरोबर.”

“हिग्लेसाठी एखादी परिचारिका ठेवलेली होती का?”

“दोन होत्या. एक दिवसा काम करत असे आणि एक रात्री.”

“परिचारिकांचं शिक्षण घेतलेल्या?”

“नाही. काम करणाऱ्या. बारा बारा तासांची पाळी.”

“त्याला काय झालं होतं?”

“काहीतरी हृदयाचं दुखणं.”

“जाडजूड होता?”

“मेला तेव्हा तेवढा जाड नव्हता. आधी खूप वजन होतं त्याचं. डॉक्टरांनी कमी केलं. मेला तेव्हा वजन साधारण एकशे पंचाऐंशी असेल.”

“आणि तो शनिवार होता?”

“बरोबर. शनिवारची दुपार. शनिवारी मिस नादिन सर्व कामं करत असे.

घराकडे बघत असे. दुपारी दिवसपाळीच्या परिचारिकेला थोडी विश्रांती घेऊ देत असे. नादिन खूप चांगली वागते लोकांशी. फार छान मुलगी आहे.''

''आणि पुतणी? ती त्याच्या बरोबर घरी राहत नसे?''

''मिसेस न्यूबर्न? ती राहणं शक्यच नव्हतं. मग तिला थोडं काम करायला लागलं असतं ना. तिला ते अजिबात आवडलं नसतं. हातावर डाग पडले असते तिच्या. ती अपार्टमेंटमध्ये राहते. बटण दाबलं, की डिशेश धुतल्या जातात असं घर. घरातली हवाही चांगली असते. उन्हाळ्यात थंड आणि हिवाळ्यात उबदार.''

''त्यासाठी पैसे पडतात?'' मेसननं विचारलं.

''बहुतेक. मी त्यांना कधी विचारलं नाही, त्यांनी मला कधी सांगितलं नाही. तशा वस्तूंची किंमत काय असते, मला कळणार नाही; कारण तशी साधनं विकत घ्यायला मी कधी दुकानात गेलेलो नाही. माझ्यासारख्याला त्यांचा काही उपयोग नाही.''

'मिसेस न्यूबर्न आणि तिचा नवरा मधूनमधून मोशेर हिग्लेला भेटायला येत असत?''

''येत होते की. त्यांना संबंध राखायचे होते. पण प्रत्येक वेळी ते आले, की नादिनला वाईटसाईट बोलत. खरंच सांगतो, ते ज्या तऱ्हेनं त्या मुलीला वागवत तो गुन्हाच होता. पण तरीही नादिन सर्व सहन करून कशी काय गोड वागत असे, हे मला माहीत नाही. पण तशी ती वागत होती खरी.''

''ज्या दिवशी मोशेर हिग्ले मरण पावला, त्या दिवशी ते त्याला भेटायला आले होते?''

''मिसेस न्यूबर्न आली होती... एक मिनिट थांब... दोघंही आले होते. आत जाऊन त्याच्याशी बोलले आणि...''

''ती कुठली वेळ होती?''

''अकरा वाजण्याच्या आसपास. मग जॅक्सन न्यूबर्ननं सांगितलं, की त्याला काहीतरी काम आहे आणि तो त्याच्या गाडीत बसून निघून गेला. तो दुपारी परत येऊन त्याच्या बायकोला घेऊन जाणार होता आणि तो तसा तिला घ्यायला आलाही होता.''

''आणि त्यानंतर किती वेळानं हिग्ले मरण पावला?''

''जास्त वेळ नाही गेला.... मिस नादिन त्याचं जेवण बनवत होती. विचित्र म्हातारा होता. ज्या गोष्टी खायला त्याला बंदी होती, त्याच त्याला आवडत असत. पथ्यपाण्याच्या बाबतीत तो थोडी बनवाबनवीही करत असे. साखरेला पर्याय असणाऱ्या सर्व गोष्टी खायचा. काही अपाय होत नाही त्यामुळे, तो म्हणत असे. मला माहीत नाही. अपाय होत असेल किंवा नसेलही. माझं वजन कधी

वाढलंच नाही, तेव्हा मला कळणार नाही. मी मला हवं ते खातो. आता म्हातारा बनत चालल्यानं मला जास्त खायची इच्छा होत नाही एवढंच.''

''आणि नंतर काय झालं?''

''मग मिस नादिन त्याच्यासाठी टोस्ट आणि साखरेच्या ऐवजी काय त्या गोळ्या वापरतात, त्या घालून हॉट चॉकोलेट घेऊन गेली. ती त्याच्याकडं गेली... माहीत नाही पण दहाएक मिनिटं झाली असतील. मी आत येऊन जेवण करायचा विचार करत होतो आणि मी मिस नादिन किंचाळल्याचं ऐकलं–''

''आणि मग?''

''ती धावत खाली आली आणि तिनं डॉक्टरला फोन केला. पुन्हा धावत वर गेली. मीही वर गेलो. मोशेर धापा टाकत होता, झटके देत होता. त्याचा श्वास कोंडायला लागला होता. मग मेला तो. म्हणजे मला तरी तसं वाटलं.''

''डॉक्टरला यायला किती वेळ लागला?''

''खूप वेळ नाही लागला. दहा मिनिटं असतील– किंवा पंधराही.''

''नंतर काय झालं?''

''डॉक्टरनं त्याच्याकडे बघितलं. छातीवर मुठीनं मारलं आणि म्हणाला, मेला आहे. खूप यातना न होता गेला, ते बरं झालं. मिस नादिनचं मन थाऱ्यावर नव्हतं. तिलाही काहीतरी औषध घे म्हणाला.''

''त्यानं काही औषध दिलं तिला?''

''हो. एक-दोन गोळ्या दिल्या आणि झोपायला सांगितलं. तो बाकीची व्यवस्था बघेल म्हणाला.''

''आणि मिस नादिननं काय केलं?''

''स्वयंपाकघरातून ती आपल्या खोलीत निघून गेली.''

''तिच्या खोलीत जाण्यासाठी स्वयंपाकघरामधून जावं लागतं?''

''बरोबर. विशेष चांगली खोली नव्हती तिची. बेसमेंटमध्ये आहे. छोटासा शॉवर वगैरे. मोशेरनं एखाद्या गेस्टरूममध्ये–पाहुण्यांसाठीच्या खोलीत–तिची सोय का केली नाही, ते मला कधी कळलं नाही. त्यामुळे तीही त्याच्या जवळपास राहिली असती. त्याच्याकडं पोहोचण्यासाठी सगळं घर ओलांडून जाण्याची तिला गरज पडली नसती.

''पण मोशेरनं कधी तसा विचार केला नाही. त्याच्याकडे पाहुणे कधीही येत नसले, तरी ती पाहुण्यांसाठीच्या खोल्या त्याला नेहमी तयार असायला लागत. विक्षिप्त होताच तो म्हातारा. त्यानं विजेची घंटी बसवून घेतली होती. बटण दाबलं की मिस नादिनच्या खोलीत गजर वाजे आणि तिला धावत त्याच्याकडे यावं लागे. अर्थात परिचारिका नेमल्यावर घंटीची तेवढी आवश्यकता राहिली नाही. परिचारिकांना बोलवून घेण्यासाठी दुसरी घंटी होती. रात्री परिचारिका त्याच्या जवळच

असे. लक्ष ठेवत असे. विशेष काम नसे. तो झोपला की ती झोपे. त्याला झोप यावी म्हणून काहीतरी देत असणार. पण त्याची प्रकृती बिघडली तर डॉक्टरला कळवण्यासाठी, काहीतरी औषध देण्यासाठी परिचारिका होत्या.''

''त्यांच्या येण्यामुळे तुझ्यावरचा कामाचा भार कमी झाला का?''

''अजिबात नाही. मिस नादिनला आणि मला त्यांच्यासाठीच जेवण बनवावं लागायचं. रात्रपाळीच्या परिचारिकेला मध्यरात्री काहीतरी गरम पेय हवं असे. मला बायकांनी घरात गर्दी केलेली अजिबात आवडत नाही. मिस नादिनसारख्या मदत करणाऱ्या असल्या तर ठीक आहे. दादागिरी करणाऱ्या आणि पॅन्ट घालणाऱ्या स्त्रियांसाठी मी वीस वर्षं जेवण बनवतो आहे. मी काही खास जेवण बनवू शकत नसलो, तरी अन्न शिजवू शकतो. या स्त्रिया मलाच आज्ञा द्यायला लागल्या. कुठली गोष्ट कशा तऱ्हेनं करायची, हे कसं शिजवायचं आणि ते कसं शिजवायचं शिकवायला लागल्या.''

''मग तू काय केलंस?''

''काही केलं नाही. कायम ज्या तऱ्हेनं जेवण बनवत आलो होतो, तशाच तऱ्हेनं ते बनवणं सुरू ठेवलं. साधं पण चांगलं अन्न. हवं तर खातील, नाहीतर राहतील उपाशी. मला अजिबात पर्वा नव्हती.''

''मोशेर हिग्लेनं कधी त्यांना हवं त्याप्रमाणे अन्न बनवण्याचा प्रयत्न कर असं तुला सुचवलं होतं?''

''तो काय सुचवणार? तो मला चांगला ओळखून होता. एक शब्द बोलला असता, तर निघून गेलो असतो मी.''

''इतक्या वर्षांच्या नोकरीनंतर?''

''मी त्याचं काही देणंघेणं लागत नव्हतो आणि तो माझं काही देणंघेणं लागत नव्हता. पण आमचं जमत होतं एवढंच. त्याच्यासारख्या स्वभावाच्या माणसाबरोबर काम करायला त्याला दुसरं कुणी मिळणं शक्य नव्हतं. आणि मला या वयात दुसरं काम मिळणं शक्य नव्हतं.''

''नादिन फार कशी काय हिग्लेबरोबर राहायला आली?''

''त्यानं बोलावून घेतलं तिला.''

''ते तू आधीच मला सांगितलं आहेस; पण का बोलावलं?''

''तिला राहायला घर मिळावं म्हणून.'

''आणि तिला राहायला घर मिळवून देण्याची इच्छा त्याला का झाली?''

''त्यालाच विचार.''

''त्याला विचारू शकत नाही. मेला आहे तो. म्हणून तुला विचारतो आहे.''

''तो तिच्या आईला ओळखत होता. कसा काय ओळखत होता, कधीपासून

ओळखत होता असले प्रश्न विचारू नकोस. अशा गोष्टींबद्दल बडबड करणाऱ्यांपैकी मी नाही.''

"नादिन फार त्याचीच मुलगी असण्याची काही शक्यता?"

"आता मला कसं कळणार ते?"

"मला वाटलं, की एखादे वेळी ते तुला माहीत असेल. तू म्हणतोस, की तो नादिनच्या आईला ओळखत होता?"

"रात्री तो बाहेर पडला, की विजेरी घेऊन मी काही त्याच्या मागंमागं जात नव्हतो.''

"पोलीस म्हणत आहेत, की हिग्लेच्या मृत्यूच्या वेळच्या सर्व परिस्थितीची चौकशी करायला पाहिजे. ते एखादे वेळी तुझीही भेट घेतील.'' मेसन म्हणाला.

"ठीक आहे. मला वाटतं, त्यांना तसा हक्क आहे.''

"त्या दिवशी घरी आले, तेव्हा मिसेस न्यूबर्न किंवा मिस्टर न्यूबर्न स्वयंपाकघरात गेले होते?"

"ते स्वयंपाकघरात जाणार? शक्यच नाही. नसत्या चौकशा करायला, कुत्सितपणे बोलायला कधीतरी जात असतील तेवढंच. त्या मिसेस न्यूबर्नच्या हाताच्या तर्जनीसारखं बोट तर मी आयुष्यात कधी पाहिलेलं नाही. खिडकीच्या चौकटीवर बोट टेकवेल, टेबलाखाली टेकवेल आणि त्या बोटावरची धूळ अशा तऱ्हेनं दाखवेल की तिनं एखादं प्रेत वगैरे शोधलं आहे.''

"तिनं तुला कधी काही सांगितलं होतं?"

"मला? मला न सांगण्याइतकी अक्कल होती तिला.''

"तू तिला कधी काही सांगितलं होतंस?"

"छे! तिला कुठं बोट घालायचं असेल तर घालू दे. तिचंच बोट आहे ते. इकडंतिकडं फिरवून त्यावरची धूळ मला दाखवत असे. काहीतरी परीक्षा घेतल्यासारखं. मी बोटाकडं बघत असे. एक अक्षर बोलत नसे.''

"पण त्या दिवशी ती स्वयंपाकघरात गेली होती, असं वाटत नाही तुला?"

"अं... गेलीही असेल. पण खरं तर मला आठवत नाही. पण ती वर जाऊन मोशेरला भेटली होती. तिचा नवराही त्याला भेटून आला. मग जॅक्सन बाहेर गेला, परत आला आणि तिला घेऊन गेला. पण तो स्वयंपाकघरात गेला होता. आत गेला आणि बाहेर आला. कशासाठी तरी नादिनला शोधत होता. मग तो वर गेला. दहा मिनिटं तरी मोशेरबरोबर होता. त्यांना मोशेरबद्दल काहीही वाटत नव्हतं, पण त्यानं मृत्युपत्र बदललेलं नाही, याची खात्री पटवून घ्यायची असे. केकवर मध ओतावा, तसं गोड बोलत.''

"ठीक आहे. मला परिस्थिती जाणून घ्यायची होती एवढंच. खूप आभारी

आहे मी तुझा.'' कॅप्टन ह्यूगो खुर्चीमधून उठला, ''तुला आणि त्या दुसऱ्याला दहा डॉलरच्या किमतीएवढी माहिती मिळाली असेल, अशी आशा आहे माझी.''

मेसन हसला. ''वाटतं तरी तसं.''

''बरं झालं.'' कॅप्टन ह्यूगो म्हणाला, ''म्हणजे मला परत यायला नको. आता मी तुमचं काही देणंघेणं लागत नाही आणि तुम्ही माझं काही देणंघेणं लागत नाही. निघतो मी.''

<h1 style="text-align:center">१०</h1>

कॅप्टन ह्यूगो निघून गेल्यानंतर तासभर तरी मेसन कशाचीतरी वाट बघत असल्याप्रमाणे केबिनमध्ये फेऱ्या घालत बसला होता.

डेला स्ट्रीट मधूनमधून आपल्या घड्याळाकडे नजर टाकत होती. शेवटी ती म्हणाली, ''काम करणाऱ्या मुलीला काही खाण्याची संधी असते का? तसं काहीतरी बोलणं झालं होतं बहुधा.''

फेऱ्या घालण्याची आपली लय न बिघडवता तो म्हणाला, ''एखाद्या वेळी खाद्य पदार्थ मागवून घ्यावे लागतील. पोलिसांनी डॉ. डनेअरशी संपर्क साधण्याआधी मला त्यांच्याशी बोलायचं आहे. आणि नादिन फारला तर गाठायलाच हवं. ती कुठं आहे, हे जॉन लॉकीला कसं कळलं, डेला?''

''मी निघताच तिनं त्याला फोन केला असणार. ती मुलगी म्हणजे एक गूढच आहे, पेरी. मला वाटतं, तिच्या मनात काहीतरी विचार घोळत होते.''

ड्रेकची सांकेतिक टकटक ऐकू येताच दार उघडून डेलानं त्याला आत घेतलं.

खुर्चीमध्ये आपल्या आवडत्या पद्धतीनं स्थानापन्न होत ड्रेकनं विचारलं, ''बेचैन झाला आहेस का फार?''

''नखं खातखात पार कोपरापर्यंत पोहोचला आहे तो.'' डेला स्ट्रीट म्हणाली.

''तुझं काम कसं चाललं आहे, पॉल?'' मेसननं विचारलं.

''बरीच माणसं बाहेर पाठवली तरी आहेत.''

''नादिन फारला शोधू शकला आहेस?''

''कोणत्याही क्षणी तिचा ठावठिकाणा कळण्याची आशा आहे मला.'' ड्रेकनं उत्तर दिलं.

मेसनच्या कपाळावर आठ्या चढल्या. ''आतापर्यंत शोधायला हवं होतंस तू तिला. जॉन लॉकीबरोबर तिनं हाय-टाइड मोटेल सोडलं आणि...''

''ती जॉन लॉकीबरोबर गेली, हे तुला कसं कळलं?'' ड्रेकनं त्याच्या बोलण्यात

अडथळा आणत विचारलं.

"वेड्यासारखा बडबडू नकोस," मेसन म्हणाला, "मॅनेजरनं सांगितलं मला तसं. लॉकीनं येऊन ती कुठल्या केबिनमध्ये आहे विचारलं. नंतर तिनं त्यांना बाहेर जाताना बघितलं. त्या मुलीचं खाणंपिणंही झालं नव्हतं. ते नक्कीच कुठंतरी जेवायला गेले असणार. लॉकी ज्या ठिकाणी जेवण घेत असे, अशी जागा शोधता यायला पाहिजेत तुला."

"ते सर्व ठीक आहे." ड्रेक म्हणाला, "पण तुला मिळालेल्या माहितीत तू गोंधळ करतो आहेस."

"म्हणजे?"

"ती जॉन लॉकीबरोबर गेली नाही."

"काय?" मेसन आश्चर्यानेच उद्गारला.

"तुला जरा धक्कादायक बातमी देतो. मोटेलच्या मॅनेजरनं सांगितलं, की तो तरुण दोन रंगांमधली ओल्ड्समोबिल चालवत होता. ती गाडी पुढल्या कोपऱ्यावरच्या पेट्रोल स्टेशनवर वळली, असं तिला वाटलं होतं. मी तिथं काम करणाऱ्या माणसाशी बोललो. रोखीनं झालेले सर्व व्यहार अर्थातच त्याच्या ध्यानात नाहीत. पण मी क्रेडिट कार्ड्सद्वारे झालेली विक्री बघितली. नादिन फारनं साधारण ज्या वेळी मोटेल सोडलं, त्या वेळच्या नोंदी मी बघितल्या. क्रेडिट कार्ड देऊन जॅक्सन न्यूबर्न यानं गाडीत पेट्रोल भरलं होतं. मी..." त्याचा फोन वाजला.

"मी तुझा डिरेक्टरीत नसलेला फोन नंबर माझ्या ऑपरेटरजवळ देऊन ठेवला होता, पेरी. आशा आहे की..."

टेलिफोनवर बोलणाऱ्या डेला स्ट्रीटनं पॉल ड्रेकला खूण केली. "तुझ्यासाठी फोन आहे, पॉल."

ड्रेकनं टेलिफोन उचलून म्हटलं, "हॅलो." मग मिनिटभर ऐकत बसून त्यानं विचारलं, "आत्ता कुठं आहे तो?.... जरा थांब, तू फोन सोडू नकोस."

मेसनकडे वळून डेक म्हणाला, "पोलीस अधिकारी सर्व ठिकाणी पोहोचले आहेत, पेरी. मनुष्यवध खात्याचे दोघं जण जॉन ॲव्हिंग्टन लॉकी ज्या अपार्टमेंटमध्ये राहतो, त्या अपार्टमेंटवर लक्ष ठेवून आहेत. आणखी दोघं जण मोशेर हिग्ले जिथं मरण पावला, त्या घरावर लक्ष ठेवून आहेत. नादिन फार सध्या त्याच घरात राहत होती. माझ्या लोकांनी शोधून काढलं आहे, की जॉन लॉकी अनेकदा सनसेट ॲव्हेन्यूवरच्या *'स्मोक्ड फेझन्ट'* रेस्टॉरन्टमध्ये जेवण घेतो. मी त्यांना त्या रेस्टॉरन्टमध्ये बघायला सांगितलं. जॉन लॉकी तिथं जेवतो आहे."

"एकटाच?" मेसननं विचारलं.

"एकटाच." ड्रेकनं उत्तर दिलं, "आता जॉन लॉकी तिथून निघाला आणि

आपल्या अपार्टमेंटवर गेला तर तो सरळ पोलिसांच्या हातातच सापडेल. तुला त्याआधी त्याला भेटायचं आहे का?''

''अर्थातच, मला त्यांच्याआधी त्याला भेटायचं आहे.''

''ठीक आहे.'' ड्रेक त्याला म्हणाला, ''मग तूच तिथं गेलास, तर बरं होईल. तो सव्वीस वर्षांचा आहे. लाल तपकिरी केस. मोठं कपाळ. त्यानं निळा लोकरीचा ट्वीड सूट घातलेला आहे. कॉर्डोवन शूज. हॅट नाही.''

''निघालोच मी. तुझ्या ऑपरेटिव्हला त्याच्यावर लक्ष ठेवायला सांग.''

ड्रेकनं टेलिफोनवरून सांगितलं, ''पेरी मेसन तिथं येतो आहे. तो तुला भेटेल. तू मेसनचे फोटो बघितले आहेस, तेव्हा तू त्याला ओळखशील. लॉकीवर नजर ठेव. तू मेसनशी बोलत असताना तो बघणार नाही, याची काळजी घे.''

फोन ठेवून ड्रेकनं एक वही उघडली. ''पेरी, तू तिथं जाण्यापूर्वी तुला माहीत असणं आवश्यक आहे अशा इतरही गोष्टी आहेत.''

हॅट उचलण्यासाठी हात पुढे करताकरता पेरी म्हणाला, ''वेळ नाही, पॉल, मला निघायलाच पाहिजे.''

ड्रेक म्हणाला, ''मला आता हे सर्व कशाबद्दल चाललं आहे ते, हिग्लेला नादिनबद्दल काय माहिती होती ते, नादिनचा भूतकाळ आणि...''

''आणि हीच वेळ शोधून ती जॅक्सन न्यूबर्नबरोबर का गेली ते माहीत आहे तुला?'' मेसननं विचारलं.

''ते नाही मला माहीत,'' ड्रेकनं कबुली दिली.

''*मिसेस न्यूबर्नला वाटतं, की तिला ते उत्तर माहीत आहे.*'' मेसन म्हणाला. ''तिनं जेव्हा हे मला सांगितलं, तेव्हा मी ते हसण्यावारी नेलं होतं. आता मला तितकीशी खात्री वाटत नाही. मिसेस न्यूबर्न मला भेटायला आली आणि ती नसताना नादिननं तिच्या नवऱ्याला फोन केला. मिसेस न्यूबर्न परत गेली, तर तिचा नवरा घरी नव्हता. अर्थात ती त्याला शोधायचा प्रयत्न करत असणार. तिला कळलं, तर ती काहीही करण्याची शक्यता आहे. पोलीस नादिनचा शोध घेत आहेत. त्यांना जर जॅक्सन न्यूबर्न तिच्याबरोबर सापडला, तर वर्तमानपत्रात फोटो छापून येतील आणि गहजब होईल.''

''कळतं आहे मला.'' ड्रेक म्हणाला. ''पोलिसांनी शोधण्यापूर्वी मी तिला शोधून काढण्याचा आटोकाट प्रयत्न करतो आहे.''

मेसननं हॅट उचलली आणि डेलाकडं वळून विचारलं, ''यायचं आहे, डेला?''

''यायचं आहे? अर्थातच.''

''चल तर.''

''मी महिती मिळवत राहतो, पेरी.'' ड्रेक खुर्चीवरून उठत म्हणाला, ''आणि

पोलिसांच्या आधी मीच नादिनला शोधून काढू शकलो, तर मी काय करायचं आहे?''

''ती दुसऱ्या कुणाला भेटणार नाही, अशी व्यवस्था कर.''

''त्यात धोका उद्भवू शकतो.''

''तर मग मला फोन कर.'' मेसननं सांगितलं.

''आणि तू कुठं असशील?''

''मीच तुला मधूनमधून फोन करत राहतो. चल, डेला.''

त्यांनी केबिनमधले दिवे बंद केले, दार ओढून घेताच कुलूप लागलं. ते घाईघाईनं एलिव्हेटरच्या दिशेनं निघाले.

ड्रेक आपल्या कार्यालयाच्या दारापाशी उभा राहून उद्गारला, ''काळजी घे, पेरी, असं मी सांगितलं तर विशेष काही परिणाम होईल असं वाटत नाही मला.''

मेसननं एलिव्हेटरचं बटण दाबलं. ''*मी आता काळजी करू शकतच नाही,* पॉल. त्यांनी मला भलत्याच भानगडीत गोवलं आहे. हॅमिल्टन बर्जर वर्तमानपत्रात माझी किती नाचक्की करणार आहे, हे बघशीलच तू. या भागनडीतून सुटका करून घेण्याचा मार्ग मला शोधावाच लागणर आहे.''

एलिव्हेटर येऊन उभा राहिला. ड्रेक घाईघाईनं म्हणाला, ''माझ्याकडं असलेली महत्त्वाची बातमी तुला द्यायला वेळ मिळाला असता तर बरं झालं असतं, पेरी.''

''मलाही तसंच वाटतं.''

''तू फोन करशील ना मला?''

''करतो, करतो.'' मेसननं वचन दिलं.

तो आणि डेला एलिव्हेटरमधून खाली येऊन, गाडीमध्ये बसून, हॉलिवूडच्या दिशेनं निघेपर्यंत कुणीही तोंडातून शब्द काढला नाही.

''हॅमिल्टन बर्जर वर्तमानपत्रात तुझी नालस्ती करेल, असं वाटतं तुला?''

''छे! छे! हॅमिल्टन बर्जर कसा करेल?'' मेसन कडवटपणे उद्गारला. ''जनमत कलुषित करण्यासाठी वर्तमानपत्रांचा उपयोग करणं डिस्ट्रिक्ट ॲटर्नीला शोभणारं नाही. हॅमिल्टन बर्जर तसा विचारही मनात आणणार नाही. तो अगदी नीतिमत्तेनं वागेल. व्यावसायिक नीतिमत्तेचा भंग होईल म्हणून तो काही बोलण्याचंही टाळेल.

''पण हॅमिल्टन बर्जरला बोलण्याची मुभा असती, तर तो काय म्हणाला असता हे जाणण्याची दिव्यदृष्टी पोलिसांना असल्यामुळे ते वर्तमानपत्रांना बरंच खाद्य पुरवतील. आरोपीच्या ॲटर्नीच्या वतीनं बोलणारा कुणीच नसतो. तो काही करू शकत नाही.''

''म्हणजे तू वर्तमानपत्रांकडे जाऊन काही नाकारूही शकत नाहीस?'' तिनं विचारलं.

"त्यानं काही साध्य होणार नाही," मेसननं तिला सांगितलं.

"मग कशानं मदत होणार आहे, ते मला माहीत नाही." डेला स्ट्रीट म्हणाली.

"निरुपद्रवी अशा रासायनिक साखरेच्या गोळ्या आणि छर्‍रे भरलेली बाटली आपोआप टॉम्बीज लेकमध्ये जाऊन पडलेली नाही. कोणीतरी फेकली होती ती. सर्व काही संपण्याच्या आधी ती कुणी फेकली, ते आपल्याला सिद्ध करावं लागणार आहे. नाहीतर..."

"नाहीतर?" गाडी सिग्नलशी थांबायला ब्रेक लावतालावता तो मध्येच बोलायचा थांबल्यावर तिनं विचारलं.

"*नाहीतर तो आरोप माझ्यावरच येणार आहे.*" मेसन म्हणाला.

काही मिनिटं गाडी पुढं जात असताना दोघंही गप्पच होते. नंतर मेसन म्हणाला, "आपण आपल्या परिस्थितीचा विचार करू या, डेला. पहिली नादिन फार. कोणत्याही अडचणीत सापडणार नाही, अशी पूर्ण खात्री असलेल्या क्षणी नादिन फारनं आपणच मोशेर हिग्लेवर विषप्रयोग केला आहे, असा कबुलीजबाब दिला. ती जॅक्सन न्यूबर्नबरोबर कुठंतरी आहे. ती ताज्या घटनांबद्दल त्याला सांगेल. दोघांनाही ठाऊक नाही की पोलीस त्यांच्या शोधात आहेत. डॉ. डनेअरला तर या क्षणी काय घडतं आहे, याची थोडीफारही कल्पना नाही. मिसेस जॅक्सन न्यूबर्न नादिनचा फारच द्वेष करते. तिच्या नवऱ्यावर नादिननं मोहिनी घातलेली आहे आणि तो तिनं टाकलेल्या जाळ्यात फसतो आहे, असा तिला संशय आहे. पोलीस नादिनचा शोध लावण्यासाठी धडपड करत आहेत. जॉन लॉकीला तर सध्या काय चालू आहे, याची बहुधा अस्पष्टशीसुद्धा जाणीव नाही."

"बहुधा अस्पष्टशीसुद्धा जाणीव नाही, असं का म्हणतो आहेस तू?" डेला स्ट्रीटनं विचारलं.

"कारण अत्यंत हुशारीनं विचार करणाऱ्या कुणीतरी अजिबात अपायकारक नसलेल्या गोळ्या एका बाटलीत भरून त्यात छर्‍रे ठेवले आणि नादिन फारला मदत करण्यासाठी ती बाटली टॉम्बीज लेकमध्ये फेकली. माझ्याच डोक्यात अशी चमकदार कल्पना आल्याचा समज करून घेऊन पोलीस पुढं काही तपास करणार नाहीत, अशी त्या व्यक्तीला आशा होती. *पण मला माहीत आहे, की मी तसं काही केलेलं नाही.* तेव्हा मी अर्थातच ते करणाऱ्या व्यक्तीच्या शोधात आहे. जॉन लॉकी कशा तऱ्हेचा माणूस आहे, हे समजून घेईपर्यंत त्यानं तसं काही केलेलं नाही असं म्हणायला मी तयार नाही."

"आणि त्यानंच ते केलं असेल तर?" डेला स्ट्रीटनं विचारलं.

"मग त्याला ते कबूल करायला लावणं, हे फार महत्त्वाचं आहे. आणि ती कबुली अत्यंत नाट्यपूर्ण तऱ्हेनं वर्तमानपत्रांच्या पहिल्या पानावर झळकेल, याची

खात्री पटवून घ्यावी लागेल.''

''जॉनी लॉकीला भेटण्यासाठी म्हणून आपण एवढ्या घाईघाईनं निघालो आहोत?''

''जॉन लॉकीला भेटण्याचं ते पहिलं महत्त्वाचं कारण आहे.''

'स्मोक्ड फेझन्ट'जवळ गाडी उभी करण्यासाठी जागा शोधेपर्यंत नंतर दोघंही काही बोलले नाहीत.

डेला स्ट्रीटचा दंड धरून मेसन फुटपाथवरून चालत चालत रेस्टॉरन्टच्या पुढे गेला आणि मग वळून परत फिरून आल्या दिशेनं चालत निघाला.

एका दरवाजाजवळ उभ्या असलेल्या माणसानं सिगारेट पेटवण्यासाठी काडी ओढून ती सिगारेटजवळ धरल्यावर त्याचा चेहरा लक्षात आला. ''मेसन,'' त्यानं पुटपुटल्याप्रमाणे हाक मारली,

मेसन थांबला.

''चालत राहा.'' तो माणूस पुढे म्हणाला. ''मी येतोच मागोमाग.''

मेसन आणि डेला स्ट्रीट फुटपाथवरून पुढं चालत राहिले. त्यांच्या मागोमाग येणाऱ्या माणसानं एकदा वळून मागं बघितलं आणि मग तो मेसनच्या शेजारून चालायला लागला.

''तो आत आहे अजून?'' मेसननं विचारलं.

''हो.''

''पोलीस?''

''अजून तरी नाहीत. मला वाटतं की ते तुझ्याही...''

''बरोबर. पण ते अजून त्यांच्या लक्षात आलेलं नाही. काय करतो आहे तो?''

''शेवटची फळं संपवतो आहे. इतक्यात बाहेर पडेल तो. म्हणून मी झपाट्यानं त्याच्या आधी पुढं निघालो.''

''ठीक आहे.'' मेसन म्हणाला. ''तू परत जा आणि पूर्वी ज्या जागी उभा होतास, तिथंच उभा राहा. तो बाहेर पडला की दुसरी सिगारेट पेटव.''

''तू वळून पुन्हा निघतो आहेस ना?''

''आधी तू पुढं हो.'' मेसननं सांगितलं, ''मी बाहेरच उभा राहतो.''

ऑपरेटिव्ह वळून परत गेला. कॅफेसमोरची आधीची जागा त्यानं पुन्हा पकडली आणि तो तिथं उभा राहिला. मेसन आणि डेला सावकाशपणे वळले आणि चालत निघाले.

डेलानं मोठा श्वास घेतला. ''कॅफेमध्ये चांगले पदार्थ मिळत असावेत.'' ती म्हणाली.

मेसननं मान डोलावली. ''वास तरी चांगले येत आहेत.'

''आपण आत जाऊन खाऊ या का काहीतरी? त्यालाही आपल्याबरोबर बसायला सांगू.''

मेसननं नकारार्थी मान हलवली.

''का?''

''तो बऱ्याचदा इथं जेवतो, हे ड्रेकच्या माणसांनी शोधून काढलं आहे. पोलीसही शोधून काढू शकतात. ते कुठल्याही क्षणी इथं पोहोचतील. निघालाच तो!''

दार उघडून एक तरुण बाहेर पडला. रस्त्याकडे बघत डेला आणि पेरी मेसनच्याच दिशेनं निघाला. दारात उभ्या असणाऱ्या डिटेक्टिव्हनं काडी ओढली आणि सिगारेट पेटवली.

रेस्टॉरन्टमधून बाहेर पडलेला तरुण झपाट्यानं रस्त्यावरून पुढं निघाला. सडपातळ होता. जलद हालचाली करणारा होता. पण त्याच्या मनावर कसला तरी ताण असावा, असं वाटत होतं. पट्कन रागावणारा, कुणाबद्दलही तत्काळ चांगलं किंवा वाईट मत बनवून घेणाराही. एकदा बनवलेलं मत बदलणं कठीणच.

''ठीक आहे.'' मेसन खालच्या आवाजात डेलाला म्हणाला, ''निघू या आपण.''

एक चौक अंतर जाईपर्यंत ते मुद्दाम चालत होते. त्यांनी त्या तरुणाला त्यांच्या मागून पुढं जायला दिलं.

तो पुढं होताच मेसननं हळूच विचारलं, ''जॉन लॉकी?''

एखाद्या टोकदार साधनानं मेसननं त्याला टोचलं असावं, त्याप्रमाणे तो गर्रकन वळला. त्याच्या चेहऱ्यावर भीती उमटली.

त्याच्या चेहऱ्यावरचे भाव बघून डेला स्ट्रीट गोड आवाजात उद्गारली, ''मी विचार करते आहे, की तू आमच्याशी नादिन फारबद्दल बोलशील का म्हणून!''

''कोण आहात तुम्ही?'' डेला स्ट्रीटकडे वळत त्यानं विचारलं. तिच्या चेहऱ्यावरचं मित्रत्वाचं हसू बघताच त्याची भीती तरी नाहीशी व्हायला लागली.

''मित्र आहोत.'' मेसननं उत्तर दिलं.

''कुणाचे?''

''तुझे आणि नादिनचे.''

''सिद्ध करा ते.''

''आपण चालत राहू या.'' डेला स्ट्रीट म्हणाली. मग तो निर्णय जसा काही सर्वस्वी त्याच्यावरच आहे का, असा विचार करत असल्याप्रमाणे ती पुढं म्हणाली, ''चालेल ना?''

तोपर्यंत डेला स्ट्रीट त्या तरुण माणसाच्या एका बाजूनं चालत होती, तर मेसन दुसऱ्या बाजूनं.

"हे सर्व काय चालू आहे?" त्यानं विचारलं.

"मी पेरी मेसन, वकील आहे." वकिलानं त्याला सांगितलं. "मी नादिनला मदत करतो आहे."

"तिनं तुझा सल्ला घेतला होता?"

"प्रत्यक्षपणे नाही. डॉ. डनेअरनं घेतला होता."

"डॉ. डनेअर." लॉकी रागानंच उद्गारला. "त्यानं जर मध्ये लुडबूड केली नसती, तर काही प्रश्नच निर्माण झाला नसता."

"तो विचार आता सोडून दे." मेसन म्हणाला. "ही परिस्थिती कशीही निर्माण झाली असली, तरी सर्वांनाच नादिनला मदत करायची इच्छा आहे."

"तिला मदतीची गरज नाही. तिनं तोंड गप्प ठेवलं की झालं. जितकं जास्त स्पष्टीकरण द्यायचा प्रयत्न होईल, तेवढा गुंता वाढेल अणि मग आज ना उद्या..."

"तुला नवीन घटनांबद्दल काहीच कल्पना नाही, असं दिसतं आहे." मेसन म्हणाला.

"कुठल्या नवीन घटना?"

"पोलिसांनी आज सकाळी डॉ. डनेअरच्या कार्यालयावर धाड घातली. त्यांच्याकडे झडतीचं वॉरंट होतं. त्यांनी टेपरेकॉर्डिंगची मागणी केली."

"अरे देवा! आणि डॉ. डनेअरनं दिलं ते त्यांना?"

"त्यालासुद्धा पर्याय नव्हता. पण त्या वेळी डॉ. डनेअर तिथं हजर नव्हता. तो असता, तर ते रेकॉर्डिंग म्हणजे गोपनीय संभाषण समजलं जाऊ शकतं का, याचा निर्णय होईपर्यंत त्यानं एखादे वेळी ते देण्याचं नाकारलं असतं. पण तो कार्यालयात हजर नव्हता. त्याची परिचारिका हजर होती. तिनं ते टेपरेकॉर्डिंग पोलिसांना दिलं. तू याबद्दल काही ऐकलं नाहीस?"

"नाही."

"आणि इतरही काही गोष्टी आहेत. पण त्यांची चर्चा करत बसण्याची ही वेळ नाही आणि स्थळही नाही. तू आमच्याबरोबर गाडीमधून आलास, तर तुला जिथं जायचं असेल तिथं मी घेऊन जाईन."

"मी माझ्या अपार्टमेंटवर जाणार होतो."

"सध्याच्या परिस्थितीत अपार्टमेंटमध्ये जाणं एखाद्या वेळी शहाणपणाचं ठरणार नाही." मेसननं त्याला सांगितलं. "तुला वस्तुस्थितीची पूर्ण जाणीव होईपर्यंत तू थांबलास, तर बरं होईल."

"मी माझ्या अपार्टमेंटमध्ये का जायचं नाही?"

"कारण पोलिसांना तुझी चौकशी करायची आहे."

"पोलिसांना माझ्याकडे कसली चौकशी करायची आहे?"

“तोच तर प्रश्न आहे.” मेसन म्हणाला.

जॉन लॉकी रागारागानंच काही सेकंद पावलं टाकत राहिला.

“तुला माहीत असायलाच हव्यात अशा काही गोष्टी आम्ही तला सांगू शकलो, तर नादिनचं रक्षण करण्यात मदत होईल तुला.” डेला स्ट्रीटनं त्याला सांगितलं.

“बोला तर.”

मेसन अचानक थांबला, “मी माझ्या गाडीकडे जातो आहे, डेला. तू लॉकीशी बोल. या प्रकरणातील सर्व नवीन घटना सांग त्याला, काहीही राखून ठेवू नकोस. मी तोपर्यंत गाडी घेऊन येतो.”

लॉकी थांबला. काही क्षण डेला स्ट्रीटकडे बघत बसला. मग त्यानं मेसनला विचारलं, “तिचा काय संबंध आहे तुझ्याशी?”

“ती माझी खासगी सेक्रेटरी आहे. अनेक वर्षं ती काम करत आहे. तिला माझ्या व्यवसायाबद्दल, या प्रकरणाबद्दल पूर्ण माहिती आहे.”

“ठीक आहे.” लॉकी म्हणाला. “आपण सर्वच परत जाऊ या. चालताना बोलू शकतो आपण.”

मेसननं डेला स्ट्रीटला खूण केली. ती फुटपाथच्या आतल्या बाजूनं चालायला लागली. लॉकी दोघांच्या मधून चालायला लागला होता.

मेसननं घाईघाईनं विचारलं, “तू कबुलीजबाबाबद्दल, टेपरेकॉर्डिंगबद्दल कॅप्टन ह्यूगोशी का बोललास?”

“मी त्याच्याशी बोललो, हे तुला कसं कळलं?”

“कारण कॅप्टन ह्यूगो बहुधा मिसेस जॅक्सनशी बोलला आणि कसं ते माहीत नाही, पण पोलिसांना ते कळलं.”

“कॅप्टन ह्यूगोनं जर तोंड उघडलं असेल तर मी...”

“जरा दमानं घे.” मेसन त्याला अडवत म्हणाला.” कॅप्टन ह्यूगो एक विचित्र वल्ली आहे. बडबड्या आहे. त्याला हवं तसंच वागणारा आहे. तो आहे, तसाच त्याचा स्वीकार करावा लागतो. तो या प्रकरणात महत्त्वाचा साक्षीदार ठरू शकतो. त्याला आपण न दुखावलेलं बरं.”

“ठीक आहे. सांग मला, काय घडलं ते.”

“पोलिसांनी टेपरेकॉर्डिंग ताब्यात घेतल्यानंतर माझ्या मनात आलं, की मिस फारच्या कबुलीजबाबात खरोखर काही तथ्य आहे, का औषधांमुळे निर्माण झालेला तो एक भ्रम आहे, याची खात्री करून घ्यायलाच पाहिजे.”

“भ्रमच होता तो.”

“धीर धर.” मेसन म्हणाला. “सर्व ऐकून घे. तिनं जिथं बाटली फेकली असं सांगितलं होतं, त्या टॉम्बीज लेकवर मी गेलो. तिथं पोहत असलेल्या काही

मुलांना मी पैसे दिले. सूर मारून तळाशी काही मिळतं का बघायला सांगितलं. ते एक बाटली घेऊन वर आले. बाटलीत काही गोळ्या होत्या आणि काही छर्रे.''

''कमाल झाली.''

''मी त्या गोळ्या घेऊन हर्मन कॉर्बेलकडे गेलो. तो एक कन्सल्टिंग केमिस्ट आहे. पोलीसही माझ्या मागोमाग त्याच्याकडे पोहोचले आणि कॉर्बेलच्या चाचण्या पुऱ्या व्हायच्या आधीच त्यांनी ती बाटली ताब्यात घेतली, पण त्यानं गोळीचा एक छोटा नमुना आधीच काढून घेतला होता आणि तो सिद्ध करू शकला की त्या गोळ्या सायनाईडच्या नाहीत.''

''त्या सायनाईडच्या नव्हत्या?''

''नव्हत्या. अपायकारक नव्हत्या.''

''कसल्या गोळ्या होत्या त्या?''

''बाटलीत प्रथमपासूनच असलेल्या रासायनिक साखरेच्या गोळ्या.''

''मग प्रश्नच मिटला की...'' लॉकी म्हणाला. ''तिनं विषप्रयोग केला आहे, हे तिला माहीत नव्हतं. एका बाटलीमधून काही गोळ्या तिनं त्याला दिल्या होत्या, एवढंच तिला माहीत होतं. नंतरच तिच्या मनात त्या गोळ्यांविषयी संशय निर्माण झाला. आता जर ती बाटली सरोवरामधून शोधून काढली आहे आणि...''

''मलाही तसंच वाटलं.'' मेसन त्याला अडवत म्हणाला. ''मी डॉ. डनेअरला तसं सांगितलं. नादिनला सांगितलं. पोलिसांनाही तेच सांगितलं. मी त्यांना म्हटलं, की खूनच झालेला नाही तर खटला उभा राहू शकत नाही. हसलो मी त्यांना.''

''मग आता गडबड का?''

''कारण नंतर पोलीस टॉम्बीज लेकवर गेले. त्यांनी मुलांना पुन्हा सूर मारायला लावले आणि *त्यांना दुसरी बाटली मिळाली.* पहिल्यासारखीच बाटली. त्या बाटलीतही गोळ्या होत्या आणि छर्रे होते. *या बाटलीतल्या गोळ्या सायनाईड ऑफ पोटॅशिअमच्या होत्या.*''

लॉकी काहीतरी बोलणार होता, पण त्यानं विचार बदलला. बरेच यार्ड अंतर त्यांनी गप्प बसूनच पार केलं.

''ठीक आहे.'' मेसन म्हणाला. ''ही माझी गाडी. आपण गाडीत बसू या.'' त्याच्या बोलण्याच्या पद्धतीवरून तो नकार ऐकून घेण्याच्या मनःस्थितीतच नव्हता असं दिसलं.

डेला स्ट्रीटनं दार उघडलं. ''तिघंही पुढंच बसू या.'' ती म्हणाली. ''तू मेसनशेजारी बस म्हणजे तुला त्याचं बोलणं ऐकू येईल. मी बाहेरच्या बाजूला बसते.''

लॉकी काही न बोलता आत शिरला. डेला स्ट्रीट त्याच्या मागोमाग गाडीत बसली आणि तिनं दार बंद केलं.

मेसननं इंजिन सुरू केलं. गाडीचं दिवे लावले. आणि ते निघाले.

“नादिन कुठं आहे?” लॉकीनं विचारलं.

“तेच शोधायचा मी प्रयत्न करतो आहे. पोलीस तिच्यापर्यंत पोहोचण्याआधी आपण तिला गाठायला हवं.”

“ती कुठं आहे, ते तुला माहीत नाही?”

“नाही.”

“मला वाटलं...”

“काय?” लॉकी बोलायचा थांबल्यावर मेसननं विचारलं.

“ती कुठं आहे, ते मला माहीत नाही.” लॉकी म्हणाला.

नजर समोर ठेवून मेसन गाडी चालवत होता.

लॉकीनं अचानक मेसनकडं वळून बघितलं. “तू मला लपवून ठेवायला पाहिजेस. मी पोलिसांशी बोलू शकत नाही.”

“का?”

“मला जी माहिती आहे त्यामुळे.”

डेला स्ट्रीटकडे एकदा तिरक्या नजरेनं बघत मेसन गाडी चालवत राहिला. लॉकी बोलण्याची वाट बघत गप्प बसला.

शेवटी लॉकी एकदम म्हणाला, “तिनं सायनाईडच्या गोळ्या उचलल्या होत्या, ते मला कळलं आहे.”

“बोलत राहा.” मेसननं त्याला सांगितलं.

“त्या वेळी प्रयोगशाळेमधला माझा एक सहकारी तंत्रज्ञ सायनाईड वापरून काही प्रयोग करत होता. त्याला मोठ्या प्रमाणात सायनाईडची गरज होती. प्रयोगशाळेत असलेल्या प्रत्येक जारचं वजन, त्यात असलेल्या पदार्थाचं वजन तंत्रज्ञांना मिलिग्रॅमपर्यंत माहीत असतं. सायनाईडच्या गोळ्या असलेल्या जारचं वजन केलं, की तंत्रज्ञांना जारमध्ये किती सायनाईड आहे ते कळतं. माझा सहकारी असलेल्या तंत्रज्ञाला त्याच्या प्रयोगात हवी ती रासायनिक प्रतिक्रिया मिळेपर्यंत थोडंथोडं सायनाईड घालत बसण्याची गरज होती. मग छत्तीस तास थांबायचं होतं. प्रयोग संपल्यावर त्या प्रयोगासाठी सायनाईडच्या किती गोळ्या त्यानं वापरल्या आहेत, हे त्याला माहीत होतं. पण खात्री पटवण्यासाठी त्यानं सायनाईडच्या जारचं वजन केलं, तेव्हा त्याच्या लक्षात आलं, की जारमध्ये निदान दोन डझन गोळ्या कमी आहेत. मी माझ्या कामासाठी सायनाईडचा वापर करतो आहे का, अशी त्यानं माझ्याकडं चौकशी केली. मी ‘नाही’ म्हटलं. ‘सायनाईडचा जार उघडलाही नाही.’ असंही सांगितलं. त्यानं त्याची वजनं पुन्हा तपासली. पण सायनाईडच्या साधारण दोन डझन गोळ्या कमीच दिसत होत्या.”

“मग तू काय केलंस?”

“मी त्याला म्हणालो, की वजनाच्या बाबतीत कुठं तरी चूक होत असणार किंवा तराजूनं योग्य वजन दाखवलं नसेल. मला कळत होतं, की त्याची खात्री पटत नव्हती. काय झालं असू शकेल, याचं स्पष्टीकरण तोपर्यंत माझ्या ध्यानातच न आल्यानं मी त्याचं म्हणणं खोडून काढायचा प्रयत्न करत होतो.”

“आणि तुझ्या ध्यानात ते कधी आलं?”

“खूप तास उलटल्यावर. हे कसं काय घडलं असेल, याचा विचार माझ्या मनातही चालू होताच. डॉनिटरचा संशय घेऊन आम्ही त्याचीही खरडपट्टी काढली होती. आणि एकाएकी मला आठवण झाली, की नादिन माझ्याबरोबर प्रयोगशाळेत आली होती आणि मी तिला तो सायनाईडचा जार दाखवला होता.”

“मग काय केलंस तू?” मेसननं विचारलं. “तिच्याशी संपर्क साधायचा प्रयत्न केलास?”

“भेटायचाच प्रयत्न केला. ही फोनवर बोलण्यासारखी बाब नव्हती. काहीतरी वाईट घडलं असणार, असा विचारच प्रथम मनात आला... त्या परिस्थितीत अगदी सहजपणे मनात आला.”

“आत्महत्या?” मेसननं विचारलं.

लॉकीनं मान डोलावली.

“तेव्हा काय केलंस तू?”

“तिला भेटायला गेलो. मी फोन करणार नव्हतो. विश्वास ठेव माझ्यावर. मी धावच घेतली तिच्याकडे.”

“ती राहत होती तिथं?”

“हो. मोशेर हिग्लेच्या घरी.”

“तू पूर्वीही तिथं गेला होतास?”

“हो तर. मोशेर हिग्लेबरोबर माझे मैत्रीचे संबंध होते. त्याच्यामुळेच तर नादिनशी पहिल्यांदा माझी भेट झाली. माझं कुटुंब आणि हिग्लेचं कुटुंब यांच्यामध्ये कित्येक वर्षं दोस्ती आहे.”

“सायनाईडबद्दल सांग मला.”

“मी तिथं पोहोचलो, तर नादिन भेटली नाही. ती मार्केटमध्ये गेली होती. मला तिच्या खोलीत शिरायचं होतं, पण तशी संधी मिळणं शक्य दिसत नव्हतं. घरात परिचारिका होत्या आणि कॅप्टन ह्यूगोला बनवता येत नाही. फार हुशार आहे तो. सगळीकडे लक्ष असतं त्याचं आणि मी बैचेन होऊन, धावत येऊन नादिन कुठं आहे असं विचारलं होतं. त्यानंतर त्यानं माझ्यावरची नजर हटवलीच नाही.”

“मग काय झालं?”

"शेवटी मी कॅप्टन ह्यूगोला विश्वासात घेतलं. मी त्याला सांगितलं की.... काय घडलं, ते सर्व सांगितलं. सर्वप्रथम मी त्याला विचारलं, की त्याला नादिनच्या वागणुकीत काही फरक जाणवला होता का?"

"जाणवला होता?"

"आम्हाला दोघांनाही जाणवला होता. तिच्या मनावर भयंकर ताण पडला होता. ती नेहमीप्रमाणे वागण्याचा जरा जादाच प्रयत्न करत होती आणि त्यामुळेच... कळतं आहे ना तुला?"

"ठीक आहे. तू कॅप्टन ह्यूगोशी बोललास. काय सांगितलंस तू त्याला?"

"सत्य तेच सांगितलं. मी सांगितलं, की नादिननं प्रयोगशाळेमधून सायनाईडच्या गोळ्या उचलल्या आहेत, असा मला संशय आहे आणि त्यासाठी सबळ कारणही आहे. तसं असेल, तर तिनं त्या तिच्या खोलीतच ठेवल्या असणार आणि माझी त्या काढून घेण्याची इच्छा आहे." "मग काय झालं?"

"परिचारिका फिरत असताना आणि नादिन कोणत्याही क्षणी मार्केटमधून परत येण्याची शक्यता असताना मी तिच्या खोलीत जाऊ शकत नव्हतो. पण कॅप्टन ह्यूगो तसा समजून घेणारा माणूस आहे. कधीकधी पाय खेचेल तुमचा तो, पण संकटकाळात नेहमीच मदतीला धाव घेईल."

"त्यानं काय केलं?"

"मला थांबायला सांगून तो स्वतःच नादिनच्या खोलीत गेला. त्याला खोलीमध्ये थोड्याशा गोळ्या असलेली एक बाटली सापडल्यावर ती बाटली घेऊन तो परत आला आणि माझ्या हातात ठेवून मला हव्या असणाऱ्या गोळ्यांचीच ती बाटली आहे ना, असं विचारलं."

"तू काय केलंस?"

"मी वास घेतला, त्या गोळ्या कुठल्या आहेत समजण्यासाठी एकदा वास घेतला की पुरतो. सायनाईडला कडू बदामाचा एक विशिष्ट वास येतो आणि..."

"आणि तुला तोच वास आला?"

"बरोबर."

"बाटलीत किती गोळ्या होत्या?"

"प्रयोगशाळेमधून नाहीशा झाल्या होत्या तेवढ्याच साधारण."

"एक मिनिट." मेसन म्हणाला. "तुझ्या सहकाऱ्यानं त्याच्या प्रयोगापूर्वी आणि त्याच्या प्रयोगानंतर सायनाईडच्या गोळ्यांच्या बाटलीचं वजन केलं होतं?"

"हो."

"आणि त्याच्या प्रयोगाच्या मिश्रणासाठी त्यानं किती गोळ्या वापरल्या होत्या, हे त्याला निश्चित माहीत होतं?"

लॉकीनं मान डोलावली.

"तेव्हा दोन डझन गोळ्या कमी आहेत, असं तो जेव्हा म्हणाला, तेव्हा तो काही तर्क करत नव्हता, त्याला...

"त्यानं मोजल्याप्रमाणे तरी पंचवीस गोळ्या कमी होत्या.''

"कॅप्टन ह्यूगोनं तुला दिलेल्या बाटलीमध्ये किती गोळ्या होत्या?''

"खरं सांगायचं तर मी गोळ्या मोजल्या नाहीत, अंदाज केला.''

"पण तू गोळ्या मोजल्या का नाहीस?''

"वेळच नव्हता.''

"का?''

"नादिन परत येण्यापूर्वी मला निघून जायचं होतं.''

"आणि तू तसा निघालास?''

"हो. मार्केटमधून ती बाहेर पडत असतानाच मी तिच्या शेजारून गेलो. तिचं माझ्याकडं लक्ष गेलं नाही. मी जरा वेगानंच गाडी चालवत होतो.''

"घरापासून मार्केट किती दूर आहे?''

"साधारण अडीच चौक अंतरावर.''

"आणि हे सर्व कधी झालं?''

"मोशेर हिग्ले मरण पावला त्याच शनिवारी.''

"वेळ?''

"साडेअकराच्या सुमाराला.''

"तुला न्यूबर्नची गाडी दिसली?''

"नाही दिसली. तो तिथं नव्हता. मिसेस न्यूबर्न वरच खोलीत मोशेर हिग्लेला भेटायला गेली होती.''

"तू तिथं पोहोचलास, तेव्हा कॅप्टन ह्यूगो काय करत होता?''

"जेवणाच्या खोलीमधल्या खिडक्या धूत होता.''

"नादिनच्या खोलीत जायचं, तर स्वयंपाकघरामधूनच जावं लागतं?''

"बरोबर.''

"तर तू तिच्या खोलीजवळ गेलाही नाहीस?''

"मी बेसमेंटमध्ये जाणाऱ्या पायऱ्यांपर्यंत गेलो होतो. तिथंच थांबलो. नादिन आली असती, तर मी कॅप्टन ह्यूगोला इशारा करणार होतो.''

"शेगडीवरती चॉकोलेट उकळताना बघितलंस तू?''

"हो. ते वितळताना दिसत होतं आणि शेगडी बंद केली होती.''

"नंतर तू नादिनकडे विषाबद्दल चौकशी केली होतीस?''

"मी त्या दिवशी दुपारी विचारणार होतो, पण... तुला माहीत आहे, काय

झालं ते. मोशेर हिग्ले मरण पावला आणि ती सैरभैर झाली. डॉक्टरनं तिला औषध दिल्यानंतर ती जवळजवळ चोवीस तास झोपून होती. उठल्यानंतर तिच्या मनःस्थितीत फार फरक पडला होता... मला माहीत होतं, की मोशेर हिग्ले तिला एखाद्या कुत्र्यासारखा वागवत असे... पण आता तिच्याशी बोलण्याची गरज दिसली नाही मला. वाटलं, की आता ती... प्रयत्न करणार नाही... म्हणजे स्वतःला संपवण्याचा.''

नंतर बराच काळ मेसन विचाराक्रांत होऊन गाडी चालवत राहिला.

''तेव्हा मी तिच्या कबुलीजबाबाबद्दल कॅप्टन ह्यूगोला विश्वासात घेऊन त्याच्याशी का बोललो असेन, ते तुझ्या लक्षात येत असेल. माझी इच्छा नाही, की मी बेजबाबदारपणे अफवा पसरवत होतो, अशी तुझी समजूत व्हावी. काय झालं, ते तुला कळलं आहे. डॉ. डनेअरला टेपरेकॉर्डरवर नादिनचा कबुलीजबाब मिळाल्यावर तिनं मला त्याबद्दल सांगितलं आणि परिस्थितीकडं बघण्याचा माझा दृष्टिकोनच बदलला. मी तिला धीर द्यायचा प्रयत्न केला आणि...''

''त्या वेळी तुझ्या प्रयोगशाळेमधून तिनं सायनाईडच्या गोळ्या घेतल्या होत्या, असं तिनं सांगितलं तुला?''

''हो.''

''आणि त्यांचं काय झालं, त्याबद्दल तू तिला काय सांगितलंस?''

''काहीच नाही. ती म्हणाली, की तिच्या खोलीत त्या सापडत नाहीत... आणि मी... एक शब्द काढला नाही. मला माहीत होतं, की मोशेर हिग्लेच्या मृत्यूचा आणि त्या गोळ्यांचा काही संबंध नाही. माझी खात्री होती, की आज ना उद्या हिग्लेचा मृत्यू नैसर्गिक कारणांनीच घडला होता, याबद्दल आम्ही तिची खात्री पटवून देऊ शकू.''

''पण तू कॅप्टन ह्यूगोकडं गेला होतास?''

''मी कॅप्टन ह्यूगोकडे जाऊन त्याला टेपरेकॉर्डिंगबद्दल आणि नादिनची काय कल्पना आहे, याबद्दल सांगितलं.''

''नंतर काय झालं?''

''कॅप्टन ह्यूगो म्हणाला, की कबुलीजबाबाबद्दल मिसेस न्यूबर्नला सांगणं योग्य ठरेल.''

''का?''

''कारण मिसेस न्यूबर्न तपास करायला लागेल आणि ती तपास करायला लागली की कॅप्टन ह्यूगो तिला सांगेल, की त्यानं सायनाईडच्या गोळ्या नादिनच्या खोलीमधून बाहेर आणल्या होत्या आणि तिच्या सगळ्या शंका फिटतील. तसं केलं नाही, तर डॉ. डनेअर व्यावसायिक गोपनीयतेच्या नावाखाली गप्प बसेल आणि तिच्या मनावरचं अपराधीपणाचं सावट तसंच राहील.''

"त्या गोळ्यांना येणारा सायनाईडचा विशिष्ट वास तुला आला होता?'' मेसननं विचारलं.

"हो. मी झाकण काढून गोळ्यांचा वास घेतला होता.''

"पण त्या बाटलीत किती गोळ्या होत्या, ते तुला माहीत नाही?''

"नाही.''

"आता स्पष्ट बोल,'' मेसन म्हणाला, "तुला अंदाज बांधता येईल?''

"मी.... खरं तर मी विचारच केला नाही... मोजल्याही नाहीत.''

मेसननं सरळ त्याच्या नजरेला नजर भिडवली. "तू खोटं बोलतो आहेस लॉकी.''

अचानक लॉकीचं ओठ थरथरायला लागले.

"सांग.'' मेसन म्हणाला. "बाटलीत किती गोळ्या होत्या, ते सांग.''

"एकवीस.'' लॉकीनं उत्तर दिलं.

"हे बरं केलंस. तुला पोलिसांशी का बोलायचं नाही, ते आता मला कळतं आहे.''

"मिस्टर मेसन, मी पोलिसांकडे तसं कबूल करणारच नाही. मी... मी खोटं बोलेन.''

"तुला वाटतं आहे, की तू खोटं बोलू शकशील?'' मेसन म्हणाला, "कारण कुणाशी गाठ आहे, हे तुझ्या लक्षात येत नाही. तू खोटं बोलण्यात पटाईत नाहीस. तू पोलिसांचं समाधान करू शकणार नाहीस. तुझा सहकारी किती गोळ्या कमी होत्या, ते पोलिसांना सांगेल. ते त्यानं तुला सांगितलं होतं, असंही तो पोलिसांना सांगेल. कॅप्टन ह्यूगोकडून गोळ्यांची बाटली घेताना तू गोळ्या मोजून घेतल्या नाहीस, यावर पोलीस एक मिनिटही विश्वास ठेवणार नाहीत. कॅप्टन ह्यूगोनं मोजल्या होत्या?''

"मला माहीत नाही.''

"तू कधीतरी त्याला विचारलंस?''

"नाही.''

"का विचारलं नाहीस?''

"मला विचारायची भीती वाटली.''

"अगदी बरोबर.'' मेसन म्हणाला, "पोलीस खोदूनखोदून प्रश्न विचारतील आणि तुझ्याकडून सत्य जाणून घेतील. आणि ते त्यांनी तुझ्याकडून वदवून घेतलं, की नादिन फारविरुद्ध कळूनसवरून, अत्यंत क्रूरपणे, खून पाडल्याचा दावा दाखल करतील. त्यांना वाटणारच की तिनं बाटलीमधून चार गोळ्या काढून घेतल्या आणि मोशेर हिग्लेच्या चॉकलेटमध्ये घालण्यासाठी तयार ठेवल्या. नंतर तिनं त्या

मोशेर हिग्लेच्या चॉकलेटमध्ये घातल्याही आणि सायनाईडच्या विषप्रयोगामुळे त्याचा मृत्यू ओढवला. बाटलीमधल्या गोळ्यांचं काय केलंस तू?''

''एका सर्व्हिस स्टेशनमध्ये जाऊन तिथल्या स्वच्छतागृहात पाण्याच्या लोटात फेकून दिल्या. बाटली पुन्हा पुन्हा धुतली आणि कचऱ्याच्या डब्यात फेकून दिली.''

मेसननं या माहितीवरही जरा विचार केला.

''मी सांगतो तुला, की मी त्यांना काहीही सांगणार नाही, मिस्टर मेसन. मी त्यांना...''

''तू स्वतःलाच धीर द्यायचा प्रयत्न करतो आहेस.'' मेसन म्हणाला. ''तुला पक्कं ठाऊक आहे, की पोलिसांच्या दबावाला तू तोंड देऊ शकणार नाहीस. तुला चांगलं खोटं बोलता येत नाही. सदसद्विवेकबुद्धी जागृत असलेला तरुण आहेस तू आणि पोलिसी खाक्या तुला ठाऊक नाही. ते तुझ्याकडून सत्य वदवून घेतीलच.''

''ठीक आहे.'' लॉकी निराशेनंच उद्गारला. *''मग मी आता करू तरी काय?''*

मेसनचा चेहरा गंभीर होता, ''या क्षणी ते तर मलाही कळत नाही.''

११

मेसननं गाडी फ्रीवेवर वळवली.

''आपण कुठं निघालो आहोत?'' लॉकीनं विचारलं.

''या क्षणापुरतं सांगायचं तर जास्तीत जास्त रहदारी असणाऱ्या रस्त्यांवर,'' मेसननं उत्तर दिलं. ''पोलीस तुझ्या शोधात आहेत. बहुधा माझ्याही. माझ्या मनात विचार होता, की प्रथम तुला भेटायचं आणि मग पोलिसांनी नादिनचा तपास लावण्यापूर्वी आपणच तिचा तपास लावायचा. आता मुख्य प्रश्न पोलिसांना तुझ्यापासून लांब कसं ठेवायचं, हा आहे. नादिनच्या बाबतीत नंतर काय तो मार्ग शोधू.''

''कुठला मार्ग शोधणार आपण?'' लॉकीनं विचारलं.

''मला उत्तर माहीत असतं, तर आपण असं फिरत बसलो नसतो.'' मेसननं उत्तर दिलं. ''पण मी एक गोष्ट नक्की सांगू शकतो. नादिननं जर खुनासारखा अपराध केला असेल, तर तिला त्याचे परिणाम भोगावे लागतीलच.''

''पण ती अपराधी नाही, मिस्टर मेसन. मी खात्रीनं आणि निःसंदिग्धपणे सांगतो तसं.''

''तुला कसं काय माहीत?''

''कारण मी नादिनला ओळखतो.''

''तुझा तिच्यावर विश्वास आहे एवढंच.'' मेसन म्हणाला. ''ते एकच कारण

आहे. आणि तुझा तिच्यावर विश्वास आहे कारण तुझं प्रेम आहे तिच्यावर.''

''तुला नाही तसं वाटत?''

''आत्ता नाही. या क्षणाला नाही.'' मेसन म्हणाला. ''आणि मी काही तिच्या प्रेमात पडलेलो नाही. अजिबातच नाही.''

''आपण रात्रभर अशा तऱ्हेनं गाडी फिरवत राहू शकत नाही.'' लॉकीनं सांगितलं, ''पोलीस जर माझा शोध घेत असतील तर ते... मी सांगतो मिस्टर मेसन, की मला काहीही त्यांना सांगायचं कारण नाही. मी सर्व गुप्त ठेवू शकतो. मला खात्री आहे तशी.''

मेसन गप्प बसला. लॉकीची बडबड निरर्थक आहे, हेच मेसनला त्याला दाखवून द्यायचं होतं.

''माझं प्रतिनिधित्व करण्यासाठी मी ॲटर्नीची नेमणूक करू शकत नाही? माझ्यावरच दोषारोप येणार असेल, तर कुठल्याही प्रश्नांची उत्तरे तू देऊ नकोस, असा सल्ला तो मला देऊ शकत नाही?''

मेसननं नकारार्थी मान हलवली आणि क्षणभरानं तो म्हणाला, ''त्यामुळे तुझी परिस्थिती जास्तच वाईट बनेल.'' डेला स्ट्रीट काही क्षण आपल्याकडे रोखून बघत आहे, याची पेरी मेसनला जाणीव झाली.

''पॉल ड्रेकला आपल्याला काही नवीन सांगायचं असेल, असं वाटतं तुला?''

''शक्य आहे.'' मेसननं कबुली दिली.

''ती व्यक्ती कुठं आहे याबद्दल...''

मान डोलवत आणि जॉन लॉकीकडं वळत त्यानं डेलाचं बोलणं मध्येच तोडलं. ''जॉन, तू मला स्पष्ट सांग आता. नादिन कुठल्यातरी दबावाखाली होती, हे ठाऊक होतं तुला?''

''हो.''

''कशाच्या, याबद्दल तुला काही कल्पना होती?''

''त्या वेळी नव्हती.''

''आता आहे?''

''मला समजलं आहे, की मोशेर हिग्लेनं तिला दूर निघून जा असं सांगितलं होतं. आणि... त्याची आमच्या लग्नाला मान्यता नव्हती.''

''याचं कारण माहीत आहे तुला?''

''नाही माहीत.'' लॉकी रागानंच उद्गारला. ''मृतांबद्दल राग बाळगू नये म्हणतात, पण जेव्हा जेव्हा तो विचार माझ्या मनात येतो, तेव्हा संताप होतो माझा.''

''नादिन तुझ्या योग्यतेची मुलगी नाही, असं काही तरी त्याला वाटत होतं का?''

"उलटं असण्याचीच शक्यता जास्त," लॉकी म्हणाला. "म्हणजे मीसुद्धा अगदी फारच चांगला माणूस वगैरे नाही. सर्वसाधारण माणसांसारखाच आहे. मोशेर हिग्ले इतकं एकाकी जिणं जगत होता, की मला वाटतही नाही की... त्याला काही मानवी भावनाच नव्हत्या, असं मला वाटतं. तो थेरडा..." लॉकीनं स्वतःला सावरलं.

"नादिननं कधी सांगितलं नाही तुला... अशा कोणत्या गोष्टीची भीती तो नादिनला घालत होता याबद्दल."

"तो सरळसरळ जुलूम करत होता तिच्यावर. दुसरं काहीही नाही." लॉकी म्हणाला. "तू मोशेर हिग्लेला ओळखत नव्हतास. कोत्या बुद्धीचा उन्मत्त माणूस. दुसऱ्यांवर निर्दयपणे सत्ता गाजवायला आवडायचं त्याला. तो म्हातारा होता, माझ्या कुटुंबाचा मित्र होता, म्हणून मी त्याला मान द्यायचा प्रयत्न करत असे, पण..."

"ठीक आहे. जॅक्सन न्यूबर्नबद्दल बोलू या आपण." मेसन म्हणाला.

"म्हणजे त्याच्या बायकोबद्दल असं म्हणायचं नाही ना तुला?"

"नाही. मी जॅक्सनबद्दलच बोलतो आहे."

"त्याचं काय?"

"नादिनचं काय मत होतं त्याच्याबद्दल?"

"इतरांपेक्षा त्याच्याशी तिची जास्त मैत्री होती. समजूतदार होता. अनेक गोष्टी त्याच्याही लक्षात येत."

"एकमेकांबद्दल काही खास भावभावना?" मेसननं विचारलं. "दोघांमध्ये काही..."

"जॅक्सन आणि नादिन?" लॉकीच्या स्वरातच आश्चर्य उमटलं. मेसननं मान डोलावली.

"अरे देवा! अजिबात नाही."

"खात्री आहे?" मेसननं विचारलं.

"अर्थातच. खात्री आहे माझी. जॅक्सनचं स्यूशी लग्न झालं आहे. आणि नादिन... तिचं मन दुसरीकडेच..."

"म्हणजे तुझ्याकडं?" मेसननं विचारलं.

"नादिनचं आणि माझं एकमेकांवर प्रेम आहे आणि आमची लग्न करण्याची इच्छा आहे."

"जॅक्सनशी तसा काही संबंध नाही?"

"नाही."

मेसननं गाडी उजव्या बाजूला वळवली. फ्री वे सोडून तो एका रस्त्यावर आला.

"कुठं चाललो आहोत आपण?" लॉकी थोडा घाबरल्यासारखा वाटत होता.

"मला टेलिफोन शोधायचा आहे." मेसननं त्याला सांगितलं. या प्रकरणाचा

शोध घेण्यासाठी मी एका डिटेक्टिव्हची नेमणूक केली आहे आणि त्याला काही नवीन माहिती कळली आहे का, असं मला त्याला विचारायचं आहे. मी टेलिफोन करून येईपर्यंत नादिन जिथं सापडू शकेल, अशा प्रत्येक जागेचा तू विचार कर. तुला अशी एखादी जागा लक्षात येईल, की जिथं तू तिला टेलिफोन करू शकशील.''

''पण मी आज घरीच गेलो नाही तर... फारच वाईट नाही दिसणार?''

''फारच वाईट दिसेल खरं.'' मेसननं सांगितलं. ''तुला तसं करायचं नाही. *पोलिसांना संशय येईल, असं काहीही करायची तुझी इच्छा नाही.* दोन तास आहेत तुला. एखादे वेळी तीनही. नंतर तुला घरी जावंच लागेल. तू काहीतरी संशोधन करण्यात दंग आहेस, असं सांगू शकतोस.''

''मी सिनेमाला गेलो होतो, असं म्हटलं तर?''

''ते तुला सिनेमाबद्दल विचारतील. तपशीलवार वर्णन करायला सांगतील.''

''ते करू शकेन मी. बघितलेल्या सिनेमाचंच नाव सांगेन.''

''मग ते मोठं सिनेमागृह असायला पाहिजे, जिथं कुणाला तुझी आठवण राहणार नाही. आत जा, तिकिटाचा तुझा अर्धा भाग जपून ठेव आणि थोड्या वेळानं बाहेर पड. फोन शोधल्यानंतर मी तुला सिनेमागृहावर सोडतो. या रस्त्यावर तसं काही विशेष दिसतच नाही. दिसला, फोन बूथ दिसला.''

गाडी उभी करण्याआधी त्याला एका कोपऱ्यावरून गाडी वळवून पुढं जावं लागलं. ''तुम्ही दोघं इथंच थांबा.'' तो म्हणाला आणि फोन बूथमध्ये जाऊन त्यानं पॉल ड्रेकला फोन केला.

''हॅलो, पॉल.'' ड्रेकनं फोन उचलताच मेसन म्हणाला, ''नवीन काही? काहीही?''

''धक्कादायक असं काहीही नाही?''

''नादिन फार... कुठं आहे कळलं?''

''नाही, पण जॅक्सन न्यूबर्नचा पत्ता लागला आहे.''

''आणि ती त्याच्याबरोबर आहे?''

''नक्कीच नाही.''

''नक्कीच नाही असं का म्हणतो आहेस तू?''

''मी नुसतं तसं सुचवलं तर त्यानं मला सरळसरळ धुडकावून लावलं.''

''कसं काय?''

''मी एका माणसाला सगळीकडे फोन करत न्यूबर्न आत्ता कुठं आहे, ते शोधण्याच्या कामावर नेमलं होतं. तो जिथं असू शकेल, अशा प्रत्येक ठिकाणी तो फोन करत होता. मला वाटतं, पोलीसही अगदी तेच करत असणार. पण मी त्याला प्रथम गाठलं. म्हणजे मला तरी तसं वाटतं आहे.''

"कुठं?"

"तो ज्या ज्या क्लबचा सदस्य आहे, त्या प्रत्येक क्लबला मी फोन करून सांगत होतो, की त्यानं येताक्षणी मला फोन करणं खूप महत्त्वाचं आहे. अगदी प्रत्येक क्लबवर तसा निरोप ठेवत होतो. शेवटी त्याचा 'वाइल्डकॅट एक्स्प्लोरेशन ॲन्ड डेव्हलपमेंट क्लब'मधून फोन आला. पैशांची तमा न बाळगता, अगदी अडचणींच्या ठिकाणीसुद्धा तेलाचा शोध घेण्याचा जुगार खेळणाऱ्या धाडसी मंडळींच्या एका छोट्याशा गटाचा तो क्लब आहे. नंतर किती उपयोग होईल, याची क्षती न बाळगता बरेच उद्योग करतात.

"न्यूबर्न सांगतो त्या कथेप्रमाणे तो क्लबमध्ये शिरताच त्याला निरोप मिळाला आणि म्हणून तो तत्काळ फोन करत होता. मी त्याला म्हटलं, की अत्यंत महत्त्वाच्या बाबतीत मला ताबडतोब नादिन फारशी संपर्क साधायचा आहे."

"आणि काय झालं?"

"त्यानं अगदी थंड स्वरात स्पष्टपणं सांगितलं, की ती ज्या घरी राहते तिथं फोन आहे अशी त्याची कल्पना आहे, मोशेर हिग्ले या नावानं फोनची नोंद आहे आणि मी तिथं फोन करून नादिनशी बोलायचं आहे, असं सांगितलं तर ती फोनवर येईल. याशिवाय दुसरे काही तो सुचवू शकत नाही."

"मग काय झालं?"

"मी त्याला सांगितलं, की आम्ही मोशेर हिग्लेच्या घरी सारखा फोन करतो आहोत. पण ती तिथं नाही."

"आणखी काही?"

"संध्याकाळी ती त्याच्याबरोबर होती, असं मला कळलं आहे म्हटल्यावर तो म्हणाला, की तुझी काही तरी दिशाभूल झाली आहे. मग मला धक्का द्यायचा मोह आवरला नाही. मी त्याला सांगितलं, की किनारपट्टीवरील एका मोटेलमधून ती निघाली, तेव्हा तू तिच्याबरोबर होता, असं आमच्या एका डिटेक्टिव्हनं सांगितलं आहे."

"मग काय म्हणाला तो?" मेसननं विचारलं.

"इस पार या उस पार अशी बातमी दिल्यावर तो म्हणाला, की माझी फार गफलत होते आहे आणि मी जे अप्रत्यक्षपणे सुचवतो आहे, ते त्याला अजिबात आवडलेलं नाही. त्याला माझ्या बोलण्याचा स्वरही खटकतो आहे. तो नादिन फारबरोबर नव्हता आणि मी किंवा माझ्या कोणत्याही माणसानं पुन्हा तसं काही म्हटलं, तर त्याला कारवाई करणं भाग पडेल."

"नंतर काय झालं?"

"त्यानं फोन ठेवून दिला. दाणकन आपटलाच असावा. मला स्फोटासारखाच

आवाज आला.''

''आत्ता कुठं आहे तो?''

''मला वाटतं, अजूनही तो क्लबवरच आहे. मी तो तिथंच आहे ना याची खात्री करून घेण्यासाठी एका माणसाला धाडलंही आहे. पण तो अजून तिथं पोहोचला नसणार. तेवढा वेळ अजून गेलेला नाही.''

''मला भेटायचं आहे त्याला, पॉल.'' मेसननं सांगितलं.

''मग माझ्या माणसाचा निरोप येईपर्यंत तू इथं येऊन का थांबत नाहीस? नंतर...''

''कारण पोलीस माझ्याही मागावर असण्याची शक्यता आहे आणि माझ्याबरोबर जी व्यक्ती आहे, तिचा तर ते कसोशीनं शोध घेत असणार.''

''नादिन फार?''

''वेड्यासारखं बोलू नकोस.''

''मग तो...''

''नावं घेऊ नकोस, पॉल.''

''ठीक आहे. ज्या व्यक्तीला भेटायला तू निघाला होतास ती व्यक्ती.''

''माझ्याकडे खूप महत्त्वाची बातमी आहे. मला वाटतं, जॅक्सन न्यूबर्न मला क्लबवरच भेटण्याची संधी आहे. मी तिथंच त्याची मुलाखत घेण्याचा प्रयत्न करतो.'' मेसननं पॉल ड्रेकला सांगितलं.

''माझे काही अशील तेल उद्योगात आहेत. माझी खात्री आहे, की त्यांच्यापैकी एखादा तर वाइल्डकॅट क्लबचा सदस्य असणार. तुला पाहुणा म्हणून आत शिरण्याच्या ओळखपत्राची गरज आहे का?''

''ओळखपत्र असतं, तर काम सोपं झालं असतं. पण मला वेळच नाही. मी तिथं जातो आणि प्रवेशद्वारावरच विचारतो, की न्यूबर्न तिथं आहे का म्हणून. त्यानं मला भेटायचं नाकारलं तर...''

''ठीक आहे. अडचणीत सापडलास, तर मला कळव. मी बघेन काही करता येतं का म्हणून.''

फोन ठेवून मेसन गाडीजवळ आला, त्यानं दार उघडलं आणि विचारलं, ''अरे, लॉकी कुठं आहे?''

''त्याला कसली तरी आठवण झाली.''

''कसली?''

''नादिन कुठं सापडेल याची.''

''चांगलं झालं.'' मेसन म्हणाला. ''त्यानं तिला फोन करावा, अशी माझी इच्छा होतीच.''

"त्याला वाटलं, की त्याला एखादे वेळी ती फोनवर भेटू शकणार नाही, पण ती जिथं आहे तिथं जाऊन तो तिला भेटू शकेल.''

"ती कुठं आहे, याबद्दल काही म्हणाला तो?''

"नाही.''

"तू विचारायला हवं होतंस त्याला.'' मेसन म्हणाला. "तो असा एकटाच फिरतो आहे, ही कल्पनाच मला आवडत नाही.''

"पोलीस पकडू शकतील त्याला?''

"नक्कीच. लवकर सापडेल, नाहीतर उशिरा.''

"पोलिसांपासून दूर राहणं गरजेचं आहे, हे त्याला समजल्यासारखं वाटतं.''

मेसन रागावलेला दिसला. "मी त्याला इथंच थांबून वाट बघायला सांगितली होती. तू ऐकलं होतंस, डेला.''

तिनं मान डोलावली.

"तू त्याला थांबवायला हवं होतंस.''

"एकदा त्याच्या डोक्यात एखादी कल्पना आली, की तो तत्काळ ती अमलात आणतो. नादिन कुठं असेल, हे लक्षात येता क्षणी त्याला ताबडतोब तिच्याकडे जायचं होतं.''

"कसा गेला तो?'' मेसननं विचारलं. "तो काही इथून चालायला लागला नसणार.''

"पलीकडल्या सर्व्हिस स्टेशनवर पेट्रोल भरत असणाऱ्या गाडीच्या ड्रायव्हरशी तो बोलला आणि त्याच्याबरोबर गेला.''

"ठीक आहे. कोण होता तो? त्याच्या गाडीचा लायसन्स क्रमांक काय होता?''

तिनं नकारार्थी मान हलवली.

"गाडी कशा तऱ्हेची होती?''

"सेदान. काळसर रंगाची.''

"मोठी? लहान?''

"मध्यम आकाराची.''

"मॉडेल कुठलं होतं? नवीन? जुनं?''

"तसं नवीन वाटत होतं, पण अगदी अलीकडचं नाही.''

"थोडक्यात तू बघितलेलं नाहीस.''

"खरं सांगायचं, चीफ, तर नाही बघितलं.''

मेसन काहीतरी बोलणार होता, पण तेवढ्यात थांबला. त्यानं गाडी सुरू केली आणि तो परत फ्री वेच्या दिशेनं निघाला. त्यानं गाडी बाजूला घेतली आणि फूटपाथच्या कडेला उभी केली.

"काय झालं?" डेलानं विचारलं.

"माझ्याकडे बघ, डेला."

तिनं आश्चयानंच नजर वर केली.

"तू सहसा अशी वागत नाहीस." तो म्हणाला.

"काय?"

"मी लॉकीला इथंच थांबायला सांगितलं होतं, ते तुलाही माहीत आहे. मी फोन करून येईपर्यंत तू त्याला थांबवायला हवं होतंस."

"ते कठीण होतं. त्याच्या डोक्यात कल्पना आली आणि तो गेला."

अनेक सेकंद तो डेलाकडं बघत विचार करत होता. "ठीक आहे, डेला. खरं काय ते सांगून टाक."

"काय सांगून टाक?"

"तो इथून जाण्याबद्दल."

ती थोडा वेळ गप्प बसली. त्याच्या नजरेला नजर देण्याचा तिनं क्षणभर प्रयत्न केला आणि नजर खाली वळवली.

"तू विचार तरी काय करत होतीस, डेला?"

कसाबसा हसण्याचा प्रयत्न करत डेला म्हणाली, "कायद्याची प्रॅक्टिस करत होते."

"काय केलं आहेस तू?"

"कायद्याची प्रॅक्टिस. मला वाटलं, मला प्रश्नाचं उत्तर माहीत आहे. मला असंही वाटलं, की तुला ते त्याला सांगता येत नाही. तो सारखा विचारत होता, की त्यानं आता करायचं तरी काय म्हणून. तेव्हा मी सांगून टाकलं त्याला."

"काय सांगून टाकलंस?" अत्यंत धारदार आवाजात मेसननं विचारलं.

"त्या दोघांचं एकमेकांवर प्रेम आहे." डेला स्ट्रीट म्हणाली. "त्यांना लग्न करायचं असताना मोशेर हिग्लेनं आडकाठी केली. मोशेर हिग्लेच्या मृत्यूनंतर लग्न करणं योग्य..."

"दुसऱ्या शब्दांत तू त्यांना लग्न करायला सांगितलंस. तेच सांगितलंस ना?" मेसननं विचारलं.

"मी त्याला सांगितलं, की त्यानं तिच्याशी लग्न केलं तर जगामधली कुठलीही ताकद त्याला तिच्याविरुद्ध साक्ष देण्यास भाग पाडू शकणार नाही. त्यानं तिच्याशी लग्न नाही केलं, तर ते त्याला तिच्याविरुद्ध साक्ष द्यायला भाग पाडतील आणि ते एकमेकांच्या प्रेमात पडले आहेत, हेच त्यांच्या बाबतीत फार वाईट ठरेल."

मेसन बराच वेळ गप्प बसला. "रागावलास?" तिनं विचारलं.

"नाही." मेसन हसून म्हणाला, "तुला जे करण्यासारखं होतं, तेवढंच तू

केलं आहेस. अनधिकृतपणे कायद्याची प्रॅक्टिस करणं गुन्हा आहे, तरुण मुली. बार असोसिएशन कमिटी तुला पकडणार नाही, अशी आशा करतो आहे मी.''

डेला स्ट्रीट हसली, ''तू संतापला नाहीस याचाच आनंद आहे मला, पण त्यानं तुला फार अडचणीच्या परिस्थितीत टाकलं होतं. *एकदा त्यानं तुला सायनाईडच्या गोळ्यांबद्दल आणि त्यातल्या चार गोळ्या कमी आहेत, असं सांगितल्यावर... त्यानंतर तू काहीही केलं असतंस, तरी कठीण स्थितीतच अडकला असतास.* तो तुझा अशील नाही; साक्षीदार आहे. त्यानं अत्यंत महत्त्वाची गोष्ट तुझ्या लक्षात आणून दिली होती. तू गप्प बसला असतास, ती गोष्ट दाबून टाकण्याचा प्रयत्न केला असतास किंवा त्याला सांगितलं असतंस, की ती पोलिसांना सांगू नकोस, तर कायदेशीरदृष्ट्या तू तुझ्या निर्णयाचं समर्थन करू शकला नसतास, इतपत कायदा मला कळतो.

''मला हेदेखील कळतं आहे, की त्याला कधी साक्षीदाराच्या पिंजऱ्यात उभं केलं आणि त्यानं त्याची कथा सांगितली, तर ज्यूरीनं नादिन फारला दोषी ठरवलं असतं. जॉन लॉकी इतका निष्पाप तरुण आहे, की त्यांना तसं करणंही आवडलं नसतं. पण डिस्ट्रिक्ट ॲटर्नीनं त्यांची खात्री पटवली असती, की प्रेमात पडलेल्या त्या तरुणावर दया दाखवावी असं वाटत असेल तर तो एका खुनी तरुणीबरोबर लग्न करणार नाही, याची त्यांना काळजी घ्यायला हवी.

''त्यानं जेव्हा मला सांगितलं, की पोलीस जिथं तिचा शोध घेणार नाहीत अशा बहुधा एकाच ठिकाणी नादिन असण्याची शक्यता त्याला वाटतं आहे आणि तो तिथं गेला, तर पोलीस त्याचाही शोध लावू शकणार नाहीत... मी त्याला म्हटलं, की तू बहुधा त्याला सांगू शकणार नाहीस अशा परिस्थितीत आहेस, पण तो आणि नादिन समजा राज्याबाहेर युमाला जाऊ शकले आणि पोलिसांनी त्यांना ताब्यात घेण्याआधी लग्न करू शकले, तर ते त्याला नादिनविरुद्ध साक्ष द्यायला भाग पाडू शकणार नाहीत आणि त्यांच्या दाव्याचाच फज्जा उडेल.''

''पण वर्तमानपत्रं काय छापतील, ते तुला माहीत आहे?'' मेसन म्हणाला.

''पोलीस आणि डिस्ट्रिक्ट ॲटर्नी यांची विधानं मोठ्या मथळ्याखाली छापून येतील. नादिननं खून केलाच आहे आणि त्यातून सुटण्यासाठीच त्यांनी घाईघाईनं लग्न केलं, असंच म्हणतील.''

''माहीत आहे मला.'' डेला स्ट्रीट म्हणाली, ''त्यांना यामधून सावरायला खूप वेळही लागेल. पण तिच्यावर खुनाचा आरोप शाबीत होऊन तिला तुरुंगात पाठवलं, तर याहूनही जास्त वेळ जाईल. म्हणजे कधी तरी तुरुंगामधून तिची सुटका होईल, असं गृहीत धरलं तरी. तोपर्यंत तिचं तारुण्य नाहीसं झालेलं असेल. आयुष्य संपत आलं असेल आणि प्रियकरही नाहीसा झाला असेल. कारण

जॉन लॉकी काही वर्षं व्याकूळ होऊन आयुष्य काढेल आणि मग एखादी मुलगी सहानुभूतीनं त्याला जवळ घेईल, हळूच त्याचे केस कपाळावरून मागं सारेल, त्याला आधार देईल, मी तुझी बहीण आहे म्हणेल आणि पत्नी बनून जाईल.''

''थोडक्यात तुला सांगायचं आहे, की तो तिची वाट बघत राहील एवढं काही त्याचं तिच्यावर प्रेम नाही.'' मेसन म्हणाला.

''आत्ता आहे.'' तिनं सांगितलं. ''पण वर्षानुवर्षं थांबण्यामुळे मनावर पडणारा ताण कोण सहन करू शकेल? लग्नाच्या बाजारात सध्या असलेल्या स्पर्धेचा जरा विचार करून बघ. कोणती तरी हुशार तरुणी प्रथम बहिणीचं काम करायला तयारच असेल.''

''ठीक आहे,'' मेसन म्हणाला. ''तू जे केलंस त्याचा आनंद आहे मला, डेला. आपण तिला शोधून काढू शकलो असतो, मीसुद्धा बहुधा युमा किंवा लास वेगास आणि लग्न सुचवलं असतं.''

''तू तसं काहीही केलं नसल्यानं तुझ्या सदसद्विवेकबुद्धीला टोचणी लागायचं कारण नाही. मी त्याला म्हटलं, वकील म्हणून तू त्याला सुचवू शकत नाहीस की आरोप ठेवलेल्या व्यक्तीशी तू लग्न कर म्हणजे तिच्याविरुद्ध साक्ष देण्यास तुला कोणी भाग पाडू शकणार नाही. पण अचानक तसं काही त्याच्या मनात आलं आणि त्यानं तिच्याशी लग्न केलं, तर तिच्याविरुद्ध साक्ष देण्यास कोणीही त्याला साक्षीदाराच्या पिंजऱ्यात उभं करू शकणार नाही.''

''ठीक आहे,'' मेसन म्हणाला, ''मला जॅक्सन न्यूबर्न कुठं आहे, ते कळलं आहे. त्याला भेटू या. तो काय म्हणतो, ते बघू या.''

''माझी खात्री आहे, की रागावल्याचा आव आणून तो नादिनच्या आसपासही नव्हता, असा कांगावा करेल म्हणून.''

''ते तर पॉल ड्रेकशी फोनवर बोलत असताना त्यानं केलंच आहे.'' मेसननं तिला सांगितलं. ''समजा, ओळख पटण्यात खरोखरच चूक झाली असेल तर?'' डेला स्ट्रीटनं विचारलं.

''माझी कुठल्याही परिस्थितीला तोंड देण्याची तयारी आहे.''

''म्हणजे तुला तसं वाटत नाही?''

''अजिबात वाटत नाही. मला वाटतं, जॅक्सन न्यूबर्न सराईतपणे खोटं बोलतो आहे.''

''आणि तू ते सिद्ध करू शकशील?''

''प्रयत्न तरी करेनच.''

मेसन गाडी चालवत वेस्ट ॲडम्स स्ट्रीटवरच्या वाइल्डकॅट क्लबवर पोहोचला.

तो गाडी उभी करत असताना डेला स्ट्रीटनं विचारलं, ''साक्षीदार हवी?''

"खरं तर पाहिजे." मेसन तिला म्हणाला. "पण नसली, तर मला एखाद्या वेळी जास्त काही माहितीही मिळू शकेल. तू गाडीत बसून राहा, डेला, आणि लक्ष ठेव."

तीसएक वर्षांपूर्वीच्या एका उत्कृष्ट मॅन्शनमध्ये 'वाइल्डकॅट एक्स्प्लोरेशन ॲन्ड डेव्हलपमेंट क्लब' होता. शहराची वाढ झाली. या मॅन्शनसारख्या इतर टुमदार घरांना उद्योगधंदे आणि अपार्टमेंट्सनी वेढून टाकलं. त्या घरांमधले रहिवासी शेवटी जागा सोडून निघून गेले आणि लोकसंख्येच्या दबावाखाली या घरांमध्येही स्त्रियांसाठीच्या वस्तू विकणारी दुकानं, डान्सिंग अकॅडेमीज, बिझिनेस कॉलेजेस वगैरे स्थापन झाली.

वाइल्डकॅट क्लबनं अशा मॅन्शन्सपैकी एक मॅन्शन विकत घेतला. संपूर्ण इमारत नव्यानं सजवल्यावर मॅन्शनचा कायापालटच झाला. रंगाची गरज असणाऱ्या आणि शेवटच्या घटका मोजत असलेल्या आसपासच्या सर्व घरांमध्ये ही इमारत उठून दिसायला लागली.

मेसननं रुंद अशा पायऱ्या चढून क्लबच्या प्रकाशमान अशा पोर्चवर पाऊल टाकलं आणि घंटीचं बटण दाबलं. विशिष्ट पोशाखामधल्या नोकरानं दार उघडलं. मेसननं त्याचं काम सांगितलं.

"एक मिनिट." तो म्हणाला. "बघतो, आहेत का!"

तो आत गेला आणि त्यानं पुन्हा दार ओढून घेतलं.

मेसन वाट बघत थांबला.

दोनएक मिनिटांनी दार पुन्हा उघडलं आणि तिशीमधल्या, करड्या रंगाच्या डोळ्यांनी रोखून बघणाऱ्या, चपळ आणि तरतरीत अशा एका तरुणानं मेसनसमोर हात पुढं केला.

"मेसन?" त्यानं विचारलं.

"हो. तू न्यूबर्न?"

"बरोबर."

त्यांनी हस्तांदोलन केलं.

"मी तुला आतमध्ये येण्याचं आमंत्रण दिलं नाही, तर गैरसमज करून घेऊ नकोस. क्लबचे बरेच सदस्य आत्ता हजर आहेत. तू तसा प्रसिद्ध आहेस. आपल्या भेटीचा उगीचच कुणी चुकीचा अर्थ काढायला नको."

"ते ठीक आहे." मेसन म्हणाला. "माझी गाडी फुटपाथजवळ उभी आहे. आपण गाडीमध्ये बसून बोलू शकतो."

"एकटाच आहेस?"

"माझी सेक्रेटरी माझ्याबरोबर आहे. मी..."

"आपण या पोर्चच्या कोपऱ्यावरच उभे राहू या. तशी मग कुठलीही जागा चांगलीच म्हणायला हरकत नाही."

मेसनच्या उत्तराची वाटसुद्धा न बघता न्यूबर्न पोर्चच्या एका कोपऱ्याच्या दिशेनं निघाला. दिव्यांचा झगमगाट तिथपर्यंत पोहोचत नव्हता.

मेसनकडे वळून तो म्हणाला, "आज रात्री मला एक त्रासदायक अनुभव आला."

"कुठला?" मेसननं विचारलं.

"फोनवर कुठली तरी एक डिटेक्टिव्ह एजन्सी होती. कुणीतरी मला खात्रीपूर्वक सांगितलं, की मी आज संध्याकाळी नादिन फारबरोबर होतो."

"तुला ते फार अडचणीचं ठरेल?" मेसननं विचारलं.

"मला त्याचं बोलणंच आवडलं नाही, असं म्हणेन मी."

"का?"

"कारण मी तिच्याबरोबर नव्हतो."

"तू ओळखतोस तिला?"

"अर्थातच."

"तू तिच्याबरोबर बोलताना दिसलास असं कुणी म्हटलं, तर तुला ते बोलणं न आवडण्याचं काही कारण आहे?"

"आपण सरळच बोलू या, मेसन." न्यूबर्न म्हणाला. "माझं लग्न झालं आहे. माझी पत्नी सुंदर आहे, बुद्धिमान आहे, नसते संशय घेणारी नाही; पण तरीही शेवटी ती एक स्त्री आहे. तिच्या मनानं घेतलं आहे, की नादिन फारला मी तिच्या नादी लागलेला आवडेल. अशा तऱ्हेची भावना तिच्या मनात निर्माण होण्यासाठी काहीही सबळ कारण नसलं, तरी ती अशी आहे हे खरं. तेव्हा आज दुपारी किंवा संध्याकाळी मी नादिन फारबरोबर होतो, असं कुणी नुसतं सुचवलं तरी मला ते अजिबात सहन होणार नाही. असं सुचवणारा तो डिटेक्टिव्ह कुणासाठी काम करतो ते मला माहीत नाही; पण कुठल्या साक्षीदारासमोर असं विधान कुणी केलं, इकडं तिकडं पसरवलं किंवा प्रसिद्धीला दिलं, तर त्यासाठी जबाबदार असणाऱ्या व्यक्तीला मी कोर्टात खेचल्याशिवाय राहणार नाही. माझं बोलणं अगदी स्वच्छपणे लक्षात येतं आहे ना?"

"अगदी स्वच्छपणे."

"ठीक आहे. माझा दृष्टिकोन काय असेल, याबद्दल धोक्याची सूचना मी आधीच दिलेली आहे, तेव्हा आता कुठलाही गैरसमज दूर करायला मी तयार आहे."

"दुसऱ्या शब्दांत सांगायचं तर मी कुणाला सांगितलं, की तू नादिन फारबरोबर होतास, तर तू माझ्याविरुद्ध अब्रुनुकसानीचा दावा दाखल करशील?"

"तुझं म्हणणं खोटं आहे, असं मी म्हणेन. तुझ्या विधानामुळे मी घरात अडचणीत आलो तर... माझ्या बोलण्याचा रोख... काही उपयोग नाही, मेसन. तू वकील आहेस. परिस्थिती तुझ्या ध्यानात येते आहे. तेव्हा तू तारतम्य बाळगशील, असा माझा विश्वास आहे."

''ठीक आहे. इथं कुणी साक्षीदार नाहीत. फक्त तू आणि मीच आहोत. सांग मला, की तू नादिन फारबरोबर होतास की नव्हतास?''

''नक्की नव्हतो.''

''तिनं आज दुपारी तुला फोन केला नव्हता?''

''नाही, सर.''

''सागरकिनाऱ्यावरील 'हाय-टाइड मोटेल'मध्ये ती आहे, असं तुला कोणत्यातरी तऱ्हेनं कळलं होतं?''

एखाद्या हास्यास्पद विधानाची टर उडवावी, त्याप्रमाणे तो हसला, ''अर्थातच नाही, मेसन.'' तो म्हणाला, ''अरे देवा! या डिटेक्टिव्ह एजन्सीज कुठल्याही कपोलकल्पित कथा सांगून तुझी फसवणूक करतील, मेसन. आजपर्यंत तुला अनुभव आलाच असणार, की जास्त काम मिळवण्यासाठी हे ऑपरेटिव्ह्ज असेच अहवाल पाठवत असतात म्हणून. अशिलाला काय हवं ते जाणून घेऊन...''

मेसन त्याला अडवत म्हणाला, ''मोटेलची मॅनेजर म्हणाली, की तुझ्याच वर्णनाचा एक इसम दोन रंगांच्या ओल्ड्समोबिलमधून मोटेलवर आला होता आणि नादिन त्याच्या गाडीत बसून त्याच्याबरोबर निघून गेली.''

''ओल्ड्समोबिल प्रसिद्ध गाडी आहे.'' न्यूबर्न म्हणाला. ''हजारो ओल्ड्समोबिल गाड्यांची आसपासच्या परिसरात नोंद झालेली तुला आढळेल. आणि माझ्यासारख्या वर्णनाची तर लाखो माणसं आढळतील.''

न्यूबर्न जसा काही बोललाच नव्हता, अशा तऱ्हेनं मेसननं आपलं बोलणं चालूच ठेवलं, ''मॅनेजरनं सांगितलं, की त्या गाडीच्या ड्रायव्हरनं पुढल्या चौकामधल्या पेट्रोल पंपावर गाडी नेली होती. *सर्व्हिस स्टेशनवरची नोंद दाखवते, की तुझी गाडी चालविणाऱ्या कुणीतरी तुझ्याच क्रेडिट कार्डचा वापर करून पेट्रोलचे पैसे भरले होते. बिलावरची सहीदेखील तुझ्याच सहीसारखी वाटते.*''

मेसननं बोलणं थांबवलं.

जॅक्सन न्यूबर्न भीतीनंच त्याच्याकडं बघत बसला.

मेसननं सिगारेट पेटवली.

चांगले तीस सेकंद उलटले आणि मग न्यूबर्न म्हणाला, ''आणखी कुणाला याबद्दल माहीत आहे, मेसन?''

''मला माहीत आहे.'' मेसन म्हणाला. ''मी ज्या डिटेक्टिव्ह एजन्सीची नेमणूक केली होती, तिला माहीत आहे. आणि मोटेलच्या मॅनेजरची चौकशी केल्यावर *पोलिसांनाही ते कळणार आहे.*''

न्यूबर्ननं रागानंच एक शिवी हासडली.

मेसनच्या भुवया उंचावल्या.

“त्या सर्व्हिस स्टेशनवर थांबण्याच्या माझ्याच मूर्खपणाला शिव्या घालतो आहे मी. मला कल्पनाच नव्हती, की माझ्यावर कुणाची नजर असेल म्हणून.”

“सुंदर आणि तरुण स्त्रिया एकट्याच मोटेलमध्ये येऊन राहिल्या आणि त्यांना भेटण्यासाठी चांगल्या पोशाखामधले तरुण महागड्या गाड्यांमधून आले, तर मोटेलचे मॅनेजर जरा जास्तच जागरूक बनतात.” मेसननं सांगितलं.

न्यूबर्ननं दोन-तीनदा बोटांनी चुटक्या वाजवल्या.

“सिगारेट?” मेसननं विचारलं.

न्यूबर्ननं नकार दिला.

मेसननं थोडा वेळ थांबून पुन्हा त्याच्याकडे बघितलं.

“मी विचार करतो आहे.” न्यूबर्न म्हणाला,

“ती चुकीची गोष्ट ठरू शकते.”

“तुला काय म्हणायचं आहे, मेसन?”

“माझंही समाधान होईल आणि तूही सहीसलामत सुटशील, अशी कथा बनवण्याचा तू प्रयत्न करतो आहेस. तो विचार मनातून काढून टाक.”

“का?”

“कारण जी गोष्ट माझं समाधान करू शकेल, ती पोलिसांचं समाधान करेलच असं नाही – फार काळ तरी नाही. आणि *तू त्यांच्यापासून काही दडवण्याचा प्रयत्न करत असताना पकडला गेलास, तर परिणाम वाईट असतील.*”

न्यूबर्न म्हणाला, “पण दुर्दैव असं आहे, की सत्य जरा चमत्कारिकच आहे.”

“तू एक गोष्ट अगदी स्पष्ट लक्षात घे.” मेसननं त्याला सांगितलं.

“प्रकरण खुनाचं आहे. सत्य कितीही विलक्षण असलं, तरी *सर्व गोष्टींचं स्पष्टीकरण देणारी कथा तुला तयार करता येणार नाही.* कोणतंही असत्य सर्व सत्य गोष्टींवर पडदा घालू शकणार नाही. आत्ता नाही, तर नंतर इतरही सत्य गोष्टी पुढे येतील. मग तुला तुझी कथा बदलावी लागेल. कोणत्याही दबावाखाली तुला ती बदलावी लागली, तर परिस्थिती दहापट चमत्कारिक बनेल.”

“नादिनला मदत हवी होती.” न्यूबर्न म्हणाला.

“आर्थिक?”

“तसं म्हणाली नाही ती.”

“मग कुठल्या तऱ्हेची मदत?”

न्यूबर्ननं पुन्हा चुटकी वाजवली. तो बेचैन बनायला लागला.

“शांत हो.” मेसननं त्याला सांगितलं.” तू खोटं बोललास, तर जास्तच अडकत जाशील.”

“माझ्यावर कुणी खोटं बोलण्याचा आरोप ठेवला, तर ते मला आवडत

नाही.'' न्यूबर्न रागानंच म्हणाला, ''तुझ्या माहितीसाठी म्हणून सांगतो, मिस्टर मेसन, मी कधी खोटं बोलत नाही.''

''मिनिटभरापूर्वी तू माझ्याशी खोटं बोलण्याचा प्रयत्न केला होतास. तू माझ्या डिटेक्टिव्हशी खोटं बोलला होतास. आणि आत्तासुद्धा आटापिटा करून तू खोटं बोलण्याचाच प्रयत्न चालवला आहेस, न्यूबर्न.''

वकिलाचा आवाज एखाद्या त्रयस्थ माणसासारखा होता. गंभीरपणे, मोठ्या मनानं, कुठल्याही तऱ्हेचं शत्रुत्व न दर्शवता बोलणारा होता.

जॅक्सन न्यूबर्ननं एकदा खांदे ताठ केले, वकिलाच्या कठोर चेहऱ्याकडे बघितलं आणि तो अस्वस्थपणे हसला.

''मी जरा आगाऊपणानंच वागलो बहुधा. पण मला खोटं बोलण्याची सवय नाही, हे सत्य आहे आणि...''

''तू खेळाडू वाटतोस. कुठला खेळ खेळतोस? टेनिस?''

''तुला कसं कळलं?''

''तुझ्या खांद्यांवरून, हालचालींवरून. किती चांगला खेळतोस?''

''तसा खूपच चांगला.''

''स्पर्धा?''

''कधीकधी.''

''जिंकतोस?''

''हल्ली नाही. खूप कामात असतो. सराव करायलाच वेळ मिळत नाही.''

''अगदी तोच मुद्दा मी मांडणार होतो.'' मेसन म्हणाला.

''काय?''

''चांगला टेनिसपटू म्हणून राहायचं असेल, तर सराव करत राहायला पाहिजे.''

''नक्की काय सुचवायचं आहे तुला?''

''खोटं बोलण्याचा सराव नाही तुला.'' मेसननं सांगितलं. ''सराईतपणे खोटं बोलण्याआधी खूपच सराव करायला लागतो. खुनाच्या प्रकरणात पोलीस आणि वार्ताहर यांनासुद्धा चकवता यायला पाहिजे.''

''हं.'' क्षणभरानं न्यूबर्न म्हणाला.

मेसन शांतपणं वाट बघत सिगारेट ओढत होता.

''ठीक आहे, मेसन. मी सर्व सांगतो. पण ते तू गुप्त ठेवावंस, अशी माझी तुला विनंती आहे. मी...''

''मी काहीही गुप्त वगैरे ठेवणार नाही. मी माझ्या अशिलाचं प्रतिनिधित्व करतो आहे. मी कुठलंही वचन देणार नाही.''

''मग मी तुला काही सांगू शकत नाही.''

''मी ते गुप्त ठेवण्याचं वचन देत नाही म्हणून?''

''बरोबर.''

''पोलीस तुला तसं वचन देणार नाहीत. वर्तमानपत्रांचे वार्ताहरही देणार नाहीत.'' न्यूबर्नने थोडा विचार केला.

मेसनने बुटाच्या टाचेवर सिगारेट विझवली. टाकून दिली.

''काय विचार केला आहेस तू?'' मेसननं विचारलं.

''नादिन मला नेहमीच आवडत होती– माझ्या पत्नीची कल्पना आहे, त्या दृष्टीनं नाही. पण आवडत होती. चांगली मुलगी आहे. मोशेर हिग्ले तिला नीट वागवत नव्हता.

''मोशेर माझ्या पत्नीचा नातेवाईक आहे; माझा नाही. माझी पत्नी हीच त्याची एकुलती एक नातेवाईक आहे. हिग्लेकडे प्रॉपर्टी होती. मी लोभी माणूस नसलो, तरी ती त्याची एकुलती एक वारस आहे, हे सत्य मी दृष्टीआड करू शकत नव्हतो.

''पण मोशेर हिग्ले नादिनशी फार निर्दयपणे वागत होता, हे सत्य आहे. मला तिच्याबद्दल सहानुभूती वाटत असे. स्यूला– म्हणजे माझ्या पत्नीला तसं काही वाटत नसे. तिच्या मनाच्या कुठल्यातरी कोपऱ्यात भीती होती, की ती कधीतरी मोशेरला नादाला लावेल आणि मृत्युपत्राप्रमाणे मोशेर हिग्लेकडून प्रॉपर्टीचा मोठा हिस्सासुद्धा मिळवू शकेल.

''नादिनच्या जन्माबद्दल काही तरी लोकापवाद आहेत. ती अनौरस मुलगी आहे वगैरे. मोशेर हिग्लेला तिचा पूर्वेतिहास माहीत होता. त्याची जॉन लॉकीच्या कुटुंबाबरोबर मैत्री होती. नादिनचं आणि जॉन लॉकीचं लग्न व्हावं, अशी त्याची इच्छा नव्हती.'' ''का?'' मेसननं विचारलं.

''कारण नादिन अनौरस संतती आहे, असं कळल्यावर लॉकीच्या कुटुंबानंही लग्नाला विरोधच केला असता. मला वाटतं, की एखाद्या वेळी तो तिच्या हिताचीच गोष्ट करत असावा. ती इथं आली होती, नवीन मित्र जोडत होती... शक्य आहे, की कुटुंबाला लाज आणणारी गुप्त गोष्ट बाहेर कळावी, अशी त्याची इच्छा नसावी.''

''नादिनला ती अनौरस मुलगी आहे, हे माहीत होतं?

''वाटत नाही तसं.''

''मोशेर हिग्लेच तिचा बाप होता का?''

क्षणभर घुटमळून न्यूबर्न म्हणाला, ''नाही.''

''ठीक आहे, पुढं बोल.''

''मला बोलायची अजिबात इच्छा नाही.'' न्यूबर्न म्हणाला.

''ते तर तू स्पष्टपणे दर्शवलं आहेस.'' मेसननं त्याला सांगितलं.

न्यूबर्ननं अचानक बोलायला सुरुवात केली. ''मला जेव्हा कळलं, की नादिन

अडचणीत सापडली आहे आणि तिनं कबुलीजबाब दिला आहे, तेव्हा मी... मोशेर हिग्ले मरण पावला आहे आणि कॅप्टन ह्यूगो घरात राहत असला, तरी हिग्लेच्या मृत्युपत्राप्रमाणे घर आमचं झालं होतं. स्यू आणि मी अनेकदा तिथं जात होतो आणि...''

''लवकर बोल.'' मेसननं त्याला सांगितलं. ''आपल्याकडे कितीसा वेळ आहे, ते मला माहीत नाही. खूप आढेवेढे घेऊन झाले आहेत. पट्‌कन सत्य काय आहे, ते सांगून टाक. सुरुवात केलीच आहेस, तर उगीच पाल्हाळ न लावता मुद्द्यावर ये.''

''ठीक आहे, सांगतो,'' न्यूबर्न म्हणाला. ''मोशेर हिग्लेला तिनं सायनाईडच्या गोळ्या दिल्या, असं काही तरी नादिननं औषधांच्या वगैरे अमलाखाली डॉक्टरला सांगितलं होतं, हे मला माहीत आहे. औषधांच्या अमलाखाली असताना तिनं त्याला काय सांगितलं आणि नंतर काय सांगितलं, ते मला माहीत नाही. तिनं उरलेल्या गोळ्यांची बाटली घेतली, त्यात शॉटगनच्या गोळ्यांमधून काढलेले छर्रे भरले आणि ती बाटली सरोवरात टाकली, असं मला कळलं होतं. मग मीही घरामधून रासायनिक साखरेच्या गोळ्यांनी अर्धवट भरलेली एक बाटली घेतली, त्यात छर्रे भरले, गाडीमधून सरोवरावर गेलो आणि ती बाटली टॉम्बीज लेकमध्ये फेकून दिली.

''मला नादिनला लवकरात लवकर भेटायचं आहे, असा निरोपही मी देऊन ठेवला. मी अनेकदा तिच्याशी संपर्क साधायचा प्रयत्न केला; पण माझी पत्नी माझ्यावर गरुडासारखी नजर ठेवून होती. शेवटी मी नादिनसाठी निरोप दिला, की संधी मिळताच तिनं मला फोन करावा. तिनं दोन-तीन वेळा फोन केलाही; पण जवळ स्यू असल्यानं 'चुकीचा नंबर' असं म्हणत मला फोन खाली ठेवावा लागला. माझी पत्नी तुला भेटायला गेली, तेव्हा मला नादिनची गाठ घेता आली.''

''तू ती बाटली सरोवरात कधी फेकलीस?''

''काल रात्री.''

''तुला कुणी बघितलं नाही?''

''कुणीही नाही.''

''बोटांचे ठसे वगैरे?''

''बाटलीवर माझ्या बोटांचे ठसे उमटू नयेत म्हणून मी खूप काळजी घेतली होती.''

''ती बाटली आणि गोळ्या कुठं मिळाल्या तुला?''

''आम्ही त्याच रासायनिक साखरेच्या गोळ्या वापरतो. माझी बायको खाण्यापिण्याच्या बाबतीत खूप काळजी घेणारी आहे. खरं तर तिच्याशी गप्पा मारतानाच मोशेर हिग्लेला या गोळ्यांबद्दल कळलं.''

“पुढं बोल.” मेसन म्हणाला.

“तेव्हा मला नादिनची गाठ घेऊन सांगायचं होतं, की सर्व काही ठीक आहे आणि तिनं काळजी करायचं कारण उरलेलं नाही. त्यांनी बाटली शोधून त्यातल्या गोळ्यांची चाचणी घेतली, तरी त्यात अपायकारक नसलेल्या रासायनिक साखरेच्या गोळ्याच त्यांना सापडतील. तिच्या कबुलीजबाबाला काही अर्थ असणार नाही.”

“तू हे सांगितलंस तिला?”

“हो.”

“आणि मग काय घडलं?”

“मग मला कळलं, की पोलिसांनी अगोदरच बाटली शोधली होती आणि त्यांना तिच्यावर आरोपच ठेवता येत नव्हता. लक्षात ठेव, मेसन, तू यातलं काहीही, कधी कुठं सांगितलंस तर... पण घडलं ते असं घडलं.”

“तर मग आता उरलेली कथा मी तुला सांगतो, न्यूबर्न.” मेसन म्हणाला. “*पोलिसांनी दुसऱ्यांदा शोध घेतला. त्यांना दुसरी बाटली सापडली आणि त्या बाटलीत सायनाईडच्या गोळ्या आणि छर्रे भरलेले आढळले*. तेव्हा पुन्हा तपास चालू झालेला आहे. ते नादिनचा शोध घेत आहेत. ती त्यांना सापडली, की ते तिला अटक करतील आणि तिच्यावर खुनाचा आरोप ठेवतील. पोलिसांना वाटलं, की अपायकारक नसलेल्या रासायनिक साखरेच्या गोळ्या भरलेली बाटली मीच सरोवरात फेकली होती.”

“अरे देवा, मेसन,” न्यूबर्न उद्गारला. “मी काय केलं ते बाहेर आलं, तर माझं लग्नच मोडण्याची पाळी येईल. स्यू अशी चुटकीसरशी मला घटस्फोट देऊन टाकेल.” न्यूबर्ननं मेसनच्या चेहऱ्यासमोरच चुटकी वाजवून दाखवली.

“पोलीस तुझी चौकशी करणारच आहेत.” मेसननं सांगितलं. “काय सांगणार आहेस तू त्यांना?”

“मी त्यांच्याशी खोटं बोलणार आहे. काहीतरी सांगेन त्यांना. बनवेन एखादी कथा.”

“तू ते करू शकणार नाहीस.”

न्यूबर्न एकाएकी संतापला. “मी ते करू शकत नाही म्हणत तू मला खरी गोष्ट सांगायला भाग पाडलंस, मेसन. मला... मला त्यांना काहीही सांगण्याची गरज नाही. मी...”

“तू तसा निसटू शकणार नाहीस.” मेसन म्हणाला, “तू..”

“एक मिनिट थांब.” न्यूबर्न त्याला अडवत म्हणाला, “तू नादिनचा वकील आहेस. *या प्रकरणात आधीच गुंतलेला आहेस*. तू म्हणालास, की *पोलिसांना वाटतं आहे, तूच ती बाटली सरोवरात फेकली होतीस म्हणून तर*...”

"बोल, पुढं बोल." मेसननं सांगितलं. "असाच विचार करत तर्कशुद्ध निष्कर्ष काढलास, तर तुझ्याच मानेला फास बसायची वेळ येईल."

"खड्ड्यात जा तू. स्वार्थासाठी तू मला हे सांगतो आहेस. पोलिसांना जर वाटत असेल, की दुसरी बाटली तूच फेकली होतीस, तर... माझ्यावर आळ येऊच शकत नाही. माझ्यापेक्षा तूच काहीतरी केलं आहेस, असं त्यांना वाटत असेल तर माझ्या दृष्टीनं चांगलंच आहे की."

"तुला तसं झालेलं आवडेल?"

"चुकीचा अर्थ काढू नकोस. माझ्या आणि माझ्या बायकोच्या आवडीनिवडी तशा सारख्या आहेत. तसा मी खूप सुखात आहे. वारसाहक्कानं तिला आत्ताच अशी प्रॉपर्टी मिळाली आहे, की जिच्याखाली तेलाचा अफाट साठा सापडणार आहे. तू तुझ्या हिताचा विचार करतो आहेस. मी माझ्या हिताचा विचार करणार आहे."

न्यूबर्न क्लबहाउसच्या पुढल्या दाराच्या दिशेनं निघाला.

"एक मिनिट थांब." मेसन म्हणाला. "तू..."

"जहान्नममध्ये जा." न्यूबर्ननं त्याला सांगितलं, "मी माझ्यासाठी स्वतःचा वकील शोधेन."

त्यानं धाड्कन दरवाजा उघडून आत पाऊल टाकलं आणि तो पुन्हा दाणकन लावून टाकला.

मेसन क्षणभर घुटमळला, मग हळूहळू पायऱ्या उतरून गाडीच्या दिशेनं चालायला लागला. डेला स्ट्रीट वाट बघत थांबली होती.

"काय झालं?"

"आता वाटतं, की बरोबर साक्षीदार असता तर बरं झालं असतं."

"काय म्हणाला तो?"

मेसननं गाडी सुरू केली आणि ते परत निघाले.

"त्यानं बोललेली शेवटची गोष्ट महत्त्वाची." त्यानं डेलाला सांगितलं.

"कुठली गोष्ट?"

"मी जहान्नममध्ये जावं आणि त्याचं प्रतिनिधित्व करण्यासाठी तो वकील शोधणार आहे."

"का? त्याच्याकडं लपवण्यासारखं काय आहे?" डेलानं विचारलं.

"रासायनिक साखरेच्या गोळ्या एका बाटलीत भरून त्यानंच ती बाटली काल रात्री टॉम्बीज लेकमध्ये फेकली होती."

"चीफ." ती उद्गारली. तिच्या आवाजातच विजयाची झाक होती. "त्यानं कबूल केलं ते?"

"त्यानं ते माझ्याकडं कबूल केलं. *तसं कबूल करण्याची त्याची शेवटची*

वेळ.'' मेसन म्हणाला. ''तो एखादा वकील घेईल आणि साक्षीदाराच्या पिंजऱ्यात उभं राहून धडधडीत खोटं बोलेल.''

''मग आता आपण काय करायचं?'' तिनं विचारलं.

''खाऊन घेऊ या काहीतरी.'' मेसन म्हणाला.

घडलेल्या गोष्टींचा अर्थ लावत डेला स्ट्रीटनं थोडा विचार केला आणि मग ती खेदानं म्हणाली, ''आता मला खाण्याची इच्छाच उरलेली नाही.''

१२

मध्यरात्र होत आली होती. डोळ्यांभोवती काळी वर्तुळं उमटलेली डेला स्ट्रीट आपल्या टेबलापाशी बसून मेसनकडं काळजीनंच बघत होती.

मेसन केबिनमध्ये फेऱ्या घालत बसला होता. कशाबशा उरकलेल्या जेवणानंतर घेतलेल्या दोन कॉकटेल्सनीदेखील त्यांच्या मनःस्थितीत सुधारणा झाली नव्हती. डेला स्ट्रीटनं तिच्या समोरच्या मांसाच्या तुकड्याला स्पर्श केला नव्हता. फासावर चढणाऱ्या माणसाचं शेवटचं जेवण असावं, त्याप्रमाणे मेसनला आपण काय खातो आहोत, याचं भान नव्हतं.

फेऱ्या घालण्याचं थांबवून मेसन म्हणाला, ''घरी जा तू, डेला.''

तिनं नकारार्थी मान हलवली, ''काहीतरी कळेपर्यंत नाही जाणार.''

मेसननं घड्याळाकडं बघितलं. ''पावणेबारा वाजत आले आहेत. संध्याकाळपासून पोलीस जॉन लॉकीच्या अपार्टमेंटवर नजर ठेवून आहेत. साडे-दहाच्या सुमाराला त्यांना वाटायला लागलं असणार, की त्यानं पळ काढला आहे म्हणून. अकरापर्यंत तर त्यांची खात्रीच पटली असणार. त्यांनी आता पुढली पावलं टाकायला सुरुवातही केली असेल.''

''कुठल्या तऱ्हेची पावलं उचलतील ते?''

''पोलिसांच्या दृष्टिकोनातून विचार कर.'' मेसननं सांगितलं.

''नादिन गायब झाली ते त्यांना माहीत आहे. जॉन लॉकीही त्यांना सापडत नाही. त्यांना संशय आला असणार, की जॉन लॉकी नादिनविरुद्धचा साक्षीदार ठरू शकतो. त्याची साक्ष अबाधित राहावी, या दृष्टीनं ते कामाला लागतील.''

''दुसऱ्या शब्दांत सांगायचं, तर तू म्हणतो आहेस की जॉन आणि नादिन लग्न करतील, अशीच त्यांची अपेक्षा आहे?''

''पोलीस मूर्ख नसतात, डेला. ती कल्पना या क्षणी त्यांच्या मनात आहे. त्यांनी बहुधा तासापूर्वीच तसा विचार करायला सुरुवात केली असणार.''

"काय करू शकतील ते?"

"खूप काही."

"काय?"

"त्यांनी राज्याच्या सरहद्दीवरील चेकनाक्यांशी संपर्क साधला असेल. लास वेगास आणि युमा इथं बातमी प्रसारित केलेली असू शकते. जॉनला नादिनशी लग्न करण्याची एकच संधी होती. तो त्यांना सापडू शकत नाही, हे पोलिसांच्या लक्षात येण्यापूर्वी विमान भाड्यानं घेऊन युमाला पोहोचायचं."

डेला स्ट्रीटच्या डोळ्यांत अश्रू उभे राहायला लागले. "मी नाक खुपसल्यानं हे सर्व घडतं आहे. मी फार दूरचा विचार केलाच नाही. मी थांबले असते आणि *तुलाच त्याला सांगू दिलं असतं तर तू त्याला सांगितलं असतंस, की विमान भाड्यानं घे, आणि...*"

"डेला." मेसन म्हणाला, "पुरावा दाबून टाकण्यासाठी वकील पावलं उचलू शकत नाही."

"तू अप्रत्यक्षपणं त्याला सांगू शकला असतास. मला सारखं वाटतं आहे, की मिनिटभरात आपल्याला काही तरी कळेल. माझी आशा आहे, ते युमाला पोचले असतील म्हणून."

मेसननं पुन्हा फेऱ्या घालायला सुरुवात केली.

"पॉल ड्रेकला कळलं असेल?" डेलानं विचारलं.

"पॉल ड्रेकचं लक्ष सध्या सगळीकडे आहे." मेसन म्हणाला.

"काहीही घडलं तरी कळेल त्याला."

"चीफ, पोलिसांनी मिळवलेल्या बाटलीत सायनाईडच्या किती गोळ्या होत्या?"

"माहीत नाही." मेसननं उत्तर दिलं. "ते काही आपल्याला विश्वासात घेत नाहीत– अजून तरी."

"आपल्याला कधी कळेल?"

"हॅमिल्टन बर्जर हुशार असेल, तर खटला कोर्टात उभा राहिल्यावरच."

"तुला वाटतं, कोर्टात खटला उभा राहणार आहे?"

"नक्कीच."

"नादिन आणि जॉन यांनी लग्न केलं तरी?"

मेसननं मान डोलावली.

"जर त्यांनी लग्न केलं, जॉन साक्ष देऊ शकला नाही, तरी तू खटला जिंकू शकशील?"

"खरं सांगायचं, तर कुठंतरी काहीतरी गडबड आहे. आपल्याकडे सायनाईडच्या खूपच गोळ्या आहेत. पोलिसांनी सरोवरामधून एक बाटली बाहेर काढली होती.

जॉननं स्वच्छतागृहात गोळ्या पाण्यात टाकून दिल्या होत्या– निदान तसं तो म्हणतो. *म्हणजे सायनाईडच्या गोळ्यांच्या दोन बाटल्या झाल्या.* रासायनिक साखरेच्या गोळ्यांची एक बाटली सरोवरात फेकली गेली होती. तीन बाटल्या झाल्या. एक अपायकारक नसलेल्या गोळ्यांची आणि दोन सायनाईडच्या गोळ्यांच्या.''

''पण रासायनिक साखरेच्या गोळ्या असलेली बाटली जॅक्सन न्यूबर्ननं सरोवरात फेकली होती...''

''जो ते नाकबूल करणार आहे. पोलिसांना तर ते मीच केलं, असं सिद्ध करायला आवडेल. तो नादिनला भेटायला हाय-टाइड मोटेलवर कसा काय पोहोचला होता, हे पोलिसांना सांगण्यासाठी तो जर एक छानशी कथा बनवू शकला, तर ते *जॅक्सन न्यूबर्नच्या जास्त मागंही लागणार नाहीत.*''

''पण तो ते तसं करू शकेल, चीफ? तू त्याच्या कथेमधल्या त्रुटींचा फायदा उठवून ती खोटी पाडू शकणार नाहीस?''

मेसननं उत्तर द्यायच्या आधीच फोन खणखणला.

डेला स्ट्रीटनं पट्कन फोन उचलत म्हटलं, ''हॅलो, पॉल.''

रिसिव्हरमधून आवाज येत होते.

मेसन टेबलाच्या कोपऱ्याशी उभा राहून काळजीनंच डेला स्ट्रीटकडे बघत होता. काय झालं, ते कळण्यासाठी शब्दांची गरजच नव्हती. त्याला डेलाच्या चेहऱ्यावर निराशेचे भाव उमटलेले दिसले.

''अरे देवा, पॉल.'' तिच्या तोंडातून कसेबसे शब्द बाहेर पडले. तिच्या डोळ्यांत अश्रू गोळा झाले.

मेसननं हॅट ठेवली होती, त्या कपाटाकडे जाऊन हॅट उचलली आणि दिव्याच्या बटणाकडे हात नेला.

''ठीक आहे.'' डेला स्ट्रीट अश्रुभरल्या डोळ्यांनी म्हणाली. ''सांगते मी त्याला.'' तिनं फोन खाली ठेवला.

''पॉलनं त्याच्या कार्यालयात येऊन जायला सांगितलं आहे. युमापासून अर्ध्या अंतरावर असताना त्यांनी नादिन आणि जॉन लॉकीला पकडलं. तो मूर्ख माणूस स्वतःच्याच गाडीमधून निघाला होता. पोलिसांकडे त्याच्या गाडीचा लायसन्स नंबर होताच. पोलीस खुशीत आहेत. त्यांनी वर्तमानपत्रांना बातमी दिली आहे.''

डेला स्ट्रीट हळूच पेरी मेसनजवळ आली.

मेसननं दिवे बंद केले. केबिनमधल्या उबदार अंधारात डेला स्ट्रीटच्या कंबरेभोवती हात घालून तिला आपल्या खांद्यावर डोकं ठेवून रडायला अवसर दिला.

१३

दुपारी पॉल ड्रेकनं पेरी मेसनच्या केबिनमध्ये शिरून डेलाला अभिवादन केलं आणि वर्तमानपत्रांचा गठ्ठा पेरी मेसनच्या टेबलावर टाकला.

वर्तमानपत्रांकडे नजरही न टाकता त्यानं पॉल ड्रेकला विचारलं, ''एकूण परिस्थिती किती वाईट आहे?''

''त्यांनी तर धमाल उडवून दिली आहे.'' ड्रेक म्हणाला, ''हॅमिल्टन बर्जर स्वतःवरच खूश आहे. नीतिमत्तेला जागून काहीही बोलायचं नाकारतो आहे. पण त्याच्या सुदैवानं मनुष्यवध खात्याचा सार्जंट टोलकोम्ब हजर होता आणि त्यानं मुलाखत दिली आहे.''

''हॅमिल्टन बर्जरच्या कार्यालयात?'' मेसननं विचारलं.

''हॅमिल्टन बर्जरच्या कार्यालयात. आणि हॅमिल्टनं बर्जर मधूनमधून हसऱ्या चेहऱ्यानं मान डोलावताना दिसत होता.''

''मजाच चालली आहे म्हणजे,'' मेसन उद्‌गारला. ''पण सर्व किती वाईट आहे!''

''याहून वाईट असू शकत नाही. सार्जंट होलकोम्ब म्हणाला, की त्यानं पेरी मेसन ॲटर्नी म्हणून काम करत असलेल्या मानवी हत्यांची अनेक प्रकरणं हाताळली आहेत. तो माग काढत असताना त्याला फसवण्याचा प्रयत्न करणाऱ्या पेरी मेसनच्या सर्व कल्पक युक्त्या त्याला माहीत झाल्या आहेत. पुरावा म्हणून रासायनिक साखरेच्या गोळ्यांनी भरलेली बाटली पुढे करण्यामुळे पोलीस एक मिनिटसुद्धा विचलित झाले नाहीत.

''पोलिसांच्या लक्षात आलं, की नादिननं सायनाईडच्या गोळ्या जॉन लॉकी ज्या प्रयोगशाळेमध्ये काम करत होता, तिथूनच मिळवलेल्या असणार. त्यामुळे जॉन लॉकी जेव्हा त्याच्या अपार्टमेंटवर परत आला नाही, तेव्हा त्यांनी कसून तपास करायला सुरुवात केली. पेरी मेसनला लागू पडण्यासारख्या वर्णनाचा एक इसम त्याला त्याच्या आवडत्या रेस्टॉरन्टमध्ये भेटला होता, ते त्यांनी शोधून काढलं.

''दहा वाजेपर्यंत जेव्हा नादिन फार किंवा जॉन लॉकी या दोघांचाही पत्ता लागत नाही असं लक्षात आलं, तेव्हा अत्यंत हुशार अशा सार्जंट होलकोम्बनं काय घडत असणार, ते सांगितलं. लास वेगास आणि युमाच्या महामार्गांवर त्यांनी अडथळे उभे केले आणि पळून जाण्याच्या प्रयत्नांत असणाऱ्या त्या दोघांना इंडिओजवळ पकडलं. खरं तर अडथळे उभे करायचीही गरज नव्हती. जॉन लॉकी

स्वतःचीच गाडी चालवत होता. पोलिसांनी गाडीचं वर्णन आणि लायसन्स नंबर मिळवला होता आणि हायवे पेट्रोलला सावध केलं होतं.''

''काय हुशारी तरी.'' मेसन उपरोधानंच म्हणाला,

''पोलीस स्वतःची पाठ थोपटून घेत आहेत.'' ड्रेक म्हणाला. ''बेसुमार कौतुक करून घेत आहेत. किळसवाणाच प्रकार. नीतिमत्तेला जागून तोंडातून शब्द न काढणाऱ्या डिस्ट्रिक्ट ॲटर्नीचे फोटो झळकत आहेत. मोठी काळी सिगार ओढत असणाऱ्या सार्जंट होलकोम्बचे फोटो आहेत. आणि लग्न करण्यासाठी युमाला जात असताना पकडल्या गेलेल्या, डोळ्यांमधून अश्रुधारा वाहत असणाऱ्या, नादिन फार आणि जॉन लॉकी यांचेही फोटो आहेत.

''नम्रता, विनयशीलता असले गुण सार्जंट होलकोम्बकडं कधीच नव्हते.'' मेसन म्हणाला.

''हॅमिल्टन बर्जरच्या चेहऱ्यावर उमटलेलं हसू तर बघ.'' ड्रेकनं त्याला सांगितलं.

''हसू दे त्याला. जॅक्सन न्यूबर्नचं काय?'' मेसननं विचारलं.

''शांतता. न कळणारी गूढ शांतता. नाव नाही कुठं. तुला हे सर्व बघायचं आहे?''

''आत्ता नाही. आपण स्वतःची फसवणूक करून घेण्यात काही अर्थ नाही, पॉल. आपल्या वर्मी घाव बसलेला आहे. नऊपर्यंत आकडे मोजूनही झाले आहेत. पण कितीही वेदना होत असल्या, तरी आपण उठणार आहोत आणि लढत चालू ठेवणार आहोत.''

''दुखतं तर आहेच.'' ड्रेकनं कबुली दिली.

''नादिनच्या पार्श्वभूमीबद्दल काही कळलं आहे?'' मेसननं विचारलं.

''तुझ्याकडे काहीतरी माहिती आहे म्हणाला होतास तू.''

''या सगळ्याची सुरुवात पंचवीसएक वर्षांपूर्वी झाली, जेव्हा नादिन फारची आई मोशेर हिग्लेची खासगी सेक्रेटरी म्हणून काम करत होती.'' ड्रेकनं सांगितलं.

''अरे देवा!'' डेला स्ट्रीट उद्‌गारली. ''म्हणजे नादिन फार खरोखरच मोशे हिग्लेची मुलगी असू शकेल, असं म्हणतो आहेस तू?''

''धीर धर, धीर धर थोडा.'' ड्रेकनं धोक्याची सूचना दिली. तू फार उलटसुलट अर्थ लावत आहेस.''

मेसन हसला. ''तुझ्या पद्धतीनं सांग तू पॉल, पण लवकर.''

''मोशेर हिग्ले आणि वेस्ले मान जेनिंग्ज एका बांधकाम कंपनीत भागीदार होते. रोझ फार खासगी सेक्रेटरी आणि ऑफिस मॅनेजर म्हणून काम करत असे. जी माहिती काढून द्यायला बुककीपिंग डिपार्टमेंटला अर्धा तास घालवावा लागत असे, ती तिच्या डोक्यात असे. ती फोन सांभाळत असे, निरोप पाठवत असे,

निर्णय घेत असे आणि भराभर कामाचा फडशा पाडत असे. त्यांच्या व्यवसायाबद्दल तिच्याएवढी माहिती दुसऱ्या कुणालाही नव्हती.''

''खासगी सेक्रेटरीच्या कामाचा भाग थोडक्यात नको सांगू, पॉल,'' डेला स्ट्रीट म्हणाली, ''सेक्रेटरी किती कार्यक्षम असतात, हे तू सांगत असताना ऐकायला आवडतं मला. ज्यांच्या कामाचं महत्त्व इतरांना कळत नाही, अशा जगात आहे ती.''

''पण तिच्या बाबतीत तसं नव्हतं. हिग्ले आणि जेनिंग्ज दोघंही तिची योग्यता जाणून होते. मला तर वाटतं, दोघांचंही तिच्यावर प्रेम जडलं होतं. हिग्ले बढाईखोर होता. खोटंही बोलायचा. वेस्ले जेनिंग्जचं लग्न झालं होतं. रोझ फारला वेस्ले आवडत असे. पण कुणीतरी त्याच्या बायकोचे कान भरले. तिनं सर्व प्रॉपर्टी हडप करण्यासाठी त्या गोष्टीचा उपयोग केला. भागीदारीमधला आपला हिस्सा विकणंही त्याला भाग पडलं.

''पुढे गोष्टी नेहमी घडतात, तशाच घडत गेल्या. एखादा पुरुष जेव्हा आपल्या वैवाहिक जीवनाबद्दल बोलायला लागतो, तेव्हा त्याला दररोजच्या आयुष्यातल्या छोट्याछोट्या गोष्टी आठवतसुद्धा नाहीत. बोलणं कंटाळवाणं वाटायला लागतं. पण एखादी स्त्री जेव्हा साक्षीदाराच्या पिंजऱ्यात उभी राहते, तेव्हा प्रत्येक वेळी शर्टाचं बटण तुटल्यावर तो ड्रेसिंग टेबलला कशी लाथ हाणायचा, तेही तिला आठवतं.''

डेला स्ट्रीट हसली. ''तो भाग थोडक्यात सांगितला तरी चालेल, पॉल.''

''पण खरं आहे ते.'' ड्रेक म्हणाला. ''एखादी वही-पेन्सिल घेऊन स्त्री जेव्हा तिच्या दोन महिन्यांच्या वैवाहिक आयुष्याबद्दल थोडं अतिशयोक्तीपूर्ण वर्णन लिहिते, तेव्हा तिचा नवरा क्रूरकर्माच होता, असं वाटायला लागतं.

''काहीही असलं, तरी वेस्ले जेनिंग्जची बायको फारच नादान निघाली. तिला पैसे हवे होते, आणखी पैसे, पैसेच पैसे. तिला त्याची भागीदारी संपुष्टात आणून त्याचा हिस्सा विकायला लावून ते पैसेही रोख स्वरूपात हवे होते.

''तेव्हा जेनिंग्ज त्याच्याकडून जास्तीत जास्त विलंब लावत होता. तो आणि रोझ फार रोख पैसे उभे करून एका गुप्त फंडात जमा करत होते; म्हणजे तडजोड करताना त्याच्या बायकोला ते पैसे देता येतील. रोझ फारला त्यांच्या व्यवसायाची इत्थंभूत माहिती असल्यानं ती वेस्ले जेनिंग्जला या बाबतीत मदत करत होती. प्रॉपर्टीच्या विभाजनाबद्दल मिसेस जेनिंग्जबरोबर तडजोड करून पैसे दिल्यावर जेनिंग्ज घटस्फोट घेणार होता आणि ते दोघं लग्न करणार होते. हे माहीत असल्यानं मिसेस जेनिंग्ज जास्तच पैसे उकळायचा प्रयत्न करत होती.''

''पुढं बोल.'' मेसन म्हणाला. ''काय झालं शेवटी? नादिन अजून तिच्या

आईचंच नाव लावते आहे, तेव्हा माझा तर्क आहे की...''

"तुझा तर्क बरोबर आहे.'' ड्रेक म्हणाला. "वेस्ले जेनिंग्जनं स्वतःवर गोळी झाडून घेतली आणि सात महिन्यांनी नादिनचा जन्म झाला.''

"पण आत्महत्या करून त्यानं रोझ फारला इतक्या बिकट परिस्थितीत का ढकललं?'' डेला स्ट्रीटनं विचारलं.

"एका दृष्टीनं बघितलं, तर त्याचा निर्णय बरोबरच होता. शक्यता आहे, की जेव्हा रोझ फारला कळलं की तिला मूल होणार आहे, तेव्हा जेनिंग्जच्या लक्षात आलं की तो पराभूत झालेला आहे. त्याची बायको मानसिक छळाबरोबर व्यभिचाराचा आरोप करण्यासाठी काही तरी कारणं शोधतच होती.''

"त्यानंतर काय घडलं?'' डेला स्ट्रीटनं विचारलं.

"रोझ फारनं व्यवसाय सोडून दिला. तिचं काय झालं ते कुणालाच माहीत नाही. तिला मूल झाल्यानंतर काही महिन्यांतच ती मरण पावली.

"आता महत्त्वाचा मुद्दा, पेरी. रोझ फारनं एक पत्र लिहिलं, मोहोरबंद केलं आणि नादिन अठरा वर्षांची झाली की तिला ते द्यावं, अशी सूचना देऊन बँकेत ठेवलं. त्या पत्रात काय होतं, ते कुणालाही ठाऊक नाही. पण ते नादिनला देण्यात आलं. ती अनैतिक संबंधातून जन्माला आलेली मुलगी आहे, असं नादिनला सांगण्याची संधी रोझ फारनं या पत्रामध्ये घेतलेली असण्याची शक्यता आहे. पण तिनं इतर अशा काही गोष्टीही सांगितलेल्या असाव्यात, की ज्यामुळे नादिन फारनं विचार केला, खूप विचार केला.

"नादिनला पत्र मिळून तीस दिवसही झाले नसतील, तर ती मोशेर हिग्लेकडे पोहोचली. मोशेर हिग्लेनं तिला आपल्या घरी ठेवून घेऊन शिक्षण द्यायला सुरुवात केली. दोघांमध्ये प्रेमाचे संबंध अजिबातच नव्हते. हिग्ले तिचा द्वेषच करत होता. आत्ताची एकूण परिस्थिती बघता वाटतं, की त्याला तिची भीतीही वाटत होती.''

"थोडक्यात त्या पत्रात असं काही होतं, की त्यामुळे सर्व चित्रच पालटलं.'' मेसन म्हणाला.

"तसंच असणार.'' ड्रेक मान डोलवत म्हणाला.

स्वतःशीच विचार करत असल्याप्रमाणे मेसन बोलायला लागला. "हिग्लेनं एखादे वेळी भागीदारी करत असताना इस्टेटीच्या बाबतीत त्याच्या भागीदाराची फसवणूक केली असावी. वेस्ले जेनिंग्जचा मृत्यूही वाटतो तितका सरळ झालेला नसेल. *ती आत्महत्या नसेलही.* हिग्लेनंच खून पाडून आत्महत्येचा आभास निर्माण केला असेल. काहीही असू शकतं. पॉल, त्या पत्रात नक्की काय होतं, ते मला कळून घ्यायलाच पाहिजे.''

"डिस्ट्रिक्ट ॲटर्नीलाही कळून घ्यायला आवडेल.'' पॉल म्हणाला.

"ही अशी केस आहे, की आपल्याला मदत होईल अशी कुठल्याही तऱ्हेची माहिती आपल्या हातालाच लागत नाही. आपल्याला ज्या गोष्टी उघडकीला आणण्याची इच्छा आहे, त्यासाठी हे पत्र आपण पुरावा म्हणून वापरू शकत नाही, पण घटनेमागचं एक कारण म्हणून ते नादिनविरुद्ध वापरलं जाऊ शकतं.

"डिस्ट्रिक्ट ॲटर्नीच्या दृष्टिकोनातून बघितलं, तर ती अनैतिक संबंधातून जन्माला आलेली एक अनौरस मुलगी आहे. ती अठरा वर्षांची होते. आईचं पत्र उघडते. त्या पत्रातल्या माहितीप्रमाणे मोशेर हिग्लेकडे जाते आणि त्याच्यावर दबाव आणते.

"मोशेर हिग्ले जिवंत असता, तर पत्रातल्या परिस्थितीचा खरेपणा सिद्ध करायचा प्रयत्न तरी आपल्याला करता आला असता. ते आपण करू शकत नाही. पण नादिनचा हेतू या पत्रामुळे स्पष्ट होतो.

"डिस्ट्रिक्ट ॲटर्नीच्या मते मोशेर हिग्लेला नादिनबद्दल थोडंही प्रेम वाटत नव्हतं. आणि नादिनलाही त्याच्याबद्दल प्रेम नव्हतं; पण पत्रातून मिळालेल्या माहितीमुळेच तिच्या शाळा-कॉलेजच्या शिक्षणाचा खर्च करण्यासाठी तिनं मोशेर हिग्लेला भाग पाडलं. ती त्याच्याच घरात राहिली. जॉन लॉकीचं तिच्यावर प्रेम जडलं. मोशेर हिग्ले हा लॉकी कुटुंबाचा मित्र होता. त्याला धमक्या देऊन काही गोष्टी करण्यास भाग पाडणाऱ्या अनौरस मुलीच्या प्रेमात जॉन लॉकीनं पडावं, असं त्याला वाटत नव्हतं. पण तो सभ्य माणसाप्रमाणे वागला. लॉकीच्या कुटुंबाकडे जाऊन तो काहीही बोलला नाही. त्यानं नादिनला त्याच्यापासून दूर राहायला सांगितलं. आणि काही दिवसांतच मोशेर हिग्लेच्या हॉट चॉकोलेटमध्ये सायनाईडच्या गोळ्या घातल्या जातात आणि नादिन एका डॉक्टरला कबुलीजबाब देते, की तिच्या हातून भयंकर मोठी चूक घडली आहे."

आपला खालचा ओठ बोटाच्या पकडीत ओढत पॉलनं विचारलं, "आणि या मुद्द्याला तू कसं काय खोडून काढणार आहेस, पेरी?"

"मला या प्रश्नाचं उत्तर माहीत असतं ना, पॉल, तर मी फक्त वकील नाही तर जादूगारच ठरेन."

"आणि पोलिसांना ती सर्व माहिती मिळेल?" ड्रेकनं विचारलं.

"अगदी बरोबर बोललास तू." मेसन म्हणाला.

ड्रेकनं क्षणभर विचार केला, मान डोलावली. "तसाच विचार केला, तर माहितीचे तेच स्रोत त्यांनाही उपलब्ध आहेत."

"ते नक्कीच तसा विचार करतील, पॉल."

"पण तुझ्या बाजूची अशी एक गोष्ट आहे– त्या पत्रात काय होतं, ते तू नादिनला विचारू शकतोस."

"पोलीसही विचारू शकतात."

"कसं काय?"

मेसननं आपल्या दोन हातांच्या मुठी जुळवल्या. एखादं ओलं फडकं पिळून काढावं, तसा पीळ दिला.

१४

तुरुंगामध्ये कैद्यांना भेटायला येणाऱ्या पाहुण्यांच्या खोलीत पेरी मेसन बसला होता. दणकट जाळीच्या दुसऱ्या बाजूला नादिन फार बसली होती. ती शांतपणे, विचारी मुद्रेनं मेसनकडे बघत होती. आज तर ती फारच सुंदर भासत होती.

"तू मला साक्षीदाराच्या पिंजऱ्यात उभी करणार आहेस का?" तिनं विचारलं. मेसनं अगदी विचारपूर्वक तिच्याकडे बघत होता. "एक गोष्ट अगदी स्पष्टपणे लक्षात घे, नादिन. मी जर तुला साक्षीदाराच्या पिंजऱ्यात उभं केलं, तर तुझ्या आईनं तुझ्यासाठी जे पत्र लिहून ठेवलं होतं, त्याबद्दल तुला सांगावं लागेल."

बरेच सेकंद ती गप्प बसली.

"तेव्हा त्या पत्रात काय होतं, ते मला कळायला हवं." मेसननं सांगितलं.

नकारार्थी मान हलवत ती म्हणाली, "मी सांगितलं आहे तुला, की मी ते कधीच कुणाला सांगणार नाही."

"तुझा वकील म्हणून मला पत्रात काय होतं, ते जाणून घेणं आवश्यक आहे."

तिनं पुन्हा नकारार्थी मान हलवली.

"तू किती बिकट परिस्थितीत आहेस, हे बहुधा तुझ्या लक्षात आलेलं दिसत नाही." वकील म्हणाला. "तुला घर मिळवून देण्यासाठी, शिक्षण देण्यासाठी, मृत्युपत्राप्रमाणे अवशिष्ट प्रॉपर्टीची वारसदार बनवण्यासाठी तू मोशेर हिग्लेला धमक्या दिल्या होत्यास, असा हॅमिल्टन बर्जर तुझ्यावर आरोप करणार आहे."

"आणि नंतर?" तिनं विचारलं.

"मग ज्यूरीचं मत तुझ्याविरुद्ध इतकं कलुषित होईल, की तू हिग्लेवर विषप्रयोग केला होतास असा कुठलाही पुरावा मिळाला, तर तू हेतुपुरस्सर खून केला होतास, असाच निवाडा ज्यूरी देईल."

"तर मग आपण काय करायचं आहे?"

"विरोध करायचा." मेसन शांतपणे म्हणाला. "दाखवून द्यायचं, की तू

मोशेर हिग्लेला कुठल्याही तऱ्हेच्या धमक्या दिल्या नव्हत्यास.''

तिनं अगदी स्थिर नजरेनं मेसनकडे बघितलं, ''तुझ्या कधीतरी मनात आलं आहे का, की काय घडलं याचं कुठलंही स्पष्टीकरण देण्याचा मी प्रयत्न केलेला नाही, याचं कारण डिस्ट्रिक्ट ॲटर्नीचंच म्हणणं खरं असेल?''

मेसननं भुवया उंचावल्या.

''मी त्याला धमकावलं होतंच.'' ती म्हणाली. ''वाईट एवढंच वाटतं, की जास्त काही मिळवण्यासाठी मी त्याला आणखी धमक्या दिल्या नाहीत.''

मेसननं चिंताग्रस्त नजरेनं आसपास बघितलं. खोलीच्या दुसऱ्या कोपऱ्यात उभ्या असलेल्या मेट्रनकडे बघितलं.

''तुझ्या आवाजामधला कडवटपणा आधी काढून टाक तू,'' मेसननं सांगितलं.

''मोशेर हिग्ले खुनी होता. त्यानं माझ्या वडिलांचा खून केला आणि त्यामुळे एक प्रकारे तो माझ्या आईच्याही मृत्यूला कारणीभूत ठरला.''

''आईनं तुझ्यासाठी ठेवलेल्या पत्राचं काय झालं?''

''जाळून टाकलं मी.''

''काय लिहिलं होतं त्यात?'' मेसननं विचारलं.

''काय घडलं होतं, ते समजावण्याचा आईनं तिच्यापरीनं प्रयत्न केला. माझा जन्म तिचं लग्न झालेलं नसतानाच कसा झाला आणि तिच्या या कृत्यामुळे माझं जगणं कसं दुर्धर बनलं वगैरे. *तेच मला सांगण्याचा तिचा प्रयत्न होता.* पण त्या स्पष्टीकरणांमध्येही मला काही गर्भित अर्थ दिसतो आहे, असं मला वाटायला लागलं आणि मी विचार करायला लागले.

''माझ्या वडिलांनी आत्महत्या केली, असा समज होता. त्या काळात भागीदारीमध्ये असलेला व्यवसाय एका मोठ्या शाळेच्या बांधकामाच्या संदर्भात वादाच्या भोवऱ्यात सापडला होता. मोशेर हिग्लेनं लबाडीनं सर्व कामाची जबाबदारी सर्वस्वी वडिलांवर ढकलली होती. पण पैसे चारण्याचं काम मोशेर हिग्लेनं केलं होतं. माझ्या आईला मूल होणार आहे आणि त्याची बायको घटस्फोटाच्या कारवाईत साक्षीदार म्हणून तिच्यावर कोर्टाचं साक्षी समन्स बजावणार आहे, या गोष्टी कळल्यावर माझ्या वडिलांनी आत्महत्या केली असा समज आहे. माझ्या वडिलांनी आत्महत्या केली नव्हती. शाळेच्या बांधकामाच्या संदर्भातल्या गडबड घोटाळ्याला मोशेर हिग्ले कसा जबाबदार आहे, याचा पुरावा मोशेर हिग्लेला सादर केल्यावर मोशेर हिग्लेनंच माझ्या वडिलांचा खून केला आणि ती आत्महत्याच होती, असं दाखवलं.''

''पुढं बोल.'' मेसन म्हणाला. त्याचा विश्वास उडत चालला होता.

''माझ्या आईनं माझ्यासाठी लिहिलेल्या पत्रात काय लिहिलं आहे, ते मोशेर

हिग्लेला माहीत नव्हतं. मी अठरा वर्षांची झाल्यावर मला देण्यासाठी म्हणून तिनं एक पत्र लिहून बँकेमध्ये ठेवलं आहे, एवढंच त्याला माहीत होतं. माझ्या लक्षात आलं, की त्या पत्रात काय लिहिलं असेल या विचारानंच तो खूप घाबरला होता. माझ्या आईला किती माहिती होती, हे त्याला कळत नव्हतं.

"मग मी सरळसरळ फसवाफसवी केली. मी मोशेर हिग्लेला सांगितलं, की त्यानं माझ्या वडिलांचा खून केला होता आणि भागीदारीमधल्या व्यवसायात नंतर मोठा डल्लाही मारला होता, असा पुरावा त्या पत्रामध्ये आहे. मी त्याला धमकी दिली की तो खुनी आहे. माझ्या वडिलांची मी अनौरस मुलगी असले, तरीही माझाच हक्क असणारे पैसे त्यानं लुबाडले आहेत, हे सिद्ध करण्यासाठी मी डिटेक्टिव्हजची नेमणूक करणार आहे."

"बोलत राहा."

"एवढंच. मी त्याच्या घरात येऊन राहण्यासाठी त्यानं संमती दिली. माझं यथातथा चाललेलं शिक्षण पुरं करण्याची जबाबदारी घेतली. विश्वास ठेव माझ्यावर. जगानं खूप छळ केला होता माझा. मी अनौरस होते. अनाथ होते. खूप टक्केटोणपे खाल्ले होते. मला शिक्षण हवं होतं. नंतर काय होईल, याची मला चिंता नव्हती."

"तू मोशेर हिग्लेचा द्वेष करत होतीस?"

"हो. आणि तो माझा. पण वरकरणी आम्ही सभ्य वागण्याचा देखावा तरी करत होतो. मी त्याच्या घरी त्याच्याबरोबर राहत होते. हाउसकीपर म्हणून घरामधील कामं करत होते. जे जे काही मला मिळत होतं, त्याची परतफेड नक्की करत होते. मुद्दा असा आहे, की आता ते मला मिळत होतं. मी जास्तीत जास्त चांगला सौदा केला होता. अगदी मला हवा तसा नसला, तरी मला शिक्षण मिळवण्याचा तोच एकमेव मार्ग होता."

"म्हणजे डिस्ट्रिक्ट ॲटर्नी जेव्हा सुचवत असतो, की तू मोशेर हिग्लेला धमक्या देत होतीस." मेसननं बोलायला सुरुवात केली, "तेव्हा तो...?"

"पूर्ण सत्य सांगत असतो." नादिन फार म्हणाली.

"तुझ्या आईचं पत्र उघडल्यावर तू जर माझ्याकडे आली असतीस आणि ॲटर्नी म्हणून सर्व काही माझ्यावर सोपवलं असतंस, तर खूप बरं झालं असतं." मेसन गंभीरपणे म्हणाला.

"माझ्याहून विशेष चांगलं असं तू काहीही करू शकला नसतास." तिनं म्हटलं, "लक्षात ठेव, की अगदी पुसटसा असाही पुरावा नव्हता. होता, तो फक्त संशय. फसवाफसवी करणं भागच होतं मला, आणि मी धमक्या द्यायला मुक्त होते. तू इतक्या टोकाला जाऊ शकला नसतास."

मेसन बराच काळ विचार करत होता, ''मी धमक्या नसत्या दिल्या. मी डिटेक्टिव्ह्ज नेमले असते. पुरावा मिळवला असता.''

''पुरावा तर तू मिळवूच शकला नसतास. तो खूप हुशारीनं वागला होता. त्यानं कुठलाही धागादोरा मागं शिल्लक ठेवला नव्हता. पण त्याला घाबरवायचं कसं, ते मला ठाऊक होतं आणि मी तेच केलं. थोडा काळ तरी सर्व ठीक चाललं होतं.

''मग हळूहळू त्याच्या लक्षात यायला लागलं, की मी त्याची फसवणूक केली होती. त्याला तसा संशय का आला, ते मला माहीत नाही. पण त्याला कळलं. जेव्हा जॉन आणि मी जेव्हा प्रेमात पडलो, तेव्हा त्यानं त्याचा हुकमी एक्का बाहेर काढला. मी जॉनच्या आयुष्यातून कायमचं निघून जायला पाहिजे, असं त्यानं मला बजावलं. त्यानं सांगितलं, की तू स्वतःहून नाहीशी झाली नाहीस तर तू अनौरस आहे, पैसे मिळवण्यासाठी काहीही करू शकणारी आहे, धमक्याही देशील, असं तो जॉनच्या कुटुंबीयांना सांगेल.''

मेसन नीटपणे ऐकत होता.

''तर या सर्व गोष्टींचा माझ्या केसवर काय परिणाम होणार आहे?''

''तूच त्याचा खून केला असशील, असं दिसतं आहे.''

''मलाही अगदी तसंच वाटतं. स्वतःच्या ॲटर्नीशी अजिबात खोटं बोलू नये, असं तू म्हणत आला आहेस. ठीक आहे, तर आता सत्य तेच मी तुला सांगितलं आहे.''

खुर्ची मागं सरकवत मेसननं मेट्रनला खूण केली.

''ज्यूरीसमोर मला किती संधी आहे या बाबतीतल्या माझ्या प्रश्नांची उत्तरं मला वाटतं, तुझ्या या तुटक वागण्यानं मिळाली आहेत.''

पाहुण्यांच्या खोलीमधून बाहेर पडताना मेसनचा चेहरा गंभीर होता. त्याच्या चेहऱ्यावर कुठलीच भावना नव्हती. कॉरिडॉरमध्ये वार्ताहर त्याची वाट बघत होते.

फ्लॅश बल्ब्ज उडत असताना मेसननं उभं राहून विचारलं, ''काय पाहिजे माझ्याकडून तुम्हाला?''

''नादिनची कथा.'' एक वार्ताहर म्हणाला.

अत्यंत कोरडेपणानं हसत मेसन म्हणाला, ''ती तुम्हाला मिळणार नाही, हे खरं तर तुम्हालाही माहीत आहे. ती कोर्टामध्येच उलगडेल. त्यापूर्वी नाही.''

''ठीक आहे.'' एक वार्ताहर म्हणाला. ''केसबद्दल सांग. आरोपीच्या वकिलाची भूमिका काय असणार आहे?''

एक एक शब्द काळजीपूर्वक उच्चारत मेसन सावकाशपणे म्हणाला, ''आरोपीच्या वकिलाची भूमिका आहे, की योगायोगांनी बनलेल्या क्रूसावर माझ्या अशिलाचा

बळी दिला जातो आहे. याहून जास्त काहीही बोलण्याची आत्ता माझी तयारी नाही.''

१५

द पीपल ऑफ द स्टेट ऑफ कॅलिफोर्निया विरुद्ध नादिन फार या खटल्यात वर्तमानपत्रांच्या भाषेत *सर्व काही* होतं.

आरोपीबद्दल लिहिताना प्रत्येक वर्तमानपत्रानं साधारणतः एकाच तऱ्हेचे शब्द वापरले होते. कल्पनातीत सुंदर, तिच्यावर अतोनात प्रेम असणारा तरुण तिच्याबरोबर लग्न करण्यासाठी निघाला असतानाच तिला अटक करण्यात आलं होतं आणि त्याला आता तिच्याविरुद्ध साक्ष देणास भाग पाडण्यात येणार होतं. डिस्ट्रिक्ट ॲटर्नी सिद्ध करण्याचा प्रयत्न करणारा होता की ही तरुण, कल्पनातीत सुंदर आणि शालीन भासणारी आरोपी एक हृदयशून्य, धमक्या देणारी स्त्री होती आणि जेव्हा मोशेरे हिग्लेनं तिच्या सततच्या धमक्यांना न जुमानण्याचं ठरवलं आणि या अनौरस तरुणीला त्याच्या जवळच्या मित्राच्या कुटुंबातील तरुणाबरोबर लग्न करण्यास प्रतिबंध केला, तेव्हा तिनं अत्यंत निदर्यपणे त्याच्यावर विषप्रयोग केला होता.

चकित करणाऱ्या आणि धक्कादायक युक्त्याप्रयुक्त्या योजणारा अशी ख्याती असणारा आरोपीचा वकील या वेळी मात्र तशीच एक हिकमत वापरून आपल्या अशिलाचा बचाव करण्याच्या प्रयत्नांत असताना पकडला गेला होता. हे सर्वसाधारणतः सर्वांना मान्य होतं. सायनाईडच्या गोळ्या असणारी बाटली आरोपीनं सरोवरात फेकली होती. पेरी मेसननं अपायकारक नसलेल्या रासायनिक साखरेच्या गोळ्यांची तशीच एक बाटली पुराव्यात गडबड करण्याच्या हेतूनं फेकली होती, हे सिद्ध करणं डिस्ट्रिक्ट ॲटर्नीला एखाद्या वेळी कठीण गेलं असतं; पण तो निश्चितच तसा प्रयत्न करणार होता. कोर्टामध्ये कायदेशीर बाबींबद्दल डिस्ट्रिक्ट ॲटर्नी आणि आरोपीचा वकील यांच्यामध्ये चित्तवेधक चकमक उडणार होती, हे स्पष्टच होतं.

डॉक्टरनं दिलेल्या औषधांच्या अमलाखाली असताना टेपरेकॉर्डवर दिलेला कबुलीजबाब पुरावा म्हणून दाखल करून घेतला जाऊ शकतो का, हा प्रश्न होताच.

या केसमध्ये आरोपीचा बचाव करण्यासाठी मेसनकडे काहीही सबळ पुरावाच नाही, अशी चर्चा कायद्याच्या वर्तुळात ऐकू येत होती. कायद्याच्या तांत्रिक बाबी,

न्यायवैद्यक शास्त्रातील कल्पकता आणि हुशारी यांच्यावर आधारित असंख्य हरकतीचे मुद्दे उपस्थित करत न्यायदानाला जास्तीत जास्त विलंब लावण्याचा प्रयत्न करणं, एवढीच आशा तो धरू शकत होता.

तो हे जमवून आणू शकेल की नाही याच्यावर असंख्य तर्ककुतर्क लढवले जात होते. दहामधील एखादीच संधी त्याला आहे, असा जाणकारांचा सूर होता.

हॅमिल्टन बर्जर आता शेवटचा घाव घालायला सिद्ध झाला होता.

योग्य त्या ज्यूरर्सची यादी बनवून ज्यूरीची निवड करण्यात आली. त्यांना शपथही दिली गेली.

हॅमिल्टन बर्जरचं प्रास्ताविक भाषण म्हणजे उपरोधिक आणि अत्यंत कडक शब्दांत केलेल्या भाषणाचा उत्कृष्ट नमुना ठरला असता. शेवट करताना तो म्हणाला–

"ज्यूरीमधील सभ्य स्त्री-पुरुषहो, आरोपीच्या ॲटर्नीनं वर्तमानपत्रांकडे केलेलं विधान तुम्ही वाचलंच असेल. तो म्हणतो, की योगायोगांनी बनलेल्या क्रूसावर त्याच्या अशिलाचा बळी देण्यात येतो आहे. प्रॉसिक्यूशन सिद्ध करेल, की आरोपीनं प्रथम अत्यंत अन्याय्य पद्धतीनं धमक्या दिल्या आणि नंतर स्वतःच विणलेल्या जाळ्यात अडकून जाणूनबुजून विषाचा वापर करून खूनही केला."

ज्यूरीला अभिवादन करून तो वळला आणि सर्व शत्रूंचा निःपात करण्याची ताकद आणि रानटीपणा असणाऱ्या व सुडाच्या भावनेनं पेटून उठलेल्या प्रचंड भीतिदायक ग्रिझलीप्रमाणे डुलतडुलत आपल्या टेबलाशी पोहोचला,

"आरोपीच्या वकिलाला प्रास्ताविक भाषण करायचं आहे?" जज ॲशर्स्टनं विचारलं.

"आत्ता नाही." मेसननं उत्तर दिलं.

जजनं डिस्ट्रिक्ट ॲटर्नीकडे वळून म्हटलं, "तुमचा पहिला साक्षीदार बोलवा."

"डॉ. मेडले पी. ग्रॅन्बी." हॅमिल्टन बर्जरनं सांगितलं.

डॉ. ग्रॅन्बी पुढं झाला आणि त्यानं शपथ घेतली.

"उलटतपासणीचा हक्क अबाधित ठेवून डॉक्टर आणि शल्यविशारद म्हणून त्याची पात्रता मी मान्य करतो." मेसननं सांगितलं.

"ठीक आहे." हॅमिल्टन बर्जर म्हणाला, "डॉक्टर तुझं पूर्ण नाव आहे, डॉ. मेडले प्रॉस्नेर ग्रॅन्बी. मोशेर हिग्ले जिवंत असताना आणि त्याच्या शेवटच्या आजारातही डॉक्टर म्हणून तूच त्याची काळजी घेत होतास?"

"हो."

"मोशेर हिग्लेच्या मृत्यूसमयी तू त्याच्या जवळ होतास?"

"मोशेर हिग्ले मरण पावल्यानंतर थोड्याच वेळात मी तिथं पोहोचलो."

"त्या वेळी त्याचं शरीर कसं दिसत होतं? तुझ्या काय लक्षात आलं?"

"माझ्या लक्षात आलं, की त्याच्या कातडीचा रंग लालसर दिसत होता. आणि त्याच्या मृत्यूच्या आधी जे काही घडलं होतं, त्याप्रमाणे..."

"एक मिनिट." मेसननं त्याच्या बोलण्यात अडथळा आणत म्हटलं, "मृत्यूच्या आधी जे काही घडलं, ही ऐकीव माहिती असल्यानं माझा त्या गोष्टींना आक्षेप आहे. माझी अशी कल्पना आहे, की त्याची काळजी घेणाऱ्या परिचारिकेनं तुला काहीतरी सांगितलं होतं आणि त्या संदर्भातच तू बोलतो आहेस."

"खरं आहे."

"मग ती ऐकीव माहितीच आहे." जज ॲशर्स्ट म्हणाला. "तो कसा दिसत होता, तेवढंच सांग."

"त्याची कातडी लालसर दिसत होती. तो उघडाच हॉट चॉकोलेट पीत असावा आणि त्याच वेळी त्याला जीवघेणा..."

"एक मिनिट." मेसन म्हणाला. "तू प्रश्नाचं उत्तर देत नाहीस, तर तुझा निष्कर्ष सांगतो आहेस. तो उघडच चॉकोलेट पीत असावा, हा साक्षीदारानं काढलेला निष्कर्ष आहे. तो भाग नोंदीमधून गाळून टाळला जावा."

"औषधोपचारांच्या बाबतीत हा तज्ज्ञ साक्षीदार आहे. त्याला त्याचं मत सांगण्याचा अधिकार आहे." हॅमिल्टन बर्जर म्हणाला.

"मग त्यानं वैद्यकीय निष्कर्ष काढावेत." मेसन म्हणाला. "तो परिस्थितिजन्य पुराव्याबाबतचा तज्ज्ञ नाही. जे त्यानं बघितलं असेल, तेवढं तो सांगू शकेल. योग्य त्या परिस्थितीत वैद्यकीय दृष्टिकोनातून काय घडलं असेल हेदेखील सांगू शकेल."

"मी कोर्टाच्या निदर्शनास आणू इच्छितो, की हा केवळ एक तांत्रिक मुद्दा आहे." हॅमिल्टन बर्जर म्हणाला.

"आरोपीच्या वतीनं मी आत्ताच स्वच्छपणे सांगतो, की या केसच्या बाबतीत आरोपीच्या बचावासाठी कायदेशीर तरतूद असणाऱ्या प्रत्येक तांत्रिक बाबीचा उपयोग करण्यात येणार आहे. प्रॉसिक्यूटर अत्यंत तुच्छतेनं ज्यांचा तांत्रिक बाबी असा उल्लेख करतो आहे, त्या बाबी म्हणजे आरोपीवर अन्याय्य रीतीनं आरोप शाबित होऊ नये या हेतूनं दिलेलं संरक्षण असतं. आमचा आग्रह आहे, की त्यांच्याकडे दुर्लक्ष केलं जाऊ नये."

"बचाव पक्षाच्या वकिलाचं म्हणणं आम्हाला मान्य आहे." जज ॲशर्स्टनं निर्णय दिला. "मृत व्यक्ती उघडपणे चॉकोलेट पीत असावी, हा भाग कामकाजाच्या नोंदीतून गाळून टाळावा."

"ठीक आहे." हॅमिल्टन बर्जर थोडा चिडूनच म्हणाला. "तर मग डॉक्टर,

तू काय बघितलंस? बचाव पक्षानं घेतलेला आक्षेप तुझ्या लक्षात आलेला आहे. तू तुझ्या डोळ्यांनी काय बघितलंय, तेवढंच सांग.''

''मी मोशेर हिग्लेला बघितलं. तो माझा रुग्ण होता. तो मृत झालेला होता. त्याची कातडी थोडी लालसर दिसत होती. जमिनीवर फुटलेल्या कपाचे तुकडे पडलेले होते. मी चॉकोलेट किंवा एक द्रवपदार्थ जो हॉट चॉकोलेट असावा अशी तिथं येणाऱ्या वासावरून माझी समजूत झाली होती, तो जमिनीवर सांडलेला पाहिला. मोशेर हिग्लेच्या शर्टवरही तो सांडला होता.''

''या कोर्टाच्या आज्ञेनुसार मोशेर हिग्लेचं शव उकरून काढण्यात आलं, त्या वेळी तू तिथं हजर होतास?''

''होतो.''

''त्या शवाची चिकित्सा करत असताना तू मदत केली होतीस?''

''केली होती.''

''शवचिकित्सेनंतर मृत्यूचं कारण काय असावं, या बाबतीत काही निष्कर्ष तू काढला होतास?''

''हो.''

''काय होता तो?''

''मी ठरवलं, की मोशेर हिग्ले विषप्रयोगानं मेला होता.''

''कुठल्या तऱ्हेचं विष असावं, या बाबतीत काही निष्कर्ष काढला होतास?''

''हो.''

''काय होता तो?''

''सायनाईड ऑफ पोटॅशिअम.''

''उलटतपासणी.'' विजयी स्वरात बर्जर म्हणाला.

मेसन म्हणाला, ''डॉक्टर, तू जेव्हा मोशेर हिग्लेला बघितलं होतंस, त्या वेळी आता डिस्ट्रिक्ट ॲटर्नीनं सांगितलेली लक्षणं तुला दिसली होती?''

''दिसली होती.''

''तू ती काळजीपूर्वक विचारात घेतली होतीस?''

''खरं तर नाही. बघितली होती, एवढंच म्हणेन मी.''

''तू ती *काळजीपूर्वक विचारात घेतली नव्हतीस?*''

''त्या वेळी नव्हती घेतली.''

''का?''

''कारण ती किती महत्त्वाची आहेत, हे तेव्हा माझ्या ध्यानात आलं नव्हतं.''

''तुला एक डॉक्टर या नात्यानं बोलावलं होतं का?''

''हो.''

"तो माणूस मेला आहे, हे तुला माहीत होतं?"

"हो."

"मृत्यूचं कारण तुला द्यावं लागणार होतं, हे तुला ठाऊक होतं ना?"

"हो."

"तेव्हा मृत्यूचं कारण शोधण्यासाठी तू शवतपासणी केली होतीस आणि आजूबाजूला नजरही टाकली होतीस ना?"

"हो आणि नाहीसुद्धा."

"आता याचा काय अर्थ घ्यायचा?"

"म्हणजे मी वरवर तपासणी केली होती."

"आणि त्या वरवरच्या तपासणीवरून तू त्या वेळी मृत्यूच्या कारणाबद्दल निष्कर्ष काढला होतास?"

"मी मृत्यूच्या दाखल्यावर सही केली होती."

"प्रश्नाचं उत्तर टाळू नकोस, डॉक्टर, मी तुला विचारतो आहे की तू त्या वेळी मृत्यूच्या कारणाबद्दल निष्कर्ष काढला होतास का?"

"अं... हो."

"आणि तू ठरवलंस, की मृत्यू हृदयविकाराच्या झटक्यानं आला होता?"

"हो."

"आणि ते कारण देऊन तू मृत्यूच्या दाखल्यावर सही केली होतीस?"

"हो, सर."

"आणि आता तुला वाटतं आहे, की मृत्यूच्या दाखल्यावर सही करताना तुझी चूक झाली होती?"

"हो."

"आता तुला वाटतं आहे, की मोशेर हिग्ले हृदयाविकाराच्या झटक्यानं मेला नव्हता?"

"आता मला माहीत आहे, की तो हृदयविकाराच्या झटक्यानं मेला नव्हता."

"तेव्हा तुझ्या लक्षात आलं आहे, की तू जेव्हा प्रथम त्याला पाहिलंस आणि ठरवलंस की तो हृदयविकाराच्या झटक्यानं मरण पावला आहे, तेव्हा तुझ्याकडून चूकच घडली होती?"

"हो, सर आणि मला माझी कारणं सांगायला आवडेल."

"आत्ता तरी मला तुझी ती कारणं ऐकून घेण्याची इच्छा नाही." मेसन म्हणाला, "फक्त वस्तुस्थिती समजून घेण्यासाठी मी तुला विचारतो आहे, की तू चूक केली होतीस का, चुकीचा निष्कर्ष काढला होतास का. तू हो किंवा नाही, या शब्दात उत्तर देऊ शकतोस. तू एकतर चूक केली होतीस किंवा नव्हतीस. तर मग

तू चुकीचा निष्कर्ष काढला होतास की नव्हता काढलास?''

"काढला होता.'' डॉ. ग्रॅन्बी म्हणाला. त्याचे ओठ रागानं थरथरायला लागले होते.

"चॉकोलेट पाजून हृदयविकाराचा झटका आणता येतो का?''

"नक्कीच नाही. हृदयविकाराचा झटका म्हणजे हृदयाच्या रक्तवाहिनीत गाठ निर्माण होते, हृदयाची रक्तवाहिनी बंद होते, रक्तप्रवाह थांबतो आणि मृत्यू ओढवतो.''

"मोशेर हिग्ले मरण पावला आहे हे लक्षात येताच तुला कळलं होतं, की तुला मृत्यूच्या दाखल्यावर सही करायला लागणार आहे म्हणून?''

"अर्थातच.''

"आणि म्हणून मृत्यूचं कारण समजण्यासाठी तू आजूबाजूला नजरही टाकली होतीस, टाकली होतीस ना?''

"हो. म्हणजे सर्वसाधारणपणे मी ज्या तऱ्हेनं नजर टाकतो तशीच.''

"म्हणजे सर्वसाधारणतः तू टाकलेली नजर निष्काळजीपणाची आणि बेपर्वाईची असते का?''

"नक्कीच नाही.''

"म्हणजे तुझी ही सर्वसाधारणपणे टाकलेली नजर मृत्यूचं कारण समजून घेण्यासाठी टाकलेली नव्हती?''

"नक्कीच नाही.''

"तू या ज्यूरीला सांगू शकशील, की त्या वेळी मृत्यूचं कारण समजण्यासाठी तू तुझी व्यावसायिक कार्यक्षमता, कौशल्य, अनुभव आणि सुज्ञपणा यांचा पूर्ण वापर केला होतास?''

"अं... मला कबूल करणं भाग आहे, की कातडीचा रंग लालसर दिसत होता या गोष्टीचा अर्थ जाणून घेण्यात त्या वेळी माझ्याकडून दुर्लक्ष झालं होतं.''

"म्हणजे तू या ज्यूरीला सांगतो आहेस, की त्या वेळी तुझं गंभीर व्यावसायिक कर्तव्य पार पडत असताना तू तुझी पूर्ण कार्यक्षमता आणि कौशल्य वापरलं नव्हतंस?''

"मी चुकीचा निष्कर्ष काढला, यात सर्व आलं.''

"दुसऱ्या शब्दांत, तू तुझ्याकडून पूर्ण प्रयत्न केला नव्हतास, बरोबर?''

"तसा मी केला होता.''

"तू दिसलेली प्रत्येक गोष्ट आणि वस्तुस्थिती ध्यानात घेतली होतीस?''

"नक्कीच.''

"मग रुग्णाच्या कातडीच्या लालसर रंगाचा अर्थ तू जाणून घेतला नाहीस,

या तुझ्या बोलण्याचा अर्थ काय होता?''

"त्या वेळी त्याचा संबंध मृत्यूच्या कारणाशी असेल, असा विचार मी केला नाही.''

"रंग तुझ्या लक्षात आला होता?''

"आला होता.''

"मृत्यूचं कारण शोधून काढताना तू त्याचा संबंध इतर गोष्टींशी लावला होतास का?''

"मी विचार केला होता.''

"आणि तू ठरवलंस, की मृत्यू हृदयविकाराच्या झटक्यानं आला होता?''

"नक्कीच नाही. ते त्याचं चिन्ह नव्हतं तर सायनाईड ऑफ पोटॅशिअम किंवा कार्बन मोनॉक्साइडमुळे मृत्यू घडल्याचं चिन्ह होतं. ते एक लक्षण असतं.''

"त्या वेळी ते तू बघितलं होतंस?''

"हो.''

"आणि मृत्यूचं कारण ठरवताना तू ते विचारात घेतलं होतंस?''

"हो. एका तऱ्हेनं.''

"आणि त्या वेळी मृत्यू सायनाईड ऑफ पोटॅशिअमनं झाला असण्याची शक्यता आहे, याचं ते लक्षण वाटलं नव्हतं?''

"त्या वेळी नव्हतं वाटलं.''

"का?''

"कारण त्या वेळी केसचं स्वरूपच पालटेल, अशा काही गोष्टी माझ्या कानांवर घालण्यात आल्या नव्हत्या.''

"त्या गोष्टी तुझ्या कानांवर आल्यानंतर तू तुझं मत बदललंस?''

"आणि शव उकरून काढल्यावर शवचिकित्सेच्या वेळी नंतर मदत केल्यामुळे.''

"आणि त्या वेळी कातडीच्या लालसर रंगाचं महत्त्व तू विचारात घेतलंस?''

"हो.''

"आणि तू म्हटल्याप्रमाणे त्याचं कारण म्हणजे नंतर तुला रुग्णाच्या मृत्यूसंबंधात काही तरी सांगितलं गेलं होतं. आणि त्यामुळे त्याचं महत्त्व तुझ्या जास्त लक्षात आलं होतं?''

"एका तऱ्हेनं हो.''

"तेव्हा दुसऱ्या कुणीतरी तुला काही सांगितल्यानं *मृत्यूच्या कारणाबाबतचं तुझं आधीचं मत तू बदललंस?*''

"नाही सर, नाही बदललं.''

"तेव्हा दुसऱ्या कुणीतरी तुला काही सांगितल्यानं *कातडीच्या लालसर रंगाबद्दलचं*

तुझं आधीचं मत तू बदललंस?''

डॉक्टरनं क्षणभर घुटमळत असहायपणे डिस्ट्रिक्ट ॲटर्नीकडे बघितलं. रुग्णाच्या मृत्यूसंदर्भात काही कळल्यानं मी तसं बोललो.''

''रुग्णाच्या मृत्यूसंदर्भात काही तरी असं तू म्हणतोस, तेव्हा दुसऱ्या कुणीतरी तुला जे सांगितलं, त्याबद्दलच तू बोलत असतोस ना?''

''हो.''

''म्हणजे तू ऐकीव पुराव्याच्या आधारावर तुझं मत बदललंस?''

''मी तसं म्हटलेलं नाही.''

''कातडीच्या लालसर रंगाबद्दलचं तुझं आधीचं मत तू ऐकीव पुराव्याच्या आधारावर बदललं आहेस?''

''अं... तुला तसंच म्हणायचं असेल, तर हो.''

''आभारी आहे, डॉक्टर.'' मेसन म्हणाला.

''एक मिनिट.'' हॅमिल्टन बर्जर म्हणाला. ''मला पुन्हा काही प्रश्न विचारायचे आहेत. मी ते आधीच विचारायला हवे होते. मला वाटलं, ते उलटतपासणीच्या वेळी विचारले जातील. डॉक्टर, मोशेर हिग्लेचा मृत्यू सायनाईड ऑफ पोटॅशिअमनं झाला, असं आता तू का म्हणतो आहेस?''

''क्षणभर थांब.'' मेसन म्हणाला. ''या प्रश्नाला माझा आक्षेप आहे. ही योग्य तऱ्हेनं चाललेली पुनर्तपासणी नाही. हा प्रश्न प्रथमच विचारायला हवा होता. काय घडतं आहे, ते अगदी स्वच्छ आहे. डिस्ट्रिक्ट ॲटर्नीनं समजून उमजून केसचा हा भाग समोर आणायचं टाळलं. त्याची अपेक्षा होती, की मी जेव्हा या साक्षीदाराची उलटतपासणी घेईन, तेव्हा साक्षीदार धक्कादायक रीतीनं या गोष्टी बाहेर काढू शकेल. डिस्ट्रिक्ट ॲटर्नीनं जोखीम पत्करली होती, तेव्हा परिणामही भोगायलाच हवेत.''

जज ॲशर्स्टनं हनुवटीवर बोटं आपटली. त्याचा निर्णय होत नसावा.

''मी स्पष्टीकरण देऊ का युअर ऑनर.'' हॅमिल्टन बर्जर म्हणाला, ''मी...''

जज ॲशर्स्टनं नकारार्थी मान डोलावली. ''परिस्थिती अगदी स्पष्ट आहे, मिस्टर प्रॉसिक्यूटर.'' तो म्हणाला. ''माझ्या मनात थोडाही संशय नाही, की बचाव पक्षाच्या काउन्सेलनं सांगितलेली वस्तुस्थिती कायद्याच्या दृष्टिकोनातून अगदी योग्य आहे, पण कोर्टाचं मुख्य काम न्यायदानाचं आहे. कायद्याच्या बाबींमध्ये विरोधी पक्षांच्या काउन्सेल्सच्या भांडणात लवाद म्हणून राहण्याचं नाही. एखादी महत्त्वाची वस्तुस्थिती उलटतपासणीच्या वेळीच अचानक उघडकीला यावी आणि उलटतपासणी करणाऱ्या काउन्सेलचा गोंधळ व्हावा, यासाठी ॲटर्नी नेहमीच एकमेकांना फसवण्याचा प्रयत्न करतात. प्रॉसिक्यूशननं आत्ताही हीच युक्ती वापरली

होती, याबद्दल कोर्टाच्या मनात थोडाही संशय नाही. पण बचाव पक्षाच्या काउन्सेलनं धूर्तपणा दाखवून त्या सापळ्यात अडकवण्याचं टाळलं.

"कोर्टाला जाणीव आहे, की साक्षीदाराची चौकशी पूर्णत: कोर्टाच्या अधिकाराखाली येते. मी आधीच म्हटल्याप्रमाणे हे कायदेशीर मुद्द्यांबाबतचे दोन विरुद्ध बाजूंच्या काउन्सेल्सचं भांडण नाही. काही गोष्टी उघडकीला आणण्याचा हा प्रयत्न आहे. ही अत्यंत महत्त्वाची आणि अर्थपूर्ण बाब आहे. कोर्ट या साक्षीदाराला उत्तर देण्याची परवानगी देणार आहे. प्रॉसिक्यूटरला स्पष्टपणे सूचना देतं आहे, की या केसमध्ये आरोपीच्या तांत्रिक मुद्द्यांवरच्या अधिकारांचं काळजीपूर्वक रक्षण करण्यात येईल. काउन्सेलनं आधीच म्हटल्याप्रमाणे ज्यांचा तांत्रिक मुद्दे असा उल्लेख झाला होता, ते मुद्दे म्हणजे कायद्यांन्वये आरोपीवर अन्याय्य रीतीनं आरोप शाबित होऊ नये, या हेतूनं दिलेलं संरक्षण आहे. कोर्ट आक्षेप अमान्य करत आहे. कोर्टाला या कोर्टरूममध्ये नसती वादावादी नको आहे. प्रश्नाचं उत्तर दे डॉक्टर."

डॉक्टर ग्रॅन्बीनं उगीचच घसा खाकरला. "मी सुरुवातीला निष्कर्ष काढला होता, की रुग्ण बहुधा हृदयविकाराच्या झटक्यानं मरण पावला होता. शवचिकित्सेनंतर उघड झालं की त्याच्या मृत्यूचं ते कारण नव्हतं. दुसरं कारणही लक्षात आलं नाही. शरीर कुजू नये म्हणून मृत शरीरावर प्रक्रिया झाली होती. खास द्रावणाचं इन्जेक्शन देण्यात आलं होतं. तेव्हा वैद्यकीय दृष्टिकोनातून एक तर्क करता येत होता. त्या इन्जेक्शनमुळे ज्या कारणानं मृत्यू ओढवला होता, तेच नाहीसं झालं असावं. सायनाईड ऑफ पोटॅशिअम एक जालीम विष आहे. शरीर कुजू नये म्हणून जे इन्जेक्शन दिलं जातं, त्यामुळे त्याचा मागमूस शिल्लक राहत नाही. कातडीचा लालसर रंग हे सायनाईड ऑफ पोटॅशिअममुळे झालेल्या मृत्यूचं एक लक्षण आहे. या सर्व गोष्टी ध्यानात घेऊन आता विचारपूर्वक माझं वैद्यकीय मत आहे, की रुग्णाचा मृत्यू सायनाईड ऑफ पोटॅशिअमच्या विषप्रयोगामुळे झाला होता."

"मला यानंतर काहीही प्रश्न विचारायचे नाहीत." हॅमिल्टन बर्जरनं सांगितलं. "तू उलटतपासणी घेऊ शकतोस."

"थोडक्यात सांगायचं, तर तू आता रुग्ण सायनाईड ऑफ पोटॅशिअमच्या विषप्रयोगामुळे मेला होता, असं म्हणतो आहेस. याचं एकमेव कारण आहे, तुला दुसरं कुठलंही कारण शोधता येत नाही. बरोबर?" मेसननं विचारलं.

"एका तऱ्हेनं विचार केला, तर खरं आहे ते."

"काही टक्के केसेसमध्ये जगामधले सर्वोत्कृष्ट असे रोगनिदानतज्ज्ञही मृत्यूचं कारण शोधू शकत नाहीत, याची तुला कल्पना आहे ना, डॉक्टर?"

"हो. पण ती टक्केवारी काही खूप मोठी नाही."

"काय आहे ती?"

“या केसमध्ये त्याचा संबंध आहे, असं मला वाटत नाही.”

“पण मला वाटतं, डॉक्टर. ती टक्केवारी किती आहे, ते सांग मला.”

“फरक पडतो तिच्यात.”

“म्हणजे कुठल्या तरी दोन टक्केवारींमध्ये असते ती?”

“तसं म्हणणं तेवढं योग्य होणार नाही. पण तरी मी हो म्हणेन.”

“शरीर कुजू नये म्हणून कुठलीही प्रक्रिया केलेली नसतानाही तुला मृत्यूचं कारण शोधून काढता आलं नाही, अशा दुसऱ्या केसेस आहेत?”

“हो.”

“तीन ते पाच टक्के डॉक्टर?”

“बहुतेक हो.”

“*त्या केसेसमध्ये* मृत्यूचं कारण लिहिताना तू सायनाईड ऑफ पोटॅशिअममुळे मृत्यू असं लिहिलं होतंस?”

“काहीतरी बडबडू नकोस. नक्कीच नाही.”

“त्या केसेसमधल्या *कुठल्याही केसमध्ये* कधीही मृत्यूचं कारण लिहिताना सायनाईड ऑफ पोटॅशिअममुळे मृत्यू असं लिहिलं होतं का?”

“नाही.”

“मग त्या केसेसमध्ये मृत्यूचं कारण माहीत नाही, असं लिहिलं होतंस?”

“अं... नाही.”

“तुला मृत्यूचं कारण माहीत नव्हतं?” मेसन म्हणाला. “तू ते शोधू शकला नाहीस?”

“बरोबर.”

“पण मृत्यूच्या दाखल्यात तू तसं लिहिलं नाहीस?”

“मृत्यूच्या दाखल्यावर *काही तरी कारण लिहावं लागतं,* मिस्टर मेसन. मृत्यूचं कारण काय होतं असं सांगणं जेव्हा अशक्य बनतं, तेव्हा काय लिहायचं याची एक सर्वसाधारण प्रथा वैद्यकीय क्षेत्रात पडून गेली आहे.”

“दुसऱ्या शब्दांत सांगायचं, तर मृत्यूचं कारण शोधून काढता आलं नाही की कल्पकतेचा आसरा घ्यायला लागतो. बरोबर?”

“शेवटी *काहीतरी कारण लिहावंच लागतं ना!*”

“अगदी बरोबर.” मेसन म्हणाला. “ज्या केसेसमध्ये तुला मृत्यूचं कारण शोधता आलं नाही, त्या केसेसमध्येसुद्धा तू मृत्यूचं कारण लिहून टाकलंस, हे खरं आहे ना?”

“त्या केसेसमध्ये हो.”

“तेव्हा तुझ्या निदान तीन टक्के केसेसमध्ये तू कळूनसवरून खोटं मृत्यूचं

कारण लिहितोस?''

"मी काही खोटेपणा करत नाही, सर.''

"मग ती चुकीची असतात?''

"माहीत नाही.''

"पण दाखवल्यावर तू तुला माहीत असल्याप्रमाणेच लिहितोस?''

"सर्व डॉक्टर तेच करतात.''

"तूही करतोस?''

"हो. तू म्हणशील तसं.''

"ही केससुद्धा तशा इतर केसेससारखीच असताना या केसमध्ये मात्र तू लिहिलंस, की मृत्यू सायनाईड ऑफ पोटॅशिअममुळे झाला?''

"पण ही केस अगदी इतर केसेससारखी नाही.''

"का नाही?''

"कारण सायनाईडनं विषप्रयोग झाला असण्याची शक्यता दर्शवणारा पुरावा आहे.''

"कुठला पुरावा?''

"एक म्हणजे कातडीचा रंग.''

"पण तू मृत्यूच्या दाखल्यावर सही करायच्या वेळी, तुला कातडीचा तो रंग लक्षात आला होता आणि तरीही तू मृत्यूचं कारण हृदयविकाराच्या झटक्यानं मृत्यू असं लिहिलं होतंस, लिहिलं होतंस ना?''

"हो.''

"ठीक आहे. आणखी काय होतं?''

"आणि आरोपीचा कबुलीजबाब होता. तिनं स्वतःहून...'' डॉ. ग्रॅन्बी बोलून गेला.

"अगदी बरोबर.'' मेसन म्हणाला. "आरोपीनं केलेली विधानं पोटॅशिअम सायनाईडनं मृत्यू झाल्याची शक्यता दर्शवतात, असं तुझ्या कानांवर घातलं गेल्यानं तू निष्कर्ष काढलास, की मृत्यू पोटॅशिअम सायनाईडमुळे झाला.''

"ते एक कारण होतं.''

"या क्षणाला ते एकच महत्त्वाचं कारण तू पुढं करू शकतो आहेस, हो ना डॉक्टर?''

"ते आणि मृत्यूचं दुसरं कुठलं कारण दिसत नव्हतं हेदेखील.''

"पण आत्ताच तर तू म्हणालास, की काही मृत्यूंच्या बाबतीत तू मृत्यूचं कारण शोधू शकत नाहीस म्हणून.''

"हो.''

“पण तुझ्या मृत्यूच्या दाखल्यात तसं लिहिलेलं दिसत नाही.”

“मी मृत्यूचं कारण लिहिलं होतं.”

“म्हणजे मृत्यूचं कारण तू शोधू शकला नाहीस, हे सत्य असतानादेखील तू मृत्यूच्या दाखल्यावर सही केलीस आणि त्यात म्हटलंच, की मृत्यू एका विशिष्ट कारणामुळे झाला?”

“वैद्यकीय व्यवसायात हे सर्वसाधारणतः मान्य असतं.”

“बस, एवढंच.” मेसननं सांगून टाकलं.

हॅमिल्टन बर्जर आपल्या ट्रायल डेप्युटीच्या कानात कुजबुज करायला लागला. डॉक्टरच्या साक्षीबद्दल ते खूश नव्हते, हे तर दिसतच होतं. पण त्याबद्दल काय करायचं, ते त्यांना कळत नव्हतं.

“आणखी काही प्रश्न?” जज ॲशर्स्टनं विचारलं.

हॅमिल्टन बर्जरनं नकारार्थी मान हलवली. “नाही.” तो म्हणाला. त्याच्या लक्षात आलं होतं, की त्याच्या कुजबुजीमुळे त्याची केस कमजोर बनत होती.

हॅमिल्टन बर्जरची पुढली साक्षीदार होती, मॅरिनि बॉडफिश. दिवसपाळीची परिचारिका. शनिवारी मोशेर हिग्ले मरण पावला, तेव्हा तीच कामावर होती. तिनं साक्ष दिली, की शनिवारी दुपारच्या वेळी नादिन फार तिच्या कामांकडे बघत असे आणि तिला थोडी विश्रांती घेऊ देत असे. त्या शनिवारी स्वच्छ सूर्यप्रकाश होता. गराज आणि कुंपणाच्या मधल्या एका जागी साक्षीदार घडीच्या कॉटवर आडवं पडून सूर्यस्नान घेत असताना गराजच्या वरच्या तिच्या बोडरूममधील विजेची घंटी खणखणायला लागली. तिनं घाईघाईनं काही कपडे चढवले आणि ती धावत घरात गेली. मोशेर हिग्ले आचके देत होता, धापा टाकत होता, त्याला श्वास घेता येत नव्हता. जमिनीवर एक फुटका कप पडला होता. थोडंसं चॉकोलेट जमिनीवर सांडलं होतं. त्याच्या नाइटशर्टवरही सांडलं होतं. तिला आढळलं, की जमिनीवरचं चॉकोलेट अजूनही गरम होतं.

“आणखी काही तुझ्या लक्षात आलं?” हॅमिल्टन बर्जरनं विचारलं.

“एक प्रकारचा वास पसरला होता.”

“कशा प्रकारचा वास?”

“कडू बदामांसारखा.”

“परिचारिकेच्या प्रशिक्षणामध्ये विषांबद्दलही शिकली आहेस तू?”

“हो.”

“कडू बदामांसारख्या वासाला काही विशेष महत्त्व आहे?”

“तो पोटॅशिअम सायनाईडचा वास आहे.”

“आणि तुला त्या वेळी तो वास आला होता?”

“हो.”

“उलटतपासणी.” हॅमिल्टन बर्जर खुशीतच म्हणाला.

“त्या वासाचं महत्त्व *प्रथम कधी तुझ्या लक्षात आलं?*” मेसननं विचारलं.

“मी रुग्णावर ओणवी होताच तो वास माझ्या लक्षात आला होता.”

“माझ्या प्रश्नाचं उत्तर दे.” मेसननं तिला अडवत म्हटलं, *“त्या वासाचं महत्त्व प्रथम कधी तुझ्या लक्षात आलं?”*

“नंतरच, सायनाईडचा विषप्रयोग झाला असण्याची शक्यता आहे, असं ऐकल्यावर.”

“डॉ. ग्रॅन्बी आला, तेव्हा खोलीमध्ये होतीस तू?”

“हो, सर.”

“त्याला कडू बदामांसारखा वास आला आहे, असं त्यानं तुला सांगितलं होतं?”

“नाही सर. त्याबद्दल काही बोलणं झालं नव्हतं.”

“डॉ. ग्रॅन्बी यानं हृदयविकाराच्या झटक्यानं मृत्यू असं कारण लिहून मृत्यूच्या दाखल्यावर सही केली, तेव्हा तू तिथं हजर होतीस?”

“त्यानं मृत्यूचं कारण ते आहे असं सांगितलं, तेव्हा मी तिथं होते.”

“मृत्यूचं दुसरं काही कारण असू शकेल, असं मग तू त्याला सुचवलं होतंस का?”

“नक्कीच नाही. डॉक्टरचं रोगनिदान बदलण्याचा प्रयत्न करणं, हे परिचारिकेचं काम नाही.”

“पण रोगनिदान चुकीचं होतं, असं त्या वेळी तुला वाटलं होतं?”

“मी...”

“युअर ऑनर.” हॅमिल्टन बर्जर मध्येच म्हणाला, “ही साक्षीदार उत्कृष्ट वैद्यकीय तज्ज्ञ नाही. परिचारिका आहे. तिला काही बाबतीत शिक्षण मिळालं आहे. ती त्या बाबतीत साक्ष देऊ शकते. ही उलटतपासणी योग्य तऱ्हेनं केली जात नाहीये.”

“ही अगदी योग्य तऱ्हेनं चाललेली उलटतपासणी आहे.” मेसन म्हणाला. “ती साक्ष देते आहे, की त्या वेळी कडू बदामांसारखा वास तिच्या ध्यानात आला होता आणि तिला माहीत होतं, की तो वास म्हणजे सायनाईडच्या विषप्रयोगाचं लक्षण आहे. तिनं ती गोष्ट डॉक्टरच्या नजरेस आणून दिली का, हे महत्त्वाचं ठरतं. तिला खरोखरच तसा वास आला असता, तर तिनं नक्कीच तसं डॉक्टरच्या नजरेस आणून दिलं असतं. की पोलिसांनी तिच्या डोक्यात ही कल्पना भरवेपर्यंत ती थांबली होती?”

“हे विधान अगदी अयोग्य आहे.” हॅमिल्टन बर्जर म्हणाला. “पोलिसांनी तशी

कल्पना तिच्या डोक्यात भरवली होती या बोलण्याला काही पुरावा नाही.''

''तू मला माझी उलटतपासणी चालू ठेवू दे.'' मेसन म्हणाला. ''मी दाखवून देतो, की ती कल्पना तिथूनच आली होती.''

''एक मिनिट.'' जज ॲशर्स्ट म्हणाला, ''काउन्सेलमधले हे संभाषण गैरवर्तणुकीच्या दिशेनं झुकायला लागलं आहे. साक्षीदाराला एक प्रश्न विचारला होता. मृत्यूचं कारण देण्याएवढी साक्षीदाराची पात्रता आहे का, हा प्रश्न उलटतपासणीच्या वेळी निघाला नव्हता हे खरं आहे, पण प्रश्नाचा रोख तिच्या त्या वेळच्या वागणुकीबद्दल आहे. मी आक्षेप अमान्य करतो आहे.''

''तुला कडू बदामांसारखा वास आला होता, हे तू त्या वेळी दुसऱ्या कुणाशी बोलली होतीस?''

''नाही.''

''तुला त्या वेळी पोलीस किंवा डिस्ट्रिक्ट ॲटर्नी यांच्याशी बोलण्यापूर्वी कडू बदामांच्या वासाला काही महत्त्व आहे, अशी कल्पना तरी मनात आली होती?''

''नाही.''

''कडू बदामांचा वास आणि सायनाईड यांच्यात काही परस्पर संबंध आहे, असा विचार त्या वेळी तुझ्या मनात आला होता?''

''अं... नाही, त्या वेळी नाही.''

''नंतर जेव्हा पोलीस तुला प्रश्न विचारायला लागले, सायनाईडचा आहे, संबंध असेल असा एखाद्या तरी गोष्टीचा विचार तुझ्या मनात आला आहे का असं त्यांनी विचारलं, तेव्हाच तू तसं सांगितलंस ना?''

''पोलिसांनी प्रश्न विचारले नव्हत– डिस्ट्रिक्ट ॲटर्नीनं विचारले होते.

''ओ! स्वतः हॅमिल्टन बर्जर.'' मेसन डिस्ट्रिक्ट ॲटर्नीकडे वळून एकदा आदरानंच खाली वाकला. ''तेव्हा प्रथम तो विचार तुझ्या मनात आला, बरोबर?''

''त्या वेळी मी प्रथम तसं सांगितलं.''

''त्या वेळी तुला आलेल्या वासाचं महत्त्व प्रथमच तुझ्या ध्यानात आलं?''

''हो.''

''आणि मिस्टर बर्जर यानं विचारलं, की सायनाईडमुळे विषप्रयोग झाला असेल असं दर्शवणारं काहीही तुझ्या लक्षात आलं होतं का म्हणून?''

''अं... हो.''

''आणि हॅमिल्टन बर्जर यानं तुला नंतर असंही सांगितलं, की त्याला समजलं आहे त्याप्रमाणे कडू बदामांचा वास सायनाईडचा विषप्रयोग दर्शवतो आणि तुला विचारलं, की तुला तसा वास आला होता का?''

''हो.''

“मग तुला वाटलं, की तुला त्याची आठवण होत आहे?”

“मग मला आठवण झाली, की मला तसा वास आला होता.”

मेसन हसला, “एवढेच प्रश्न.” तो म्हणाला.

रागावलेल्या हॅमिल्टन बर्जरलाही यानंतर त्या साक्षीदाराला आणखी काही प्रश्न विचारण्याची इच्छा नव्हती. तो म्हणाला, “मी कोर्टाच्या नजरेस आणून देऊ इच्छितो, की पुढल्या साक्षीदाराला आम्ही त्याच्या मनाविरुद्ध साक्ष देण्यास भाग पाडतो आहोत. पण त्याला बोलावणं आम्हाला गरजेचं आहे. डॉ. लॉंगबर्ट पी. डनेअर, कृपा करून पुढं हो आणि शपथ घे.”

डॉ. डनेअर पुढं आला. त्यानं शपथ घेतली. डॉक्टर आणि शल्यविशारद म्हणून आपल्या पात्रतेबद्दल, मानसोपचार तज्ज्ञ म्हणून तो काम करत असलेल्या प्रॅक्टिसबद्दल, आरोपीशी त्याची ओळख आहे त्याबद्दल त्यानं सांगितलं.

“तर मग डॉक्टर, पंधरा सप्टेंबरला किंवा त्याच्या आसपासच्या दिवशी आरोपीनं तुझा सल्ला घेतला होता?”

“हो.”

“त्या वेळी तू अशा निर्णयाला पोहोचला होतास का, की ती अपराधीपणाच्या भावनेनं पछाडलेली आहे?”

“आक्षेप! गोपनीय संभाषणाचा भाग विचारला जातो आहे. त्यामुळे डॉक्टर आणि रुग्ण यांच्यामधील परस्पर विश्वासाचा भंग होतो आहे.”

क्षणभर विचार करून जज ॲशर्स्टनं निर्णय दिला, “आक्षेप मान्य.”

“त्या वेळी तू आरोपीला सुचवलं होतंस का, की ट्रुथ सेरम नावाची चाचणी तिनं घेतली, तर ते हिताचं ठरेल म्हणून?”

“तोच आक्षेप.” मेसन म्हणाला.

“तोच निर्णय.”

“तू सतरा सप्टेंबरला किंवा त्याच्या आसपासच्या दिवशी तिला औषधं दिली होतीस का?”

“दिली होती.”

“रुग्ण अनेकदा काही गोष्टी त्याच्या दृष्टीनं उघडकीला येणं त्याला हितकारक ठरणार नाही म्हणून अंतर्मनात संरक्षक भिंतींचा अडथळा उभारून त्या दाबून ठेवतो. तो अडथळा पार करण्यासाठी ते औषध दिलं होतं का?”

“हो.”

“त्या वेळी तुझ्याकडं टेपरेकॉर्डर होता?”

“होता.”

“त्या वेळी पेशंट जे बोलला, ते टेपरेकॉर्डरवर टेप केलं आहे का?”

"हा प्रश्न कायद्याला सोडून, असंबद्ध आणि अनावश्यक असल्यानं आमचा या प्रश्नाला आक्षेप आहे, युअर ऑनर," मेसन म्हणाला, "रुग्ण मादक द्रव्यांच्या अमलाखाली असल्याचं तर स्पष्ट आहे. तेव्हा तो काहीही बोलला असला, तरी ती काल्पनिक कथा असू शकते. याशिवाय डॉक्टर आणि रुग्ण यांच्या परस्पर विश्वासाचा भंग करण्याचा प्रश्नही आहेच. त्या टेपरेकॉर्डिंगमध्ये कुठला कबुलीजबाब असेल, एखादी गोष्ट मान्य केली असेल तर त्यासाठीही काही आधार नाही. प्रेत सापडलं होतं आणि खूनच झाला होता, असा पुरावाच अजून सादर झालेला नाही."

जज अॅशर्स्ट म्हणाला, "कोर्टाला अर्थात प्रथमापासूनच कल्पना होती, की खटला उभा राहिल्यावर कायद्याच्या दृष्टिकोनामधून अत्यंत किचकट अशी ही परिस्थिती निर्माण होणार आहे. माझी इच्छा आहे, की त्याबाबतच्या वादविवाद ज्यूरी हजर असताना होऊ नये. कोर्टाला असंही वाटतं, की आता ज्या तऱ्हेनं प्रश्न विचारला गेला आहे, त्याचं उत्तर अशा तऱ्हेचं नसणार की ज्यामुळे उपस्थित केलेल्या सर्व हरकती योग्यच होत्या, असं म्हणता येईल. मला वाटतं आहे त्याप्रमाणे प्रॉसिक्यूशनला असं टेपरेकॉर्डिंग केलं होतं, एवढं दाखवून डॉक्टरची साक्ष संपवायची आहे. मग टेपरेकॉर्डिंग म्हणजे आरोपीचा कबुलीजबाब आहे, हे दाखवून ते ज्यूरीला ऐकवायचं आहे."

"बरोबर आहे, युअर ऑनर." हॅमिल्टन बर्जर म्हणाला.

"पण कधीतरी या सर्व वस्तुस्थितीला तोंड द्यावं लागणार असेल, तर ते आत्ताच देऊ या." मेसन म्हणाला.

"सर्व प्राथमिक बाबी हातावेगळ्या होण्याच्या दृष्टीनं मी आता सर्व आक्षेप अमान्य करतो आहे," जज अॅशर्स्टनं आपला निर्णय दिला.

"तू असं टेपरेकॉर्डिंग बनवलं होतंस का?" हॅमिल्टन बर्जरनं विचारलं.

"बनवलं होतं."

"मग त्या टेपरेकॉर्डिंगचं काय केलंस तू?"

"मी ते तिजोरीमध्ये ठेवलं."

"त्यानंतर त्या टेपरेकॉर्डिंगचं काय झालं?"

"माझ्या परिचारिकेनं ते पोलिसांना दिलं. पोलिसांनी तिच्यावर झडतीचं अधिकारपत्र बजावलं, कार्यालयामध्ये शोधाशोध केली आणि ते रेकॉर्डिंग ताब्यात घेतलं."

"मी तुला एका टेपची गुंडाळी दाखवतो. त्यावर बहुतेक तुझ्याच हस्ताक्षरात लिहिलं आहे, *नादिन फारबरोबरची मुलाखत, १७ सप्टेंबर* आणि विचारतो, की ते शब्द तूच लिहिले आहेस?"

"हो, सर."

पुन्हा एकदा खुशीतच हॅमिल्टन बर्जरनं आपली तपासणी संपवली.

“मला थोडेसेच प्रश्न विचारायचे आहेत.” मेसन म्हणाला, “हे टेपरेकॉर्डिंग जेव्हा बनवलं. तेव्हा नादिन फार तुझी रुग्ण होती?”

“हो, सर.”

“तू तिच्यावर उपचार करण्याचा प्रयत्न करत होतास?”

“हो, सर.”

“तिच्यावर परिणामकारक उपचार करायचे असले, तर काही गोष्टी जाणून घेणं महत्त्वाचं आहे, असं तुला वाटत होतं आणि ट्रुथ सेरमची चाचणी घेताना प्रश्न विचारून तू त्या गोष्टी जाणून घेऊ शकशील, असंही तुला वाटत होतं?”

“हो, सर.”

“एक डॉक्टर, शल्यविशारद आणि मानसोपचार तज्ज्ञ या नात्यानं उपचारांचा एक भाग म्हणून तू ती चाचणी तिला घ्यायला लावली होतीस?”

“हो, सर.”

“त्या चाचणीच्या वेळी आरोपी औषधांच्या अमलाखाली होती?”

“हो, सर.”

“ती काय करते आहे, ते ठाऊक होतं तिला?”

“मानसशास्त्राच्या दृष्टीनं ती एक चमत्कारिक परिस्थिती होती, मिस्टर मेसन. तिच्या मनाच्या एका भागाला कळत होतं, की ती काहीतरी बोलते आहे आणि प्रश्नांची उत्तरे देते आहे. तिच्या मनाचा दुसरा भाग त्या औषधांचा परिणाम म्हणून इतका शांत झालेला होता, की तो कुठल्याही तऱ्हेचा विरोध करू शकत नव्हता.”

“थोडक्यात, औषधं दिल्यामुळे तिच्या मनावर परिणाम झाला होता?”

“हो.”

“तिच्या विचारशक्तीवर परिणाम झाला होता?”

“हो.”

“उपचार करत असताना एक डॉक्टर म्हणून तू तिला औषधं दिली होतीस?”

“हो.”

“एक डॉक्टर म्हणून रुग्णाची परिस्थिती जाणून घेण्यासाठी, तुमच्यातील संभाषण गुप्तच राहील या समजुतीनंच तू प्रश्न विचारत होतास आणि तिच्याकडून प्रश्नांची उत्तरं मिळवत होतास?”

“हो.”

“तू अशा तऱ्हेच्या चाचण्या अनेकदा घेतल्या आहेस?”

“हो.”

“या चाचण्यांचा हेतू काय असतो?”

“मिळालेल्या उत्तरांवरून आपण रुग्णाच्या अंतर्मनातील घालमेल समजून

घेऊ शकतो.''

"उत्तरं नेहमी समजायला सोपीच असतात का?''

"मुळीच नाही.''

"ती नेहमी बरोबरच असतात का?''

"नाही.''

"तेव्हा या केसमध्ये तू विचारलेल्या प्रश्नांची जी उत्तरं मिळाली आहेत, ती बरोबर नसण्याची शक्यता आहे?''

"तशी शक्यता नेहमीच असते.''

"झोपेत बोलणं, हा प्रकार तुझ्या ओळखीचा आहे?''

"आहे.''

"रुग्णाची परिस्थिती अशाच स्वरूपाची होती का, की ज्या विशिष्ट स्थितीत रुग्ण झोपेत बोलायला लागतो?''

"नक्कीच. रुग्ण झोपेत असल्याप्रमाणे बोलेल, अशीच परिस्थिती मुद्दाम निर्माण केली होती.''

"मला आणखी प्रश्न विचारायचे नाहीत.'' मेसन म्हणाला.

"एक क्षणभर थांब.'' हॅमिल्टन बर्जर म्हणाला. "रुग्णाला ट्रुथ सेरम चाचणी दिल्यावर मिळणाऱ्या प्रश्नांची उत्तरं जर चुकीची असतात, तर अशी चाचणी देण्यात काही अर्थच नाही, डॉक्टर.''

"उत्तरं चुकीची असतात, असं मी म्हणालो नाही. ती चुकीची असण्याची शक्यता असते, असं म्हणालो मी.''

"तशी शक्यता इतकी मोठी असते का, की ज्यामुळे चाचणीला अर्थच उरत नाही? दुसऱ्या शब्दांत सांगायचं, तर तू या रुग्णाचे पैसे घेऊन, तिचा वेळ दवडून असे उपचार करत होतास की ज्यांचा तिला काहीही उपयोगच नव्हता?''

"अजिबात नाही. त्या उत्तरांवरून निष्कर्ष काय काढायचा, हे कळलं पाहिजे. कधीकधी उत्तरं चुकीची असली, तरी रुग्णाच्या मानसिक स्थितीबद्दल निष्कर्ष काढता येतो.''

"तेव्हा रोगनिदान करण्यात या चाचणीला काहीतरी किंमत आहे तर.''

"नक्की आहे.''

"अशी ही चाचणी देऊन आरोपीच्या मनात अपराधीपणाची भावना का निर्माण झाली आहे, याचं उत्तर कळण्याची तुझी अपेक्षा होती?''

"आक्षेप.'' मेसन म्हणाला, "उपचाराबद्दलचा हाच प्रश्न पूर्वीही विचारला गेला होता आणि त्याबाबतचा आक्षेप मान्यही झाला होता. रुग्ण आणि डॉक्टर यांच्या संबंधात फाजील चौकसपणा दाखवण्याचा हा प्रयत्न आहे. पुरावा नसलेली

गोष्ट गृहीत धरली जाते आहे.''

''मिस्टर प्रॉसिक्यूटर.'' जज अ‍ॅशर्स्टनं निर्णय दिला, ''तू टेपरेकॉर्डिंगची ओळख पटवली आहेस. टेपरेकॉर्डिंग बनवलं, त्या वेळी रुग्णाची मानसिक स्थिती कशी होती, याबाबतचे सर्वसाधारण प्रश्न सोडले तर इतर प्रश्न विचारणं आता कमी करावं. ते टेपरेकॉर्डिंग पुरावा म्हणून दाखल करण्याचा प्रयत्न झाला, तर कोर्टापुढं प्रश्न निर्माण होईल.''

''ते टेपरेकॉर्डिंग पुरावा म्हणून दाखल करून घ्यावं, अशी माझी कोर्टाला विनंती आहे.'' हॅमिल्टन बर्जर म्हणाला.

''माझा आक्षेप आहे.'' मेसन म्हणाला. ''रुग्ण आणि डॉक्टर यांच्यामधल्या खासगी बोलण्याचं ते रेकॉर्डिंग आहे. ते संभाषण गोपनीय असतं म्हणून माझा आक्षेप आहे. ते टेपरेकॉर्डिंग बनवलं, तेव्हा आरोपी औषधांच्या अमलाखाली होती, असं दिसतं. त्यामुळे रेकॉर्डिंगच्या वेळी तिनं केलेली विधानं चुकीची असण्याची दाट शक्यता आहे म्हणूनही माझा आक्षेप आहे. ते टेपरेकॉर्डिंग पुरावा म्हणून दाखल करून घेण्यास काही आधार नाही आणि खून पडला आहे, हेच अजून सिद्ध झालेलं नाही म्हणूनही माझा आक्षेप आहे. मोशेर हिग्ले नैसर्गिक कारणाशिवाय दुसऱ्या कुठल्या कारणानं मेला आहे, असा पुरावा नाही. त्याच्या मृत्यूच्या संदर्भात काही गुन्हा घडला आहे, असा कुठलातरी पुरावा निश्चितपणे पुढे येईपर्यंत आरोपीनं कुठलीही विधानं केली असली, कबुलीजबाब दिले असले तरी ते पुरावा म्हणून दाखलच केले जाऊ शकत नाहीत.''

जज अ‍ॅशर्स्ट ज्यूरीकडे वळला. ''कोर्ट या आक्षेपाचा विचार करेपर्यंत ज्यूरीला रजा देण्यात येईल. त्या काळात ज्यूरी या केसबद्दल किंवा ज्या आक्षेपाचा कोर्ट विचार करते आहे, त्याबद्दल बोलणार नाही. तुम्ही स्वतः केसबद्दल चर्चा करणार नाही किंवा तुमच्या हजेरीत चर्चा होऊ देणार नाही. जोपर्यंत केस तुमच्याकडे सुपूर्त केली जात नाही, तोपर्यंत आरोपीच्या गुन्ह्याबद्दल मत बनवणार नाही किंवा सांगणार नाही. तर आता ज्यूरीला रजा दिली जात आहे. आम्ही दोन्ही बाजूंचे मुद्दे ऐकायला तयार आहोत.''

ज्यूरी कोर्टरूममधून बाहेर पडेपर्यंत हॅमिल्टन बर्जर थांबला आणि नंतर म्हणाला, ''कोर्टाची परवानगी असेल, तर ज्यूरीच्या गैरहजेरीत मी कोर्टाला सांगू इच्छितो की या टेपरेकॉर्डिंवर आरोपीनं स्पष्टपणे, तिच्या आवाजात– आवाज तिचाच आहे, याबद्दल संशय नाही– विधान केलं आहे, की तिनं मोशेरे हिग्लेवर विषप्रयोग केला आहे. माझ्या लक्षात येतं आहे, की अजून आम्ही *खात्रीपूर्वक मोशेर हिग्ले सायनाईडच्या विषप्रयोगामुळेच मरण पावला आहे, असं सिद्ध केलेलं नसलं, तरी तो नैसर्गिक कारणांनी मरण पावला नाही एवढं तरी सिद्ध केलं आहे,* असं आम्हाला वाटतं.

द केस ऑफ द डेम्यूर डिफेन्डन्ट । १४३

तेव्हा *गुन्हा तर नक्कीच घडला आहे.* मृत्यू बहुतेक पोटॅशिअम सायनाईडच्या विषप्रयोगानं झाला असण्याची शक्यता गृहीत धरण्याइतपत संशय तरी आम्ही निर्माण केलेला आहे. तेव्हा माझी इच्छा आहे, की तिचं विधान असणारे हे टेपरेकॉर्डिंग पुरावा म्हणून दाखल करून घेण्यात यावं.''

जज ॲशर्स्टनं पेरी मेसनकडे बघितलं. ''आरोपीच्या वकिलाची भूमिकाही ऐकून घ्यायला मला आवडेल.''

मेसन म्हणाला, ''तिचं विधान गोपनीय आहे. औषधांच्या अमलाखाली केलेलं आहे. तशा औषधांच्या अमलाखाली असताना तिला साक्षीदाराच्या पिंजऱ्यात उभं करून तिची साक्ष घेण्याची परवानगी देण्यात आली नसती. तेव्हा टेपरेकॉर्डरद्वारे साक्ष देण्याची परवानगीही तिला दिली जाऊ नये.

''या राज्यातील कायदा पीपल विरुद्ध रॉबिन्सन, १९ कॅलिफोर्निया ४०, या केसच्या संदर्भात प्रथम केला गेला. त्या कायद्याप्रमाणे आपण काय बोलत आहोत, याची शुद्ध नसणाऱ्या आरोपीचे शब्द गुन्ह्याचा पुरावा म्हणून दाखल करून घेता येत नाहीत. झोपेमध्ये बोललेले शब्द मात्र या कायद्याच्या कक्षेमधून वगळण्यात आले होते.

''या केसचा दाखला नंतर चाडविक विरुद्ध युनायटेड स्टेट्स १४१ फेडरल २२५, या केसमध्ये देण्यात आला होता.''

जजच्या चेहऱ्यावर हसू उमटलं, ''झोपेमध्ये बोलण्याबद्दलचा प्रश्न तू विचारला होतास, याबद्दल मला नवल वाटलं होतं. पण आता कळतं आहे, की त्यामागं तुझा निश्चित विशिष्ट हेतू होता. तो निर्णय तर तज्ज्ञांनीच दिला होता.''

जज ॲशर्स्टनं हॅमिल्टन बर्जरकडे बघितलं.

''तो निर्णय आता कालबाह्य ठरला आहे.'' हॅमिल्टन बर्जर म्हणाला. ''पीपल विरुद्ध रकर, ११ कॅलिफोर्निया अपेलेट सेकंड ६०९, ५४ पॅसिफिक सेकंड, ५०८ या केसमध्ये निर्णय झाला होता, की अपराधाची कबुली दिली, तेव्हा आरोपीचा स्वतःच्या मनावर पूर्ण ताबा नव्हता अशी शक्यता दिसत असली, तरी तो *कबुलीजबाब दाखल करून घेण्यास* कोणतीही आडकाठी होणार नाही. ज्यूरीसाठी तो पुरावाच असेल. त्या पुराव्याला *महत्त्व किती द्यायचं,* ते ज्यूरीनं ठरवायचं आहे.

''म्हणून हा कबुलीजबाब ज्यूरीला ऐकवण्यात यावा, असा माझा आग्रह आहे. मग काउन्सेलनं कबुलीजबाब दिला, तेव्हा आरोपीची मानसिक स्थिती कशी होती, याबद्दल हवा तितका पुरावा सादर करावा. तो कबुलीजबाब खरा आहे की खोटा याचा विचार करताना ज्यूरी तो पुरावा लक्षात घेईल.

''मी कोर्टाच्या निदर्शनास आणू इच्छितो, की वस्तुस्थिती दर्शवते की तो कबुलीजबाब खराच आहे. कबुलीजबाब खरा आहे, अशी *पुष्टी देणारा पुरावा*

मिळत असेल तर कुठलाही कबुलीजबाब, मग तो कसाही मिळवलेला असला, तरी कायद्याप्रमाणे पुरावा म्हणून दाखल करून घेता येतो.

''कोर्टाची परवानगी असेल तर खंड ८, कॅलिफोर्निया ज्यूरिस्प्रूडन्स, पृ. ११० वरचा मजकूरच मी वाचून दाखवतो. 'नाखुशीनं दिलेले कबुलीजबाब स्वीकारार्ह नसतात, याचं एक महत्त्वाचं कारण म्हणजे ते खोटे असू शकतात. पण कबुलीजबाबामध्ये गुन्ह्याशी संबंध दाखवणाऱ्या सत्य गोष्टी आढळल्या, तर कबुलीजबाब खोटा आहे असं म्हणण्याचं कारणच नष्ट होतं. कबुलीजबाबमुळे सत्य उघडकीला येतं आणि तेवढं पुढील कारवाईला पुरेसं असतं. या नियमानंतर पीपल विरुद्ध कॅस्टेला, १९४ कॅलिफोर्निया ५९५, २२९ पॅसिपिक, ८५५ या केसमध्येही निर्णय झाला, की वस्तुस्थिती आणि परिस्थितिजन्य पुरावा यामुळे कबुलीजबाबाला पुष्टी मिळत असेल, तर नाखुशीनं दिलंला पुरावा ग्राह्य न धरण्याचं कारण नष्ट होतं.

''कोर्टाची परवानगी असेल, तर आम्ही दाखवून देऊ शकतो की कबुलीजबाब वादतीतपणे खरा आहे, असं सिद्ध करणारा वस्तुस्थितिदर्शक बळकट पुरावा आमच्याकडे आहे.

''या केसमध्ये टेपरेकॉर्डिंग ऐकल्यावर कोर्टाच्या लक्षात येईल, की आरोपीनंच सांगितल्याप्रमाणे ती मोशेर हिग्लेच्या गनरूमध्ये गेली आणि तिथल्या शॉटगनच्या दोन गोळ्या उघडून त्यातून काढलेले छर्रे तिनं सायनाईडच्या गोळ्या असलेल्या बाटलीत भरले आणि बाटली सरोवरात फेकून दिली.

''आता आम्ही दाखवू, की सायनाईडच्या गोळ्या असलेली ती बाटली सरोवरामधून काढली गेली आहे. आणि शॉटगनच्या ज्या दोन गोळ्या उघडून त्यातले छर्रे तिनं बाहेर काढले होते, त्या दोन गोळ्या तिनं ज्या ठिकाणी ठेवल्या होत्या असं सांगितलं होतं त्या जागेमधून, गन कॅबिनेटच्या मागून, मिळवल्या गेल्या आहेत.

''आणि हेदेखील कुणीतरी,'' हॅमिल्टन बर्जरनं बोलताबोलता मेसनकडे वळून कुत्सितपणं आदर दाखवत मान झुकवली, ''रासायनिक साखरेच्या गोळ्या आणि छर्रे भरलेली बाटली मुद्दाम गोंधळ निर्माण करण्याचा प्रयत्न करण्याच्या हेतूनं सरोवरामध्ये फेकलेली असूनदेखील कोर्टाची परवानगी असेल, तर केसचा निकाल लागेपर्यंत, तशी आमची आशा तरी आहे, आम्ही सिद्ध करून दाखवू की पेरी मेसन सरोवरावर गेला होता आणि पुराव्यात गडबड करण्याच्या हेतूनं त्यानं बरोबर याच ठिकाणी ती बाटली सरोवरात फेकली होती. नंतर काही पोरांना तीच बाटली शोधून काढण्यासाठी पेरी मेसननं पैसेही दिले होते.''

जज ॲशर्स्टच्या चेहऱ्यावर आठ्या चढल्या. ''ही फारच गंभीर परिस्थिती आहे.'' तो म्हणाला, ''कोर्ट सध्या शॉटगनच्या गोळ्या आणि विषाच्या गोळ्यांची बाटली पुरावा म्हणून दाखल करून घेण्याची परवानगी देते आहे, मिस्टर हॅमिल्टन

बर्जर आणि तू म्हणतोस त्याप्रमाणे पुष्टी मिळत असेल, तर टेपरेकॉर्डिंग ज्यूरीला ऐकवण्याच्या, आणि शॉटगनच्या गोळ्या आणि बाटली यांचा पुरावा पुन्हा ज्यूरीच्या विचारासाठी ठेवण्याच्या प्रश्नावर कोर्ट विचार करेल.''

''ठीक आहे.'' हॅमिल्टन बर्जर म्हणाला. ''मी ते आत्ताच सिद्ध करून देईन. शॉटगनच्या या गोळ्या देऊन कोर्टाचा अधिकारी म्हणून मी या कोर्टाला सांगतो, की या गोळ्या आरोपीनं तिच्या कबुलीजबाबामध्ये वर्णन केलेल्या जागेवरच सापडल्या होत्या.''

हॅमिल्टन बर्जरनं त्याच्या सहायकाला खूण केली आणि त्यानं दिलेल्या शॉटगनच्या दोन गोळ्या कोर्टाला सादर केल्या.

मेसननं त्या गोळ्यांची बारकाईनं तपासणी केली.

''या सोळा गेजच्या शॉटगनच्या गोळ्या आहेत. त्यांच्यावर यू.एम.सी. क्रमांक १६ अशी निशाणी आहे.'' जज ॲशर्स्ट म्हणाला. ''त्यांचं पॅकिंग बाहेर काढलेलं आहे. एका गोळीतले सर्व छर्रे आणि दुसऱ्या गोळीतले काही छर्रे काढलेले दिसत आहेत.''

''बरोबर.'' हॅमिल्टन बर्जर म्हणाला. ''तेवढेच छर्रे टाकून बाटली जवळजवळ भरली होती. आणि त्या बाटलीत सायनाईडच्या गोळ्या आहेत.''

''आणि दुसरी बाटली?'' जज ॲशर्स्टनं विचारलं.

''त्या दुसऱ्या बाटलीत रायायनिक साखरेच्या गोळ्या आणि तसेच छर्रे भरलेले आहेत.''

''त्या बाटल्या तुझ्याजवळ आहेत?''

''दोन्ही आहेत.'' हॅमिल्टन बर्जर म्हणाला. ''ओळखता याव्यात म्हणून एका बाटलीवर पुराव्यासाठी दाखल केलेली वस्तू- अ अशी खूण आहे आणि दुसऱ्या बाटलीवर वस्तू-ब अशी खूण आहे.''

बर्जरनं दोन्ही बाटल्या कोर्टाला सादर केल्या.

जज ॲशर्स्टनं रोखूनच पेरी मेसनकडे बघितलं, ''ज्या ठिकाणी सायनाईडच्या गोळ्या भरलेली बाटली फेकली आहे, असं आरोपीनं म्हटलं होतं, त्या ठिकाणाहून दोन बाटल्या मिळाव्यात, ही फारच विचित्र गोष्ट आहे. एका बाटलीमध्ये आरोपीनं सांगितलेल्या विषाच्या गोळ्या आहेत आणि दुसऱ्या बाटलीत रासायनिक साखरेच्या गोळ्या आहेत. बरोबर सांगतो आहे ना मी, मिस्टर डिस्ट्रिक्ट ॲटर्नी?''

''अगदी बरोबर,'' अत्यंत दुष्ट बुद्धीनं मेसनकडे बघत विजयी स्वरात हॅमिल्टन बर्जर उद्‌गारला.

मेसन म्हणाला, ''कोर्टाची परवानगी असेल, तर ज्या बाटलीमध्ये रासायनिक साखरेच्या गोळ्या भरलेल्या आहेत, त्या बाटलीबद्दलचा खुलासा मी बहुधा करू

शकेन. आणि ती बाटली मीच फेकली होती, असं आडूनआडून सुचवलं जात असल्यानं मला या वेळी ज्याच्यामुळे तो खुलासा होऊ शकेल, अशा साक्षीदाराला बोलावायला आवडेल.''

''कोर्टाची तशी परवानगी आहे.'' जज ॲशर्स्ट म्हणाला. ''फक्त या कोर्टाच्या विचारासाठी जे प्रस्ताव मांडले आहेत किंवा पुरावा दाखल करून घेण्यासाठी जो आक्षेप घेतला आहे आणि ज्यावर निर्णय देण्याची कोर्टाची इच्छा आहे, त्यांच्या संदर्भातच फक्त या साक्षीदाराला बोलवण्यात येणार आहे.''

''ठीक आहे.'' मेसन म्हणाला. ''मी जॅक्सन न्यूबर्न याला पुढं येऊन शपथ घेण्याची विनंती करतो आहे.''

प्रेक्षकांमधून उठून जॅक्सन न्यूबर्न पुढे आला. उजवा हात उंचावून त्यानं शपथ घेतली.

''साक्षीदाराच्या पिंजऱ्यात उभा राहा.'' जज ॲशर्स्ट म्हणाला.

''तुझं नाव जॅक्सन न्यूबर्न आहे,'' मेसननं बोलायला सुरुवात केली. ''मोशेर हिग्लेची पुतणी स्यू न्यूबर्न हिच्याशी तुझं लग्न झालं आहे. बरोबर आहे ना?''

''हो.''

''तिच्याबरोबर लग्न झालं असल्यानं तू मोशेर हिग्लेच्या घरी जात-येत होतास, होतास ना?''

''हो, सर.''

''तू वेळोवेळी तिथं जात होतास?''

''हो, सर.''

''मोशेर हिग्लेचा मृत्यू झाला, त्या दिवशी तू तिथं गेला होतास?''

''हो, सर.''

''आणि त्याच्या मृत्यूनंतर तुला कळलं, की आरोपी म्हणाली होती तिनं नेहमीच्या जागेवर असलेल्या बाटलीमधून रासायनिक साखरेच्या असणार असं वाटलेल्या गोळ्या काढल्या होत्या आणि त्या गोळ्या घातलेलं हॉट चॉकोलेट हिग्लेला देताक्षणी त्यानं आरोप केला, की तिनं त्याच्यावर विषप्रयोग केला आहे. त्याचा श्वास कोंडायला लागला आणि नंतर थोड्याच वेळात तो मरण पावला?''

''हो, सर.''

''तुझी आरोपीशी मैत्री होती?''

''मैत्री अशी नाही. पण त्या वेळी मला तिच्याबद्दल सहानुभूती वाटत असे.''

''त्या वेळी असं म्हणतो आहेस तू?''

''हो. त्या वेळी मला वाटत होतं, की मोशेर हिग्ले तिला वाईट रीतीनं वागवत होता. पण मला तेव्हा काही गोष्टी माहीत नव्हत्या, ज्या मला नंतर कळल्या. ती

माझ्या पत्नीच्या काकाला धमक्या देत होती, असं दर्शवणाऱ्या गोष्टी.''

''तुझी पत्नी तरुण आहे ना?''

''तिशीच्या आसपासची.'' न्यूबर्न म्हणाला.

''रेखीव बांध्याची?''

''माझ्या मते तर फारच रेखीव बांध्याची.''

''आणि तसंच राहण्यासाठी ती खाण्या-पिण्याची काळजीही घेते?''

'हो.''

''आणि तिच्या घरात एका तऱ्हेच्या रासायनिक साखरेच्या गोळ्या आहेत, ज्यांचा वापर ती गोडासाठी करते?''

''हो, सर.''

''खरं सांगायचं, तर तिनंच या गोळ्यांची शिफारस केल्यामुळे मोशेर हिग्लेचं त्या गोळ्या वापरण्यासाठी मन वळवण्यात आलं होतं?''

''हो, सर.''

''नंतर जेव्हा तुला कळलं, की आरोपीनं तिला सायनाईडच्या आहेत, असं वाटलेल्या गोळ्या आणि काही छर्रे एका बाटलीत भरून ती बाटली टॉम्बीज लेकमध्ये फेकली आहे, तेव्हा तिचं संरक्षण करण्याचा प्रयत्न करण्याच्या हेतूनं तू स्वतःच्या घरी जाऊन रासायनिक साखरेच्या गोळ्यांनी अर्धवट भरलेली बाटली घेतलीस आणि त्यात छर्रे भरून तू सरोवरात फेकलीस, बरोबर?''

''मी नाही फेकली.''

''काय?'' मेसननं आश्चर्यानंच विचारलं, ''तू ती फेकली नव्हतीस?''

''नाही, सर.''

''तू तर मला सांगितलं होतंस, की तू बाटली फेकली होतीस म्हणून. कबूल केलं होतंस तसं.''

''नाही, सर. तसलं काहीही कबूल केलं नव्हतं.''

''मी जेव्हा तुला वेस्ट ॲडम्स स्ट्रीटवरील 'वाइल्टकॅट एक्स्प्लोरेशन ॲन्ड डेव्हलपमेंट क्लब'वर भेटलो होतो, तेव्हा त्या क्लबच्या पोर्चवरच तू मला सांगितलं नव्हतंस का, की तू ही गोष्ट केली आहेस म्हणून?''

''नव्हतं सांगितलं.''

मेसन गंभीरपणे म्हणाला, ''युअर ऑनर, मी अशा स्थितीत सापडलो आहे, की साक्षीदार शपथ घेऊन सरळसरळ खोटं बोलतो आहे. ॲटर्नी या पदाचा मान राखून मी शपथेवर कोर्टाला सांगतो, की साक्षीदार माझ्याकडे तसं बोलला होता.''

''हे खरं नाही.'' न्यूबर्न शांतपणे म्हणाला. ''मी तसं काहीही बोललो नव्हतो.''

हॅमिल्टन बर्जर हसला. ''एक मिनिट.'' तो म्हणाला, ''फारच चमत्कारिक

परिस्थिती निर्माण झाली आहे. रासायनिक साखरेच्या गोळ्या असलेली एक बाटली घेऊन आणि त्यात छर्रे भरून ती बाटली सरोवरात फेकल्याचा आरोप होताच काउन्सेल आता न्यूबर्ननंच ती बाटली सरोवरात फेकली होती, असं म्हणत स्वतःवरची जबाबदारी झटकून टाळण्याचा प्रयत्न करतो आहे. न्यूबर्न म्हणतो, की त्यानं ती बाटली फेकली नाही. काउन्सेल म्हणतो, की न्यूबर्ननंच त्याला तसं सांगितलं होतं. हा सरळसरळ काउन्सेल आणि न्यूबर्न यांच्यामधला झगडा आहे. यांच्यापैकी एक जण तर निश्चितच खोटं बोलतो आहे. या केसमध्ये दोघांपैकी कुणाचे जास्त हितसंबंध गुंतले आहेत आणि आपल्या स्वतःचा नावलौकिक राखण्यासाठी यांच्यापैकी कोण जास्त खोटं बोलण्याची शक्यता आहे, हे ठरवण्याचं काम मी कोर्टावरच सोपवतो.''

''एक क्षण थांब.'' जज ॲशर्स्ट म्हणाला. त्याच्या चेहऱ्यावर राग दिसत होता. ''या दोघांपैकी एक जण खोटं विधान करतो आहे, हे स्पष्ट आहे. अगदी निःसंदिग्धपणे खोटं विधान करतो आहे. न्यूबर्न, मी तुला विचारतो आहे की तू तसं काही विधान मिस्टर मेसनकडं केलं होतंस?''

''अजिबात नाही.''

''मी त्यानं तसं विधान केलं होतं, हे दाखवू शकतो.'' मिस्टर मेसन म्हणाला.

''स्वतःच्याच साक्षीवर?''

''हो.''

''त्याला पुष्टी मिळेल असं काही?''

क्षणभर घुटमळून मेसननं नकारार्थी मान हलवली. ''पुरावा म्हणता येईल इतकी किंमत असणारा आधार नाही. माझी सेक्रेटरी फुटपाथच्या कडेला उभ्या केलेल्या गाडीत बसली होती आणि मी न्यूबर्नला भेटून आल्यावर तो काय म्हणाला, ते तिला सांगितलं होतं.''

''ती अर्थातच पुष्टी नाही होत. स्वतःचंच सांगणं झालं.'' हॅमिल्टन बर्जर म्हणाला.

''मला वाटतं, की कोर्ट मला चांगलं ओळखतं. सत्य बाहेर काढण्यासाठी मी कधीकधी अशा पद्धती वापरतो, की इतरांना त्या जगावेगळ्या वाटतात. पण धडधडीत खोटं बोलण्यासारखा धोका मी कधीच पत्करत नाही.'' मेसन म्हणाला, ''पोलीस अधिकाऱ्यांची फसवणूक करण्यासाठी किंवा खुनाचा आरोप असणाऱ्या व्यक्तीचं रक्षण करण्यासाठी मी पुराव्यामध्ये गडबडही करत नाही.''

''तो तर चर्चेचाच विषय ठरेल.'' हॅमिल्टन बर्जर म्हणाला. ''अशा बाबतीत तुझ्या स्वतःच्या अशा नीतिमत्तेच्या ज्या कल्पना आहेत, त्या मला कळतात असं मी मुळीच म्हणणार नाही.''

''पण मी कोर्टाला सांगू इच्छितो की परिस्थिती अशी आहे की हा साक्षीदार न्यूबर्न स्पष्टपणे सांगतो आहे की त्याचं मेसनबरोबर तशा कुठल्या तऱ्हेचं बोलणं

झालंच नव्हतं. मेसन शपथेवर सांगतो आहे, की तसं बोलणं झालं होतं. कशासाठी? मेसन जास्तीत जास्त काय करू शकतो? साक्षीदारावर खोटं बोलण्याचा आरोप करू शकतो. पण तो त्याचा स्वतःचाच साक्षीदार असल्यानं तो ते करू शकत नाही. केलंच तर ते त्या आरोपापुरतं मर्यादित राहील. सत्य काय आहे, ते त्यामुळे प्रस्थापित होणार नाही.''

''ते खरं आहे.'' जज ॲशर्स्ट म्हणाला. ''मेसननं साक्ष दिली, तरी तो स्वतःच्या साक्षीदाराच्या खरेखोटेपणाबद्दल आरोप करू शकेल; पण त्यामुळे साक्षीदारानं ती बाटली सरोवरात फेकली होती, हे सिद्ध होणार नाहीच. हा शेवटी कायदेशीर तांत्रिक मुद्दा झाला. काउन्सेलनं आधीच सांगितल्याप्रमाणे तो प्रत्येक तांत्रिक मुद्द्याचा आधार घेणार आहे. कायद्याप्रमाणे आरोपीला जे संरक्षण आहे, तसंच ते प्रॉसिक्यूशनलाही आहे.''

मेसनचा चेहरा रागानं लाल पडला होता. ''युअर ऑनर, माझी विनंती आहे की या केसचं कामकाज उद्या सकाळी दहा वाजेपर्यंत तहकूब करावं. मी या गोष्टीचा छडा लावणार आहे आणि सत्य जाणून घेण्यासाठी पावलं उचलणार आहे. मी बोलतो आहे, ते सत्य आहे अशी माझी खात्री आहे. मला *माहीत आहे*, की या साक्षीदारानं तसं विधान माझ्याकडे केलं होतं आणि मी ते तसंच्या तसं कोर्टाला सांगितलं आहे.''

जज ॲशर्स्ट काही काळ विचारात पडला आणि मग म्हणाला, ''अर्थातच. आणि मी बोलतो आहे ते मुद्द्याला सोडून असलं, तरी माझा अनुभव आहे की कोर्टाशी बोलताना मेसन नेहमीच काटेकोरपणे आणि अचूक बोलतो.''

हॅमिल्टन बर्जर तुच्छतेनं म्हणाला, ''काउन्सेल त्याच्या केसेसच्या संदर्भात कायमच सर्व तऱ्हेच्या युक्त्याप्रयुक्त्या लढवत आला आहे. या वेळी तो फारच पुढे गेला आणि अडकल्यावर त्याच्या लक्षात आलं, की त्याची संपूर्ण व्यावसायिक प्रतिष्ठा धोक्यात आली आहे. असं बोलणं मला भाग पडतं आहे आणि ते मला आवडतही नाही. तरीही माझी सूचना आहे, की तसं करण्यामागचा त्याचा हेतू कोर्टानं ध्यानात घ्यायला हवा.''

पुरावा म्हणून दाखल करण्यात आलेल्या वस्तू बघण्यात दंग असलेला मेसन बर्जरकडे वळला आणि म्हणाला, ''एक मिनिट थांब जरा. तुला आरोपीचा कबुलीजबाब पुरावा म्हणून दाखल करून घ्यायचा आहे, कारण तुझ्या सिद्धान्ताप्रमाणे इतर गोष्टींबरोबरच शॉटगनच्या गोळ्या तिनं ज्या ठिकाणी ठेवल्या होत्या, त्याच ठिकाणी मिळाल्या होत्या आणि म्हणून या गोळ्या ही कबुलीजबाबाला पुरेशी पुष्टी देणारी बाब आहे.''

''अगदी बरोबर.'' हॅमिल्टन बर्जर म्हणाला.

"ठीक आहे." मेसन म्हणाला. "मग या केसच्या बाबतीत फक्त तोच जर तुझा कायदेशीर वादाचा मुद्दा असेल, तर टेपरेकॉर्डवरचा कबुलीजबाब पुरावा म्हणून दाखल करून घेण्यासाठीचा माझा आक्षेप मी मागं घ्यायला तयार आहे."

"एक मिनिट, एक मिनिट थांब." जज ॲशर्स्ट म्हणाला. "तू तसं करू शकत नाहीस, मेसन. आरोपीच्या हक्कांचं रक्षण तुला करायला पाहिजे. औषधांच्या अमलखाली असताना दिलेला कबुलीजबाब वापरला जाऊ शकतो का, हा गंभीर प्रश्न आहे. ते संभाषण गोपनीय समजलं जाऊ शकतं का, हादेखील तितकाच महत्त्वाचा प्रश्न आहे. त्याबाबतच्या आक्षेपांवर निर्णय देण्याची कोर्टाची अजून तयारी नाही. पण महत्त्वाच्या मुद्द्यांवर आरोपीला दिलेल्या अधिकारांवर परिणाम करतील असं ते आणि..."

"फक्त त्याच मुद्द्यावर डिस्ट्रिक्ट ॲटर्नी वाद घालणार असेल, तर मी माझा आक्षेप मागं घ्यायला तयार आहे," मेसन पुन्हा म्हणाला, "मी त्याचं आव्हान स्वीकारायला तयार आहे."

"मी तुझ्या लक्षात आणून द्यायचा प्रयत्न करतो आहे, की तू तसं करू शकत नाहीस," जज ॲशर्स्ट म्हणाला, "आरोपीचे हक्क तू असेच सोडून देऊ शकत नाहीस. तुझ्या मनात नक्कीच काहीतरी कल्पना आहे आणि कोर्ट कबूल करत आहे, की ती कोर्टाच्या ध्यानात येत नाही. कोर्टाला एवढं कळतं आहे, की तुझ्याकडे असलेली तांत्रिक मुद्द्यावरची हरकत इतकी बळकट आहे, की कोर्टानं तुझ्या बाजूनं निर्णय दिला, तर खटलाच बारगळेल."

"आणि आरोपी म्हणून उभ्या असलेल्या या तरुण स्त्रीला जन्मभर माथ्यावर कलंक घेऊन वावरावं लागेल, की खून पाडूनही ती केवळ तांत्रिक मुद्द्यावर सुटली." मेसन म्हणाला, "नाही, युअर ऑनर. मी आरोपीचं प्रतिनिधित्व करत आहे. तिचं भवितव्य माझ्यात हातात आहे. मी माझा आक्षेप मागं घेतो आहे. आपण कामकाज पुढं सुरू करू या.

"ज्यूरीला परत कोर्टामध्ये बोलवू या. प्रॉसिक्यूटरला त्याचा पुष्टी देणारा पुरावा सादर करू दे. नंतर ज्यूरीला ती टेप ऐकवू या."

हॅमिल्टन बर्जर आनंदानं म्हणाला, "माझी तयारी आहे."

"तुला हे करण्याचा हक्क आहे असं मला वाटत नाही, काउन्सेल," जज ॲशर्स्ट अजूनही मेसनकडेच बघत होता.

"आरोपीचं प्रतिनिधित्व करत असलेला वकील म्हणून मी मला हव्या त्या पद्धतीनं तिची केस चालवू शकतो." मेसननं त्याला सांगितलं.

"पण तुझे या केसमध्ये वैयक्तिक हितसंबंध गुंतले आहेत, मिस्टर मेसन. मला मुद्दाम निर्देश करायला आवडत नाही, पण तू या केसमध्ये अडकला आहेस.

तुला नैसर्गिकपणे... कोर्ट म्हणणार होतं की... की... स्वतःची कातडी वाचवण्याचा मोह तुला होणारच. पण... पण हे फार जहाल शब्द आहेत.''

''आपण तिथंच थांबलो तरी चालेल.'' मेसन म्हणाला. ''क्षणभर गृहीत धरू या, की मी माझी कातडी वाचवण्याचाच प्रयत्न करतो आहे. पण तरीसुद्धा मी या प्रश्नाला इथं आणि आत्ताच बेधडक तोंड देणार आहे. ज्यानं तिचं हितच बघितलं होतं, त्याचाच सूड घेतला आणि तांत्रिक मुद्द्याचा फायदाच उठवून सुटली, असा शिक्का कायमचा तिच्यावर बसावा, अशी आरोपीची इच्छा नाही. आपण या प्रश्नाचा सोक्षमोक्ष लावूच या.''

हॅमिल्टन बर्जर उत्सुकतेनंच म्हणाला, ''प्रॉसिक्यूशनला हे मान्य आहे, युअर ऑनर. आक्षेप मागं घेतलेला आहे. आक्षेपच नसेल, तर कोर्टासमोर निर्णय देण्यासारखा मुद्दाच नाही.''

''शॉटगनच्या गोळ्या आणि सायनाईडच्या गोळ्या असणारी बाटली पुराव्यादाखल तू सादर करणार आहेस, या मर्यादेपर्यंतच मी माझा आक्षेप मागं घेतलेला आहे.'' मेसन म्हणाला,

''बरोबर.'' हॅमिल्टन बर्जर खुशीतच म्हणाला.

मेसन वळला आणि आपल्या जागेकडे परत गेला. त्यानं चर्चा थांबवली होती.

हनुवटीवर बोटं आपटत जज ॲशर्स्ट विचार करत होता. मेसनकडे बघत त्याच्या मनात नक्की काय आहे याचा तर्क बांधायचा विचार करत होता.

''आक्षेप मागं घेतलेला आहे, युअर ऑनर.'' हॅमिल्टन बर्जर पुन्हा आग्रहानं म्हणाला. ''कोर्टापुढं कुठलाही मुद्दा नाही.''

''ठीक आहे.'' जज ॲशर्स्ट अगदी नाइलाजानं म्हणाला. ''या कामकाजाची अगदी तंतोतंत नोंद रेकॉर्डमध्ये ठेवण्यात यावी. आता कोर्ट आरोपीला उभं राहण्याची सूचना करणार आहे. मिस फार, कृपा करून उभी राहा.''

नादिन फार उभी राहिली.

''तुझ्या वकिलानं जे काही सांगितलं, ते तू ऐकलं आहेस ना?''

''हो, युअर ऑनर.''

''तुझ्या बचावासाठी कोर्टानं दुसऱ्या वकिलाची नेमणूक करावी, अशी तुझी इच्छा आहे का?''

''नाही, युअर ऑनर.''

''तुझ्या वकिलानं घेतलेली भूमिका तुला समाधानकारक वाटते का?''

''मेसन जे सांगेल, ते माझ्या दृष्टीनं योग्य आहे, युअर ऑनर.''

जज ॲशर्स्टनं मान डोलावली, त्याचा संशय फिटत नव्हता. त्याच्या मनाचा अजूनही ठाम निर्णय होत नव्हता. ''या बाबतीत कोर्टाचं अजूनही समाधान होत

नाही. कोर्ट थोडा वेळ कामकाज स्थगित करून विचार करणार आहे. प्रेत उकरून काढलं असलं, तरी खून झाल्याचं सिद्ध झालेलं नाही. आरोपी औषधांच्या अमलाखाली असताना कबुलीजबाब दिला गेला आहे. ज्याला कबुलीजबाब म्हटलं जातं आहे, तो डॉक्टरच्या केबिनच्या चार भिंतीच्या आड डॉक्टर उपचार करत असताना दिलेला असल्यानं, ते संभाषण गोपनीय आहे. या सर्व तांत्रिक मुद्द्यांनी परिस्थिती खरोखरच गंभीर बनलेली आहे, असं कोर्टाचं मत आहे.''

''कोर्टाची परवानगी असेल, तर मी इतर तज्ज्ञांची मतं दाखवू शकतो, युअर ऑनर.'' हॅमिल्टन बर्जर म्हणाला. ''रुग्ण जेव्हा एखाद्या गुन्ह्याची डॉक्टरकडे कबुली देतो, तेव्हा ते संभाषण गोपनीय आहे असा दावा डॉक्टर करू शकत नाही.''

''पण हा डॉक्टर मानसोपचार तज्ज्ञ आहे.'' जज ॲशर्स्ट म्हणाला, ''रोगनिदान करण्यासाठी गुन्ह्याच्या कबुलीची गरज नसते आणि म्हणून ते संभाषण गोपनीय समजलं जाऊ शकत नाही, अशा विचारांच्या निर्णयांची माहिती मलाही आहे. पण इथं आपला संबंध अशा मानसोपचार तज्ज्ञांशी आहे की जो, तुझ्याच शब्दांप्रमाणे, रुग्णाला पछाडणाऱ्या अपराधाच्या टोचणीच्या कारणांचा शोध घेत होता.''

''कोर्टाची इच्छा असेल, तर हे सर्वच आपण टाळू शकतो, युअर ऑनर.'' मेसन म्हणाला. ''मी इथं आणि आत्ताच सिद्ध करून दाखवू शकतो, की सायनाईडच्या गोळ्यांची बाटली आरोपीनं टॉम्बीज लेकमध्ये फेकली नव्हती.''

''आणि हे तू कसं काय सिद्ध करणार आहेस?'' हॅमिल्टन बर्जरनं भांडणाची खुमखुमी आल्याप्रमाणे विचारलं, ''आता कुठलं नवीन नाटक करणार आहेस तू? प्रसारमाध्यमांवर छाप पाडण्यासाठी कुठला नवीनच प्रयत्न...''

जज ॲशर्स्टनं आपल्या हातामधला हातोडा आपटला. ''बास, मिस्टर प्रॉसिक्यूटर. मिस्टर मेसन, तू कोर्टाच्या नजरेस काय आणून देऊ इच्छितो आहेस?''

''अगदी साधी गोष्ट, युअर ऑनर.'' मेसन म्हणाला. ''त्या शॉटगनच्या गोळ्यांकडे बघा. गोळ्या सोळा गेजच्या आहेत. त्यात पाच नंबरचं चिल्ड शॉट म्हणून ओळखले जाणारे छर्रे भरलेले आहेत. आता वस्तू 'अ' नाव दिलेल्या पुराव्याची बाटली बघा. सायनाईडच्या गोळ्या असणारी बाटली, त्यातले छर्रे बघा. ते साडेसात किंवा आठ नंबरचे बर्ड शॉट म्हणून ओळखले जाणारे छर्रे आहेत. ते निश्चितच पाच नंबरचे छर्रे नाहीत. शॉटगनच्या एका गोळीमधले अर्धेच छर्रे काढलेले होते. अजूनही उरलेले पाच नंबरचे छर्रे त्यात तुम्हाला बघता येतील.

''दुसऱ्या शब्दांत सांगायचं, युअर ऑनर, तर ज्या बाटलीत अपायकारक नसलेल्या रासायनिक साखरेचा गोळ्या भरलेल्या आहेत– पुराव्यासाठी सादर केलेली वस्तू- 'ब' त्या बाटलीमध्ये पाच नंबरचे छर्रे भरलेले आहेत, जे शॉटगनच्या गोळ्यांमधून काढलेले होते. सायनाईडच्या गोळ्या भरलेल्या बाटलीत– पुराव्यासाठी

दाखल केलेली वस्तू- 'अ' आठ किंवा नऊ नंबरचे छर्रे भरलेले आहेत. ते ट्रॅप शूटिंगसाठी मातीचे पक्षी उडवून त्यांच्यावर नेम धरून उडवण्यासाठी वगैरे वापरण्यात येणारे छर्रे भरलेले आहेत. टेपरेकॉर्डिंगमध्ये सांगितलेल्या ठिकाणी मिळालेल्या शॉटगनमधील गोळ्यांमधून काढलेले छर्रे हे बदकांच्या शिकारीसाठी वापरतात.

"युअर ऑनर, माझी विनंती आहे की आत्ता, या क्षणी, इथल्या इथंच, दुसऱ्या कुणालाही पुराव्यादाखल सादर केलेल्या या बाटल्यांमध्ये काही गडबड करण्याची संधी मिळण्याच्या आत, तराजू आणून दोनही बाटल्यांमधील छर्र्यांचं वजन करण्यात यावं. मला वाटतं की रासायनिक साखरेच्या गोळ्यांच्या बाटलीत भरलेल्या छर्र्यांचं वजन गनरूममधून घेतलेल्या शॉटगनच्या दोन गोळ्यांमधून बाहेर काढलेल्या छर्र्यांइतकं भरेल. सायनाईडच्या गोळ्या भरलेल्या बाटलीत भरलेले छर्रे नक्कीच दुसरीकडून कुठून तरी मिळवलेले आहेत."

जज अ‍ॅशर्स्टनं दोन्ही बाटल्या उचलल्या. हॅमिल्टन बर्जरकडे नजर टाकली.

"युअर ऑनर," हॅमिल्टन बर्जर म्हणाला, "या मेसननं पुन्हा जादूचे नवीनच खेळ सुरू केलेले आहेत. हे... मला कसं कळणार, काय नक्की घडलं आहे ते? काउन्सेलला दोनही बाटल्यांची अदलाबदल करायची संधी होती. त्यांपैकी एक बाटली नक्की त्यानंच फेकली होती, असा मी त्याच्यावर आरोप करतो आहे..."

"कुठली बाटली?"

"पुराव्यासाठी दाखल केलेली वस्तू- 'ब'," हॅमिल्टन बर्जर ताड्कन उद्गारला.

"ठीक आहे." मेसन म्हणाला. "तेव्हा तुझ्या म्हणण्याचा अर्थ आहे, की पुराव्यासाठी दाखल केलेली वस्तू- 'अ' ही बाटली आरोपीनं फेकली होती?"

"हेच म्हणणं आहे माझं."

"तर मग तिच्या कबुलीजबाबाला पुष्टी देणारं काहीही तुझ्याकडं नाही, कारण वस्तू- 'अ' या बाटलीमध्ये असलेले छर्रे शॉटगनच्या त्या गोळ्यांमधले नाहीत. तू सांगितलं आहेस, की तुझी संपूर्ण केस तू एकाच सिद्धान्तावर लढवण्यास तयार आहेस. जर आरोपीच्या कबुलीजबाबाला स्वतंत्र वस्तुनिष्ठ पुष्टी देणारा पुरावा मिळाला तर कबुलीजबाब, मग तो कसाही मिळवलेला असला, तरी पुरावा म्हणून दाखल करून घ्यायलाच पाहिजे."

हॅमिल्टन बर्जरनं दोन्ही बाटल्यांकडे बघितलं आणि आपलं डोकं खाजवायला सुरुवात केली. "मला नक्की सांगता येत नाही पण शक्यता आहे, की बाटल्यांवरच्या लेबल्सची अदलाबदल केली असेल."

"तसं असेल तर मी जी बाटली सरोवरात फेकली असा आरोप तू माझ्यावर करतो आहेस, त्या बाटलीत सायनाईडच्या गोळ्या आहेत आणि जी बाटली आरोपीनं सरोवरात फेकली असा तुझा दावा आहे, त्या बाटलीमध्ये रासायनिक

साखरेच्या गोळ्या आहेत.''

हॅमिल्टन बर्जर काहीतरी बोलायच्या विचारात असतानाच त्याचं लक्ष गर्दी करून पुढं सरकायला लागलेल्या वर्तमानपत्रांच्या वार्ताहरांकडे गेलं.

''आपण हा सर्व गोंधळ निस्तरेपर्यंत थोडा वेळ या केसचं कामकाज तहकूब करू या.'' तो म्हणाला.

''या गोष्टीचा सोक्षमोक्ष लावेपर्यंत कामकाज अजिबात तहकूब केलं जाऊ नये, युअर ऑनर.'' मेसननं आग्रहानंच सांगितलं. ''पुराव्यात कोणताही गडबड घोटाळा केला जाण्याची शक्यताच मला नको आहे. शेरीफच्या कार्यालयातील बॅलिस्टिक्स तज्ज्ञाला तत्काळ तराजू घेऊन या कोर्टरूममध्ये बोलवावं आणि या छर्‍यांचं वजन करण्यात यावं.''

जज ॲशर्स्टनं बेलिफला खूण करत म्हटलं, ''मिस्टर बेलिफ, शेरीफच्या कार्यालयातील बॅलिस्टिक्स तज्ज्ञाला घेऊन ये.''

१६

अलेक्झांडर रेडफिल्ड हा बॅलिस्टिक्स तज्ज्ञ कोर्टामध्ये हजर झाला. मेसनच्या आधीच्या एका केसमध्ये जेव्हा लाल केसांच्या एका वेट्रेसवर खुनाचा आळ आला होता, तेव्हाही त्यानं महत्त्वाची भूमिका निभावली होती. जज ॲशर्स्टसमोर तो आपल्या कामात दंग असताना वातावरण गंभीर होतं. कोर्टरूममध्ये अनैसर्गिक अशी शांतता पसरली होती. काम संपवल्यावर त्यानं पेरी मेसनकडं नजर टाकली. त्या नजरेमध्ये आदर तर होताच, पण थोडीशी भीतीही.

''मिस्टर मेसनचं म्हणणं अगदी बरोबर आहे, युअर ऑनर.'' तो म्हणाला, ''डिस्ट्रिक्ट ॲटर्नीच्या विनंतीवरून मी यापूर्वीही गनरूममधून घेतलेल्या शॉटगनच्या दोन गोळ्यांची तपासणी केली होती. त्यातलं छर्रे पाच नंबरचे आहेत. त्या छर्‍यांचा व्यास बारा शंभरांश इंच एवढा आहे आणि एका औंसामध्ये सरासरी एकशे सत्तर छर्रे असतात. या गोळ्या रेमिंग्टन कंपनीनं बनवलेल्या आहेत. प्रत्येक गोळीमध्ये साधारणतः एक पूर्णांक एक अष्टमांश औंस वजनाचे छर्रे असतात. रासायनिक साखरेच्या गोळ्या भरलेल्या या बाटलीमधले वस्तू 'ब' – छर्रे शॉटगनच्या या गोळ्यांमधले आहेत. बाटलीमध्ये भरलेल्या छर्‍यांचं वजन त्या दोन गोळ्यांमधून काढल्या गेलेल्या छर्‍यांएवढंच आहे.

''याउलट सायनाईडच्या गोळ्या असणाऱ्या या बाटलीमधले वस्तू 'अ' - छर्रे आकारानं लहान आहेत. ते शॉटगनच्या गोळ्यांमधून काढलेले असतील, असं

मला वाटत नाही. कोर्टाच्या लक्षात येईल, की त्यांच्यावर एक प्रकारचा थर बसलेला आहे. रासायनिक पृथक्करण करण्यासाठी मला अजून वेळ झालेला नाही; पण माझा तर्क आहे की तो थर शाईचा आहे, असं सिद्ध होईल.''

''शाई!'' जज ॲशर्स्ट आश्चर्यानंच उद्गारला.

''शाईच, युअर ऑनर. कोर्टानंही बघितलं असेल, की पेन वापरल्या जाणाऱ्या काही हॉटेलमध्ये काचेच्या एका भांड्यामध्ये छर्रे भरून ठेवलेले असतात आणि त्या छर्ऱ्यांमध्ये पेन उभी करून ठेवतात. आता नाहीशी होत आलेली पण अजूनही थोड्याफार ठिकाणी वापरली जाणारी एक जुनी प्रथा.

''पोलादी पेन शाई पकडून ठेवतं आणि कालांतरानं ते गंजायला लागतं. त्यासाठी छर्रे भरलेल्या भांड्यात पेन ठेवून त्यामधली शाई काढून घेण्याचा प्रयत्न केला जातो. पेनवरून सरकून छर्ऱ्यांना चिकटण्याचा शाईचा गुणधर्म असतो. पेन गंजू नये म्हणून कुठली तरी रासायनिक प्रक्रियाही होत असावी, असा माझा अंदाज आहे. पण ते मी खात्रीनं सांगू शकत नाही.

''सायनाईडच्या गोळ्या असणाऱ्या या बाटलीमधल्या– वस्तू 'अ'– छर्ऱ्यांना एका तऱ्हेचा रंग चढलेला आहे, हे कोर्टाच्या लक्षात येईल आणि तो बहुधा शाईमुळेच असावा, असं मला वाटतं.''

मेसन मध्येच म्हणाला, ''ज्या ज्या क्लब्जचा जॅक्सन न्यूबर्न सदस्य आहे, त्या त्या क्लब्जमध्ये शोध घेण्याची आज्ञा कोर्टानं पोलिसांना द्यावी, अशी माझी विनंती आहे. वेस्ट ॲडम्स स्ट्रीटवरील 'वाइल्डकॅट एक्स्प्लोरेशन ॲन्ड डेव्हलपमेंट क्लब'पासून सुरुवात करायला हरकत नाही. त्या क्लब्जपैकी एखाद्या क्लबमध्ये रायटिंग रूममधल्या डेस्कवर पुराव्यासाठी दाखल केलेल्या वस्तूमध्ये असलेल्या तऱ्हेचे छर्रे भरलेली काचेची भांडी आहेत का, याचा शोध घ्यावा. असल्यास ते छर्रे जप्त करून त्यांच्यावरील शाईचं रासायनिक पृथक्करण करून एखाद्या तरी भांड्यामधल्या छर्ऱ्यांवर असलेली शाई वस्तू- 'अ' म्हणून पुराव्यात दाखल केलेल्या बाटलीमधल्या छर्ऱ्यांवर असलेल्या शाईशी मिळतीजुळती आहे का याचा शोध घ्यावा. माझी खात्री आहे, की सायनाईड असलेल्या बाटलीमध्ये असलेले छर्रे एखाद्या क्लबमधल्या रायटिंग रूममधल्या छर्ऱ्यांमधून घेतलेले आहेत, हे सिद्ध करणं शक्य आहे.''

जज ॲशर्स्टनं जॅक्सन न्यूबर्नकडे एक नजर टाकली.

''कोर्ट तशी आज्ञा देत आहे,'' जज ॲशर्स्ट म्हणाला. ''ही अत्यंत महत्त्वाची बाब आहे, याबद्दल कोर्टाच्या मनात संशय नाही आणि...''

''गरज नाही त्याची.'' न्यूबर्नच्या तोंडातून अचानक शब्द उमटले.

''काय?'' जज ॲशर्स्ट आश्चर्यानंच उद्गारला. ''इकडं ये तू. साक्षीदाराच्या खुर्चीत बस. मिस्टर रेडफिल्ड, तू बाजूला झालास तरी चालेल.''

"मिस्टर मेसनचं बोलणं बरोबर आहे." न्यूबर्न म्हणाला. तो इतक्या खालच्या आवाजात बोलत होता की कोर्टाला तो काय बोलतो, ते क्षणभर कळलंच नाही. तो साक्षीदाराच्या खुर्चीत नीट बसला. "वाइल्डकॅट क्लबमधल्या रायटिंग रूममध्ये लिहीत बसण्यासाठी अर्धा डझन तरी डेस्क आहेत. शाईच्या काचेच्या दौती ठेवण्यासाठी त्यांना भोकं आहेत. प्रत्येक डेस्कवर पेन ठेवण्यासाठी काचेच्या भांड्यांमध्ये छर्रे भरून ठेवलेले आहेत. मी ते छर्रे अशाच एका भांड्यामधून घेतले होते."

"एक मिनिट." जज ॲशर्स्ट म्हणाला. "तू जे बोलतो आहेस, तेच मला नीट कळतं आहे, याची खात्री करून घेतो मी. *पुराव्याची वस्तू- अ असं लिहिलेल्या बाटलीत भरलेले छर्रे तू क्लबमधल्या काचेच्या भांड्यामधून उचलून बाटलीत भरले होतेस?"*

"हो, युअर ऑनर."

"सायनाईडच्या गोळ्या भरलेल्या बाटलीत?"

"हो, युअर ऑनर."

"आणि त्या बाटलीचं काय केलंस तू?"

"मी ती सरोवरात फेकली."

"आता जेव्हा तू बाटली म्हणतो आहेस ती म्हणजे सायनाईडच्या गोळ्या भरलेली बाटली, रासायनिक साखरेच्या गोळ्या भरलेली बाटली नाही?"

"हो, युअर ऑनर."

"आणि पेरी मेसनला तू सांगितलं होतंस, की तू रासायनिक साखरेच्या गोळ्या भरलेली बाटलीच सरोवरात फेकली होतीस म्हणून?"

"हो, युअर ऑनर."

जज ॲशर्स्ट संतापूनच म्हणाला, "या माणसाला शपथेवर खोटी साक्ष दिल्याच्या आरोपावरून आणि खुनाचा संशयित म्हणून अटक करण्याचा मी हुकूम देतो आहे. मी पोलिसांना अशीही आज्ञा देतो, की त्यांनी तत्काळ संबंधित क्लबवर जाऊन पुरावा जप्त करावा."

मेसन म्हणाला, "एखादे वेळी कोर्टाला त्याला विचारायला आवडेल, की त्यानं सायनाईडच्या गोळ्या कुठून मिळवल्या होत्या."

जज ॲशर्स्ट रागानंच न्यूबर्नकडे वळला, "तू या कोर्टामध्ये शपथेवर धडधडीत खोटी साक्ष दिल्याचा गुन्हा तर केलेला आहेसच. तुझ्यावर खुनाचा आरोप ठेवला जाण्याचीही शक्यता आहे. आणि तू जे काही बोलशील, त्याचा तुझ्या विरोधात वापर केला जाऊ शकतो, हे तू पक्कं ध्यानात ठेव. तुझी इच्छा असेल, तर ॲटर्नीचा सल्ला घेण्याचा तुला हक्क आहे. तर मग बाटलीत भरलेल्या सायनाईडच्या गोळ्या तू कुठून मिळवल्या होत्यास?"

'प्रयोगशाळेमधून."

"कुठली प्रयोगशाळा?"

"जॉन लॉकी ज्या प्रयोगशाळेमध्ये काम करतो, ती प्रयोगशाळा."

"आणि तू त्या प्रयोगशाळेमध्ये कसा काय प्रवेश मिळवलास?"

"माझे हितसंबंध गुंतलेल्या एका तेल कंपनीचं काम त्या प्रयोगशाळेमध्ये होतं. खरं तर लॉकीच्या प्रयोगशाळेला माझ्यामुळेच ते काम मिळालं आहे."

"मोशेर हिग्लेच्या मृत्यूला कारणीभूत ठरलेलं सायनाईड तूच त्याला दिलं होतंस का?"

जजकडं बघणाऱ्या न्यूबर्नच्या डोळ्यांमध्ये भीती उमटली. त्यानं नकारार्थी मान हलवली.

"तू दिलं नव्हतंस?"

"नाही. मी दिलं नाही," न्यूबर्न म्हणाला. "पण मी ते कधी आणि कसं सिद्ध करणार, हे देवालाच माहीत."

"पण तू हे सर्व केलंस कशासाठी?" मेसननं मध्येच विचारलं. त्याच्या आवाजात सहानुभूती होती.

"माझ्या बायकोचं रक्षण करण्यासाठी."

"ते कसं काय?" मेसननं विचारलं.

"मी ते केलं तेव्हा माझी खात्री होती, की नादिनचा तो कबुलीजबाब म्हणजे औषधांच्या मनावर झालेल्या परिणामांमुळे निर्माण झालेला केवळ एक भ्रम आहे. पण मला माहीत होतं, की माझी बायको... मला वाटलं की माझ्या बायकोनंच त्याला ठार मारलं आहे आणि म्हणून मी तिचं संरक्षण करण्याचा प्रयत्न करत होतो."

"आणि तू कशा तऱ्हेनं तिचं संरक्षण करण्याचा प्रयत्न करत होतास?"

"नादिननं टेपरेकॉर्डिंगवर कबुलीजबाब दिल्याचं कळताच माझ्या लक्षात आलं, की पोलीस टॉम्बीज लेकवर जाऊन शोध करतील. त्यांना जर छर्रे भरलेल्या बाटलीत सायनाईड मिळालं नाही, तर तिचा कबुलीजबाब म्हणजे औषधांमुळे निर्माण झालेला भ्रमच ठरेल. पण तसं ते मिळालं, तर तिचा कबुलीजबाब खरा ठरेल."

"मग तू काय केलंस?"

"सायनाईडच्या गोळ्या बऱ्याच काळ माझ्या घरात होत्या." न्यूबर्न म्हणाला. "मोशेर हिग्लेचा मृत्यू घडण्यापूर्वी चार आठवडे आधीच मी त्या मिळवल्या होत्या. माझ्या बायकोचे फुलांचे ताटवे कुत्रे उद्ध्वस्त करत होते. माझ्या बायकोनं त्यांना विषच घालायचं ठरवलं होतं. मी तिला सांगत होतो, की कुत्र्यांना विष घालणं हा गुन्हा आहे. पण ती खुनशी बनली होती. मी तिला समजावलं, की तिनं विष विकत घेण्याचा प्रयत्न केला, तर विषाचा माग काढता येईल. आम्ही त्यावर

चर्चा केली आणि शेवटी जॉन लॉकी काम करत असलेल्या प्रयोगशाळेमधून मी तिला सायनाईडच्या गोळ्या आणून द्यायचं कबूल केलं. प्रयोगशाळेमध्ये कुठल्या जारमध्ये सायनाईडच्या गोळ्या ठेवलेल्या असतात, ते मला माहीत होतं.

''त्या काळात प्रयोगशाळेमध्ये माझ्या अनेक फेऱ्या होत असत. लॉकी ज्या कंपनीमध्ये काम करत होता, ती कंपनी मी तेलाच्या शोधासाठी ज्या विहिरी खणत होतो, त्यात वापरण्याच्या यंत्रसामग्रीमधील काही मिश्रधातूंचं रासायनिक पृथक्करण करत असे.''

''आणि तू गृहीत धरलंस, की तू आणलेल्या सायनाईडच्या गोळ्यांपैकी काही गोळ्यांचा वापर तुझ्या बायकोनं मोशेर हिग्लेवर विषप्रयोग करण्यासाठी केला होता?'' मेसननं विचारलं.

न्यूबर्ननं मान डोलावली.

''तुला असंही वाटलं, की पोलिसांनी टॉम्बीज लेकवर शोध घेतला आणि त्यांना नादिननं वर्णन केल्याप्रमाणे सायनाईडच्या गोळ्यांची बाटली सापडली, तर त्यांना तुझ्या बायकोचा संशय येणार नाही?''

''नादिनच्या डोक्यात ती चक्रम कल्पनाच आली नसती, तर सर्व नीट झालं असतं.'' न्यूबर्न म्हणाला. ''पण एकदा तिच्या मनात कल्पना आल्यावर मला खात्री होती, की पोलीस मोशेर हिग्लेचं शव उकरून काढतील. शरीर कुजू नये म्हणून ज्या द्रावणाचं इंजक्शन देण्यात येतं, त्या द्रावणाबद्दल मला विशेष माहिती नव्हती. त्यामुळे सायनाईडच्या वापराचा मागमूसही राहत नाही, हे मला ठाऊक नव्हतं. मला वाटलं, की ते प्रथम माझा माग काढतील आणि नंतर माझ्या बायकोचा, आणि... आणि तिनं आधीच दोन कुत्र्यांना ठार मारल्यानं शेजाऱ्यापाजाऱ्यांचा तिच्यावर संशय होताच... माझी परिस्थिती लक्षात येईल तुझ्या.''

''तेव्हा मी तुझ्याशी बोलल्यानंतर तुला भीती वाटली, की तूच एक बाटली टॉम्बीज लेकमध्ये फेकली होतीस, असा संशय येईल आणि तो दूर करण्यासाठी तू मला सांगितलंस, की रासायनिक साखरेच्या गोळ्या भरलेली बाटली तू सरोवरात फेकली होतीस म्हणून?'' मेसननं विचारलं.

''बरोबर.''

''पण तुझ्या बायकोनं मोशेर हिग्लेचा खून केला असेल, असा विचारच तुझ्या मनात का आला?''

''त्या वेळी मला तसं वाटलं होतं. आता मला माहीत आहे, की तिनं तसं काही केलं नव्हतं.''

''काय माहीत आहे तुला?'' जज अॅशर्स्टनं विचारलं.

''तिनं तसं काही केलं नाही म्हणून.''

“आणि ते तुला कसं कळलं?”

“कारण तिनं मला तसं सांगितलं.”

हॅमिल्टन बर्जर कंटाळल्याप्रमाणे म्हणाला, “युअर ऑनर, झाली पुन्हा सुरुवात. पुरावा आणि साक्षीदार यांना गोलगोल फिरवत गोंधळ निर्माण करण्याचा काउन्सेलचा हा प्रयत्न...”

“खाली बस आणि गप्प राहा.” जज ॲशर्स्टनं हॅमिल्टन बर्जरला सुनावलं. “ही चौकशी मी करतो आहे. मला उद्धटपणे वागायचं नाही. पण आपण प्रश्नाचं उत्तर मिळण्याच्या जवळ पोहोचलो आहोत. ते तुला हवं असणारं उत्तर नसलं, तरी कोर्टाला हवंसं वाटणारं आहे. तेव्हा मध्येच बोलू नकोस.”

जज ॲशर्स्ट न्यूबर्नकडे वळला, “आता तू म्हणतो आहेस, की तुझ्या बायकोनं मोशेर हिग्लेवर विषप्रयोग केलेला नाही, कारण तिनं तुला तसं सांगितलं आहे?”

“हो, युअर ऑनर.”

“पण तिनं त्याच्यावर विषप्रयोग केला असेल हा विचार सर्वप्रथम तुझ्या मनात आलाच कसा?”

“कारण त्याच्या मृत्यूच्या थोडा वेळ आधी ती त्याच्या जवळ होती. चॉकोलेट तयार होत असताना ती खाली जेवणघरात गेली होती, ते मला माहीत आहे. ती नादिनला शोधत होती, पण ती तिला दिसली नाही. तिनं कॅप्टन ह्यूगोला बोलावलं, तर तोही आसपास दिसला नाही. ती सहजच स्वयंपाकघरात गेली असती, तर शेगडीवरच वितळणारं चॉकोलेट तिनं बघितलं असतं... मला वाटलं, तिनं तेच केलं आणि सायनाईडच्या गोळ्या चॉकोलेटमध्ये घातल्या.”

“पण का?”

“कारण धक्कादायक अशी गोष्ट आम्हाला समजली होती.”

‘कुठली?”

“आम्हाला कळलं होतं, की काही वर्षांपूर्वी हिग्लेनं त्याच्या भागीदाराचा खून केला होता आणि तो भागीदार म्हणजे नादिन फारचे वडील होते.

“नादिननंच ते उघड केलं होतं आणि मोशेर हिग्लेकडून काही गोष्टींची मागणी केली होती... त्याला त्या मान्य कराव्या लागल्या, कारण तो खरोखर अपराधी होता आणि स्यूकडे त्यानं तशी कबुली दिली होती.”

“स्यू म्हणजे तुझी बायको?”

“हो.”

“ती कबुली त्यानं कधी दिली होती?”

“त्याच्या मृत्यूच्या एक दिवस आधी.”

"तेव्हा तुला आणि तुझ्या बायकोला वाटलं, की त्या कबुलीमुळे तुमच्या वारसाहक्काला धोका निर्माण झाला आहे." जज अ‍ॅशर्स्ट म्हणाला.

"कारण त्यानं केलेल्या खुनामुळे नादिन फार त्याच्यावर हक्क गाजवू शकेल."

"फक्त एवढंच नाही." न्यूबर्न म्हणाला. "त्याच्या भागीदाराच्या मृत्यूनंतर हिग्लेनं भागीदारीमधल्या व्यवहारामध्ये गडबड करून त्याच्या भागीदाराच्या इस्टेटीवर डल्ला मारला होता. नादिनची आई रोझ फार म्हणजे भागीदारीच्या व्यवसायामागची प्रेरणा होती. अत्यंत बुद्धिमान स्त्री. ती सेक्रेटरी– मॅनेजर– अकाउन्टंट– बुककीपर – सर्व काही होती. तडफदार कामं करायची. सगळे आकडे कसे तिच्या हातांच्या बोटांवर असत. भागीदाराच्या मृत्यूनंतर रोझ फार गरोदर होती..."

"तू फार गुंतागुंत करतो आहेस. साधंसरळ काय ते बोल." जज अ‍ॅशर्स्टनं न्यूबर्नला सांगितलं.

"ठीक आहे. मोशेर हिग्लेनं त्याच्या भागीदाराचा खून करून त्याचे पैसे घेतले होते. भागीदारानं मृत्युपत्र बनवलं होतं. मृत्युपत्राप्रमाणे भागीदारीमधला त्याचा सर्व हिस्सा त्यानं रोझ फारच्या– नादिनच्या आईच्या– नावावर केला होता. अशा परिस्थितीत नादिननं एखादा वकील नेमून म्हटलं असतं, की मोशेर हिग्लेनं ते पैसे तिच्यासाठी म्हणून नाखुशीनंच ट्रस्टी म्हणून सांभाळले आहेत तर... परिस्थिती बिकट बनली असती.

"नादिनला सर्व गोष्टी अजूनही खात्रीपूर्वक पूर्णपणे कळल्या नव्हत्या. तिला अंदाज आला असला, तरी तसा पुरावा नव्हता. मोशेर हिग्लेला समोर मृत्यू दिसायला लागला होता. त्याला कळत होतं, की तो जास्त काळ जगणार नव्हता. आणि...तो घाबरला. त्यानं आमच्याकडे सर्व कबूल केलं."

"तुझ्याकडे का तुझ्या बायकोकडे?"

"दोघांकडेही."

"मग तुम्ही काय केलं?"

"त्याला सांगितलं, की आम्ही वकिलाचा सल्ला घेईपर्यंत काही करू नकोस."

"आणि तुम्ही वकिलाची भेट घेतली?"

"नाही. त्याचा मृत्यू... लक्षात येतं आहे ना... तो जर सायनाईडच्या विषप्रयोगानं मेला असेल तर... त्याचा मृत्यू अगदी योग्य वेळी झाला होता. त्याच्या काही जमिनीला तेलामुळे खूपच भाव मिळणार आहे. खरं तर ती जमीन फारच मौल्यवान ठरणार आहे."

"आणि म्हणून तुझी कल्पना झाली, की तुझ्या बायकोनंच त्याचा खून केला आहे?"

"त्यामुळे आणि ती जे म्हणाली त्यामुळे."

"काय म्हणाली ती?"

"ती नादिनचा द्वेष करते. म्हणाली, की ती नादिनला तिच्या आड येऊ देणार नाही. आम्ही काय काय घडू शकेल, याचा विचार केला. ती म्हणाली, की खरंतर नवीन काही घडण्याआधीच मोशेर हिग्ले मरण पावला, तर किती छान होईल. आम्ही फक्त चर्चा करत होतो. म्हणजे ती सायनाईडबद्दल बोलली... तिनं मला विचारलं, की त्याच्या चॉकलेटमध्ये रासायनिक साखरेच्या गोळ्या टाकण्याऐवजी सायनाईडच्या गोळ्या टाकल्या, तर काय होईल... युअर ऑनर, सर्व गोंधळच झाला आहे. या घटनांमध्ये मी अडकलो आहे... पण स्यू म्हणाली, की तिनं तसं काही केलेलं नाही."

"आलं लक्षात," जज अॅशर्स्ट कुत्सितपणे म्हणाला. "तू आणि तुझी बायको... मोशेर हिग्ले खुनी आहे, ठेव म्हणून असलेल्या पैशांचा त्यानं अपहार केला आहे, हे तुम्हाला माहीत होतं... नादिन फारला वारसाहक्कानं मिळणाऱ्या पैशांची त्यानं लूट केली, हे तुम्हाला माहीत होतं... तुम्हाला सत्य उघडकीला यायला नको होतं. एवढंच नाही, तर त्यानं काही करण्याच्या आत तो मरावा म्हणून सायनाईडच्या किती गोळ्या वापराव्यात, याची तुम्ही चर्चा केली."

"मी... आम्ही फक्त बोललो होतो... क्रूरपणे नाही, सर्व शक्यतांचा आम्ही फक्त विचार करत होतो."

"आणि तू गृहीत धरलंस, की तुझ्या बायकोनंच त्याला ठार मारलं. तू इतक्या बिनदिक्कतपणे आणि दुष्टबुद्धीनं साक्ष दिलेली असूनसुद्धा फक्त तुझ्या बायकोनं सांगितलं, की तिनं त्याला ठार मारलं नाही म्हणून तू तिच्या शब्दांवर विश्वास ठेवतो आहेस आणि तुला वाटतं, की ती निरपराध आहे?"

"तिनं तसं केलं असतं, तर मला सांगितलं असतं," न्यूबर्न म्हणाला.

"नैतिक अधःपाताच्या या टप्प्यावर हे कोर्ट कामकाज स्थगित करत आहे." जज अॅशर्स्ट हे सर्व ऐकल्यावर ताड्कन म्हणाला, "कोर्ट या साक्षीदाराला अटक करण्याची आज्ञा देत आहे आणि पोलिसांना सूचना देत आहे, की त्यांनी तत्काळ स्यू न्यूबर्नला, या साक्षीदाराच्या बायकोला अटक करावी आणि तिच्यावर आणि तिच्या नवऱ्यावर खुनाचा आरोप ठेवावा.

"कोर्ट चार वाजेपर्यंत सुट्टीवर असेल. कोर्ट पुन्हा भरल्यावर ज्यूरीला सूचना करण्यात येईल, की त्यांनी आरोपी निरपराध आहे असा निवाडा द्यावा. तोपर्यंत आता कोर्टाचं कामकाज स्थगित झालेलं आहे."

जज अॅशर्स्टनं अगदी सूडबुद्धीनं हातोडा दाणकन आपटला.

१७

कोर्टानं कामकाजाला स्थगिती दिली आणि प्रेक्षकांमध्ये गोंधळ माजला. नंतर एका वृत्तपत्रात छापून आल्याप्रमाणे पेरी मेसनच्या केसेसमधला सर्व रेकॉर्ड मोडणारा गोंधळ माजला.

संतापलेला, चक्रावलेला, अपमानित आणि पराभूत झालेला हॅमिल्टन बर्जर धक्काबुक्की करतच कोर्टाबाहेर पडला. जॅक्सन न्यूबर्न आणि त्याच्या बायकोला अटक करून तुरुंगात नेत असताना जॅक्सन न्यूबर्न ''खरं बोल'' अशी स्यू न्यूबर्नची विनवणी करत होता आणि ती त्याला शिवीगाळ करत होती, सांगत होती की, मी जिवंत असेपर्यंत माझ्या पैशांपैकी एक छदामही त्याला मिळणार नाही. न्यूबर्न अगदी लीनपणे वागत असला, तरी मुख्य मुद्द्याचा त्याला विसर पडला नव्हता. तो तिला सांगत होता, ''पण आता तुझ्याकडे पैसेच नाहीत, प्रिये आणि कुठले पैसे तुला मिळणारही नाहीत.''

डेला स्ट्रीट आणि पॉल ड्रेक दोघेही मेसन आणि आरोपीजवळ येऊन त्यांचं अभिनंदन करत होते. भावनाविवश झालेली नादिन क्षणात हसत होती आणि क्षणात रडत होती.

एक स्त्री पोलीस म्हणाली, ''मला खेद होतो आहे, पण मला अजूनही तिला अटकेतच ठेवावं लागणार आहे. कोर्टानं अजून तिची अधिकृतपणे सुटका केलेली नाही.''

मेसननं नादिनच्या पाठीवर थोपटत म्हटलं, ''सर्व ठीक आहे, नादिन. शांत राहा तू.''

नादिननं मान डोलावली, डोळ्यांमधले अश्रू पुसले आणि अचानक हसायला सुरुवात केली. हसताहसता उत्स्फूर्तपणे मेसनला मिठी मारली आणि त्याच्या ओठांवर ओठ टेकले.

वर्तमानपत्रांचे फोटोग्राफर अशा तऱ्हेच्या कुठल्यातरी आगळ्यावेगळ्या घटनेची वाटच बघत असतात. धडाधड फ्लॅश बल्बज् उडाले.

एका फोटोग्राफारला मात्र फोटो काढता आला नाही. त्यानं नादिनला विचारलं, ''पुन्हा एकदा तेच करायला तुझी हरकत आहे, मिस्? मला फोटो घेता आला नाही.''

''अजिबात नाही.'' असं म्हणत तिनं पुन्हा एकदा मेसनला मिठी मारली.

स्त्री पोलिसाच्या चेहऱ्यावर हसू होतं. तिनं कशालाच आडकाठी घेतली नाही. फोटो घेऊन होईपर्यंत ती थांबली आणि नंतर नादिनला बरोबर घेऊन निघून गेली.

''आता काय होईल?'' पॉल ड्रेकनं मेसनला विचारलं, ''हॅमिल्टन बर्जर काय करेल?''

“देवालाच माहीत!” मेसन म्हणाला. “मला भीती आहे, की तो चुकीचीच गोष्ट करण्याची शक्यता नव्याण्णव टक्के तरी आहे.”

“कशा तऱ्हेनं?”

“तो स्यू न्यूबर्नवरच खुनाच्या आरोपाखाली खटला दाखल करेल.”

“पुढं?”

“या वेळी *त्याच्याकडे कबुलीजबाब नाही. खून झाला होता, हे तो सिद्ध करू शकत नाही. मोशेर हिग्ले सायनाईडमुळे मरण पावला, हे सिद्ध करू शकत नाही. आणि सायनाईडच्या गोळ्या कशा तऱ्हेनं दिल्या गेल्या, तेदेखील सिद्ध करू शकत नाही.*”

“पण जॅक्सन न्यूबर्नच्या साक्षीवर...”

मेसन गालातल्या गालात हसला.

“आता काय झालं तुला?” ड्रेकनं विचारलं.

“जॅक्सन न्यूबर्नची साक्ष काढता येणार नाही.” मेसन म्हणाला, “अशा तऱ्हेच्या कायदेशीर कारवाईत बायकोच्या परवानगीशिवाय नवरा आपल्या बायकोविरुद्ध साक्ष देऊ शकत नाही. या केसच्या सुरुवातीच्या काळात अनेक वर्तमानपत्रांनी हॅमिल्टन बर्जरबद्दल लिहिताना ‘चेहऱ्यावर विजयाचं स्मितहास्य घेऊन वावरणारा’ असं त्याचं वर्णन केलं होतं. आता एखाद्या सापळ्यात सापडल्याप्रमाणे स्वतःचीच शेपटी पकडण्याचा प्रयत्न करणाऱ्या छोट्या पपीप्रमाणे तो गोलगोल फिरत बसणार आहे, कारण त्याला ती शेपटी पकडताच येणार नाही. आपण हे दृश्य बघत थोडा वेळ आनंदात काढू या की.”

“तू सुचवतो आहेस, की पद्धतशीरपणे खून पाडून ती सुटणार आहे?”

“तिनं पद्धतशीरपणे खून पाडला आहे, असं कोण म्हणतं आहे?”

“कमाल झाली. तिनं खून पाडला नाही, असं म्हणतो आहेस तू?”

“न्यूबर्ननं दिलेल्या साक्षीमधल्या एका अत्यंत महत्त्वाच्या गोष्टीकडे तुझं दुर्लक्ष झालं असावं.” मेसन म्हणाला.

“मला तर वाटत होतं, की माझं पूर्ण लक्ष होतं म्हणून.”

“महत्त्वाच्या गोष्टीकडे तुझं दुर्लक्षच झालं आहे, पॉल.” मेसन पुन्हा म्हणाला.

“कुठल्या?”

“आठव जरा,” मेसन म्हणाला. “सायनाईडच्या गोळ्या परत मिळवण्याच्या हेतूनं जॉन लॉकी जेव्हा मोशेर हिग्लेच्या घरी गेला, तेव्हा त्यानं नादिनच्या खोलीत असलेली गोळ्यांची बाटली घेऊन येण्यासाठी कॅप्टन ह्यूगोला पाठवलं होतं. कॅप्टन ह्यूगो ती बाटली घेऊन आला आणि त्यानं ती जॉन लॉकीला दिली. त्या बाटलीत चार गोळ्या कमी होत्या. *सायनाईडच्या त्या चार गोळ्यांचं काय झालं,*

ते कधीच उघडकीला आलेलं नाही.''

"अरे देवा, चीफ,'' डेला उद्गारली. "तुला अजूनही वाटतं आहे, नादिन फारनंच त्याच्यावर विषप्रयोग केला आणि...''

"तू विसरतो आहेस, की नादिन फारला ट्रुथ सेरमची चाचणी देत असताना तिची चौकशी केली होती. ती औषधांच्या अमलाखाली होती, व्यवस्थित उत्तरं देत होती, असं डॉ. डनेअरनं म्हटलं होतं. *तिनं डॉ. डनेअरला तिला जशी माहीत होती, तशी कथा सांगितली.''*

"पण ती सायनाईडच्या गोळ्यांची बाटली– चीफ, जॉन लॉकी म्हणतो आहे त्याप्रमाणे सायनाईडच्या गोळ्यांची बाटली, जिच्यामध्ये चार गोळ्या कमी होत्या, नादिननं चॉकोलेट बनवण्याआधीच घराबाहेर नेली होती.''

"बरोबर,'' मेसन म्हणाला. "पण बाटलीत चार गोळ्या कमी होत्या, हे विसरू नकोस.''

"मग तिची कथा खरीच आहे. तिनं रासायनिक साखरेच्या गोळ्या असलेली बाटली घेऊन....''

"ती बाटली सरोवरात फेकली होती,'' मेसननं तिचं वाक्य पुरं केलं. "तीच बाटली परत मिळवली होती, हॅमिल्टन बर्जरनं पुरावा म्हणून दाखल केलेली वस्तू – ब शॉटगनच्या गोळ्यांमधले छर्रे भरलेली बाटली. त्या बाटलीत खरोखर रासायनिक साखरेच्या गोळ्या होत्या.''

"पण मग मोशेर हिग्ले मेला तरी कसा?'' पॉल ड्रेकनं विचारलं.

"दुसरा एक पर्याय आहे.'' मेसन म्हणाला. "मला वाटतं, न्यूबर्ननं दिलेल्या साक्षीमधला एक महत्त्वाचा मुद्दा तुमच्या सर्वांच्याच लक्षात आलेला नाही. त्याची बायको जेवणघराकडे निघाली, तेव्हा तिला कुणीच दिसलं नाही. नादिन नाही, कॅप्टन ह्यूगो नाही आणि शेगडीवरचं हॉट चॉकोलेट वितळून चाललं होतं.''

"म्हणजे त्या वेळी तिनं सायनाईडच्या गोळ्या खरोखर चॉकोलेटमध्ये मिसळल्या होत्या?''

मेसननं नकारार्थी मान हलवली. "त्या वेळी नादिन फार मार्केटमध्ये गेलेली असणार. पण कॅप्टन ह्यूगोचं काय?''

"त्याचं काय?''

"त्यानं सांगितलं होतं, की सर्व वेळ तो जेवणघरामधल्या खिडक्यांच्या काचा धूत होता. जॅक्सन न्यूबर्ननं त्याला बघितलं नाही. स्यू न्यूबर्नला तो दिसला नाही. सायनाईडच्या गोळ्यांची बाटली आणण्यासाठी लॉकीनं ज्याला पाठवलं होतं, तो कॅप्टन ह्यूगोच होता. आणि त्यानं बाटली दिली, तेव्हा बाटलीमधल्या सायनाईडच्या चार गोळ्या नाहीशा झाल्या होत्या.''

"कॅप्टन ह्यूगोला नादिनबद्दल खूप सहानुभूती वाटत होती. मोशेर हिग्लेची तिला वागवण्याची तऱ्हा त्याला आवडत नव्हती. तो अनेक वर्षं मोशेर हिग्लेबरोबर काम करत होता. त्याला नक्कीच रोझ फारबद्दल, त्या वेळी पसरलेल्या लोकापवादांबद्दल, हिग्लेच्या भागीदाराबद्दल पूर्ण माहिती होती. कॅप्टन ह्यूगोला जर वाटलं असेल, की हे सर्व आता थांबवायला हवं तर दुसरं कुणी काय म्हणणार? त्याला निवृत्तीचे, नदीकिनाऱ्यावरच्या झोपडीमध्ये राहून मासेमारी करण्याचे वेध लागले होते आणि नादिनचा छळ थांबवण्याचेही.''

पॉल ड्रेक आश्चर्यानं आणि जरा काळजीनं मेसनकडे बघत बसला. "कमालच आहे. क्षणभर थांबून विचार केला, तर प्रत्येक गोष्टीचा खुलासा होतो. पण पेरी, तू आता काय करणार आहेस? हॅमिल्टन बर्जरच्या कानांवर घालणार आहेस? म्हणजे कॅप्टन ह्यूगो फरार होण्यापूर्वी तो त्याला अटक तरी करू शकेल.''

"कधीतरी स्वतःचं काम स्वतःच करू देऊ या की त्याला,'' मेसन म्हणाला. "आपण त्याला मदत करायला गेलो, तर ते त्याला आवडणार नाही. निदान आत्ता तरी.

"त्याच्यासमोर कायदेशीर पुराव्याबद्दल प्रश्न जेव्हा उभा राहील, तेव्हा मी बोलेन त्याच्याशी... किंवा नंतर तूच बोल त्याच्याशी पॉल. माहिती तुझ्याकडून मिळाली, तर तो जास्त चिडणार नाही.

"तेव्हा तू जरा धीर धरलास आणि योग्य वेळी सर्व त्याच्या कानांवर घातलंस, तर हॅमिल्टन बर्जर कायम तुझा ऋणी राहील– पण माझं नाव उच्चारू नकोस.''

पॉल ड्रेकच्या कायम भावनारहित दिसणाऱ्या चेहऱ्यावर कुठली भावना उमटणं कठीणच असे. पण या वेळी सर्व अर्थ ध्यानात येताच त्याचे डोळे आश्चर्यानंच विस्फारले.

"कमालच झाली!'' तो पुन्हा पुटपुटला.

◆

9 789387 789692